ஹேரி பாட்டரும்

சபிக்கப்பட்ட குழந்தையும்

பகுதி I மற்றும் II

நாடகநூல்

WIZARDING WORLD

ஜே.கே.ரௌலிங்

ஜான் டிஃப்பேனி & ஜேக் தார்ன்

எழுதிய புதிய மூலக்கதையைத் தழுவியது

ஜேக்தார்ன் படைத்த புதிய நாடகம்

சோனியா பிரைய்ட்மேன் தயாரிப்பு நிறுவனம்,
கோலின் கேல்லெண்டர், ஹேரி பாட்டர் நாடகத்
தயாரிப்பு நிறுவனம்

ஆகியோரால் முதன்முறையாகத்
தயாரிக்கப்பட்டது.

ஓரிஜினல் வெஸ்ட் எண்ட் தயாரிப்பு நிறுவனத்தின்
அலுவல்முறை எழுத்து வடிவம்

முற்ற முடிந்த நாடக வரிவடிவம்

தமிழாக்கம்: பொன். சின்னத்தம்பி முருகேசன்

ஹேரி பாட்டரும்

சபிக்கப்பட்ட குழந்தையும்

பகுதி I மற்றும் II

நாடகநூல்

- தமிழாக்கம் -

பொன். சின்னத்தம்பி முருகேசன்

BLOOMSBURY

NEW DELHI LONDON OXFORD NEW YORK SYDNEY

BLOOMSBURY INDIA
Bloomsbury Publishing India Pvt. Ltd
Second Floor, LSC Building No. 4, DDA Complex, Pocket C – 6 & 7,
Vasant Kunj, New Delhi 110070

BLOOMSBURY, BLOOMSBURY INDIA and
the Diana logo are trademarks of Bloomsbury Publishing Plc

First published in print in Great Britain in 2016 by Little, Brown

Tamil translation of *Harry Potter and The Cursed Child*
First published in Tamil, 2019

Tamil Edition co-ordination by TranslationPanacea, Pune
Translated from English to Tamil by Pon. Chinnathambi Murugesan

ISBN: 978-93-88134-36-1

2 4 6 8 10 9 7 5 3 1

Printed and bound in India by Gopsons Papers Pvt. Ltd., Noida

www.wearelumos.org
www.pottermore.com
www.bloomsbury.com

உள்ளடக்கம்

ஜே.கே.ரௌலிங்

எனது உலகிற்குள் புகுந்து
ஆங்கே கவின்மிகு பணிகளை ஆற்றிய
ஜேக் தார்னுக்கு

ஜான் டிஃப்பேனி

ஜோ, லூயிஸ், மேக்ஸ், சோன்னி, மெர்லே.... ஆகிய
அனைத்து மந்திரவாதிகளுக்கும்

ஜேக் தார்ன்

2016, ஏப்ரல் -7இல் பிறந்த எலியட் தார்ன்னுக்கு
நாங்கள் நாடக ஒத்திகை நடத்திக் கொண்டிருக்கையில்
அவன் கெக்கலித்தான்

இடையே நாடக உரையாடல் படிப்பது குறித்த கலந்தாய்வு

இயக்குநர் ஜான் டி.:ப்பேனிக்கும் நாடகாசிரியர் ஜேக் தோர்னுக்கும்

ஜேக்

"ஜோசப்பும் வியத்தகு பலவண்ணக் கனவுக் கோட்டும்" *(Joseph and Techni Color Dream Coat)* என்கிற நாடகத்தைத் தான் நான் முதன்முதலாகப் படித்தேன். அப்போது நான் தொடக்கப் பள்ளியில் படித்துக் கொண்டிருந்தேன்; பெரிதும் குதூகலம் அடைந்தேன். என்னால் தெளிவாக நினைவு படுத்திக் கொள்ள இயலவில்லை. ஆனால், நான் எனக்குரிய உரையாடல் பகுதிகளியே கூடுத் கவனம் செலுத்தினேன் என்று நினைக்கிறேன். ஆமாம், நான் ஒரு சுட்டித்தனமிக்க பொடியன். பள்ளி நாடகத்தில் ஜோசப்பாக நடிப்பதற்குத் தெரிவுசெய்யப்பட்டிருந்தேன். "வெள்ளி வாள்" *(The Silver Sword)* நான் படித்த அடுத்த நாடகம். அயான் செரேல்லியருடைய செவ்வியல் படைப்பினை நாடகத்திற்கேற்பத் தகவமைக்கப்பட்ட ஒன்று. அந்த நாடகத்தில் நான் முகாமையான பங்கினை ஏற்கவில்லை. மூன்றாம் நிலையிலோ அல்லது அது போன்ற ஒரு வேடமோ ஏற்றிருந்தேன். எடெக் பேலிகி வேடத்தில் நடிக்க விரும்பினேன். அதற்காக நான் எதை வேண்டுமானாலும் கொடுத்திருப்பேன். ஆனால், வரந்தத்தக்க விதத்தில் எனது நடிப்பு வாழ்க்கை அப்போதே வீழ்ச்சியை நோக்கித் திரும்பிவிட்டது. அப்போது எனக்கு ஒன்பது வயது.

ஜான்

நான் முதன்முதலாகப் படித்த நாடகம் ஓலிவர் (Oliver). அப்போது எனக்கு ஒன்பது வயது. அந்த வயதிலேயே ஆச்சரியக்குறிகள் இசைக்குறிப்புகள் என்பதை ஒருவழியாகப் புரிந்து கொள்ள முடிந்தது. அது

பாடல்களுடன் கூடிய ஓலிவர்! 1981ஆம் ஆண்டு அமெச்சூர் ஆபெரேடிக் சொசைட்டி தயாரித்த நாடகத்தில் ஹட்டர் புலத்தில் பெயருக்கேற்றாற்போல ஒரு அநாதையாக நான் நடித்தேன். நான் என்னுடைய பேச்சு நடையை மாற்றிக் கொண்டதாக நினைவில்லை. ஆகவே, டிக்கன்ஸினுடைய மூலக்கதை புதுவிதத்தில் மறு கற்பனைக்கு இலக்காகியிருக்கக் கூடும் என்று நினைக்கிறேன். ஓலிவருடைய தாய் தன் குழந்தையை ஈன்றெடுப்பதற்காக மேற்கு யார்க்சைரில் ஓர் பணிமனையில் புகலிடம் தேடிக் கொள்கிறாள். உன்னைப் பேலவே நானும் எனக்குரிய உரையாடல் பகுதிகளைக் கண்டறிவதிலேயே கவனம் செலுத்தினேன். அதற்காக ஓர் ஒளிரும் மை கொண்ட எழுதுபோலைப் பெற்று எனக்குரிய பகுதியை அடையாளமிட்டேன். ஏனைய நடிகர்களும் அவ்வாறே செய்தததைக் கண்டேன். உன்னை ஒரு தேர்ந்த நடிகனாக வெளிப்படுத்தியதும் இதுபோன்ற முன்னெடுப்புகள் தாம் என்று நினைக்கிறேன். அதன் பின்னர் தான் எனக்குரிய உரையாடல் பகுதிகளைக் குறித்துக் கொண்டால் மட்டும் போதாது அவற்றை மனப்பாடம் செய்ய வேண்டும் என்று உணர்த்தப்பட்டேன். ஈகவே, நாடக உரையாடல்களைப் படிப்பதற்கான பயிற்சிகளை மேற்கொள்ளத் தொடங்கினேன்.

ஜேக்

நீங்கள் நடித்த ஓலிவர் நாடகத்தையும் அடையாளமிட்டுக் காட்டப்பட்ட உங்களுக்குரிய உரையாடல் பகுதிகளையும் நானும் பார்த்திருக்க வேண்டுமென்று ஆவல் கொள்கிறேன். உங்களுடைய பழுப்பு வண்ண இயக்குநர் குறிப்பேட்டினைக் கண்டு வியந்திருக்கிறேன். நான் எழுதிய உரையாடல்களுக்கு எப்போதும் காதுகள் முளைத்திருந்ததையும், இன்னதென்று புரிந்து கொள்ள முடியாத குறிப்புகள் குழந்தை வாந்தியெடுத்துச் சிதறியதைப் போல வரையப்பட்டிருந்ததையும் பார்த்திருக்கிறேன்.

ஆகவே, உரையாடல்களை எப்படிப் படிக்க வேண்டுமென்று நீங்கள் நினைக்கிறீர்கள்? அவற்றை எப்படித் தான் படிக்கக் கூடும்? மேடையில் இயக்கப்பட்டவற்றை நூலாக வெளியிடுவதற்காக எழுதும் போது, குறிப்பாக, அந்தக் கடைசி வாரங்களில், இதைப் பற்றியெல்லாம் நான் மிகவும் கவலைப்பட்டிருக்கிறேன். ஒத்திகைகளின் போது,

நடிகர்கள் விட்டெறிகின்ற பார்வைகளிலேயே வெளிப்படுத்திவிடுவதால் உரையாடலின் பெரும் பகுதியை நாம் நீக்கியமை எனக்கு நினைவுக்கு வருகிறது. எனவே நான் எழுதிய வரிகள் தேவையற்றவையாகிவிடுகின்றன. இந்த நாடக உரையாடல் ஒரு குறிப்பிட்ட நாடகக் குழுவிற்காகப் படைக்கப்பட்டது. ஆனால், மற்றவர்களும் கதைமாந்தர்களுடன் ஒன்றிப்போக வேண்டியதாக உள்ளது. வாசகர்கள் இயக்குநர் செய்வதைப் போல, மனக்கண்முன் காட்சிப்படுத்திக் கொள்ள வேண்டிய தேவை எழுகிறது. ஒரு நாடக உரையாடலை முதன்முறையாகப் படிக்கும் பொழுது நீங்கள் எதை எதிர்பார்க்கிறீர்கள்?

ஜான்

ஓர் இயக்குநர் என்கிற முறையில், புதியதொரு நாடக உரையாடலை முதன்முறையாகப் படிப்பது மிகுந்த மதிப்பு வாய்ந்தது. இந்த உரையாடலின் தயாரிப்பினை முதன்முறையாகப் பார்க்கின்ற பார்வையாளனை மிகவும் நெருக்கமாக அணுகுவதற்கான வாய்ப்பு அதுவே தான். முழுமையாக முடிக்கப்பட்ட உரையாடலைப் படிக்கும் போது, கதாசிரியர் துருவி ஆய்வு செய்கின்ற கதை, கதைமாந்தர்கள், மையக்கரு ஆகியவற்றுடன் அணுக்கம் ஏற்பட வேண்டும். ஓர் உரையாடலானது நம்மைச் சிரிக்கவும் அழவும் செய்யக் கூடும். கதையினுடைய களிப்பின் போக்கிலே நம்மை இட்டுச் செல்லவும் வேண்டும்; கதைமாந்தர்கள் அல்லலுறுகின்ற அவலத்தை உணர்ந்து கண்கலங்கச் செய்யவும் வேண்டும். ஒரு நாடகத்தை முழுமையாக மெய்ப்படச் செய்கின்ற போக்கிலும் ஓர் அனுபவத்தைப் பார்வையாளர்களுடன் பகிர்ந்து கொள்கின்ற விதத்திலும் கட்டியெழுப்பிச் செல்வது உரையாடல்தான்.

ஒரு நாடக ஆசிரியர் என்கிற முறையில் நாடக உரையாடலை எழுதும் போது இத்தகைய முழு அனுபவத்தை எந்த அளவிற்கு நீங்கள் கற்பனை செய்கிறீர்கள்? உரையாடல்களைத் தட்டச்சு செய்யும் போது கதைமாந்தர்களுக்குரிய வரிகளை உரக்கப் பேசுவதுண்டா?

ஜேக்

அதைக்காட்டிலும் மோசமாகவெல்லாம் நடந்து கொள்வேன். நாடறிந்த உணவகங்களிலோ சிற்றுண்டிச் சாலைகளிலோ

நாம் அத்தகைய பணியை மேற்கொள்ளும் போது பலதரப்பட்ட பார்வைகளையும் ஈர்ப்பதற்குக் கூட வழிவகுக்கப்படலாம். கதைமாந்தர்களுடன் பின்னிப் பிணைந்து அவர்களைப் போலவே அசைவுகளை ஏற்படுத்துவதால் மிகுந்த இக்கட்டான சூழல்கள் கூட உருவாகியதுண்டு.

இந்தக் குறிப்பிட்ட நாடக உரையாடலை எழுதிய விதம் பற்றிய மிகவும் ஆர்வமூட்டக் கூடிய செய்தி என்னவென்றால், இதற்கு முன்னர் ஒருபோதும் இதைக் காட்டிலும் கூடுதலான காலத்தை நடிகர்களுடன் செலவிட்டது கிடையாது. பயிற்சிப் பட்டறைகள் நடைபெற்ற வாரங்கள் முழுவதும், ஒத்திகைகள் நடைபெற்ற வாரங்கள் முழுவதும், வடிவமைப்புக் குழவினரிலிருந்து, ஒலியமைப்புக் குழுவினர், ஒளியமைப்புக் குழுவினர் வரை அனைவருமே அவ்வளவு காலமும் அந்த அறைகளில் ஒன்றாகவே இருந்தோம். அது போன்ற அனுபவத்தை எங்களுள் எவரும் எப்போதும் பெற்றதில்லை. அனைத்திற்கும் சேர்ந்து ஏறத்தாழ எட்டு மாத காலம் ஆகியிருக்கலாம் என்று நினைக்கிறேன். உருவாக்கப்பட்ட நாடகத்தின் மீது எத்தகைய விளைவினை அது ஏற்படுத்தியிருக்கக் கூடும் என்று சொல்வீர்கள்? நாடகத்தை ஏகப்பட்ட விதத்தில் சிறப்புறச் செய்தது என்று நான் நம்புகிறேன். அதற்கும் மேலாக, நாங்கள் செய்ததனுடைய தொனியையே மாற்றிவிட்டது என்று நீங்கள் நினைக்கிறீர்களா?

ஜான்

நீங்கள் உணவுக்கூடங்களில் அமர்ந்து உங்களுடைய நாடகங்களின் கதைமாந்தர்களாகவே உங்களை மாற்றிக் கொண்டு நாடக உரையாடல்களைப் பேசியும் நடித்தும் பாட்டுவதைப் பற்றி நினைத்துப் பார்க்கும் போது மிகவும் இனிமையாக உள்ளது. ஜேக், இதற்கும் கூட பார்வையாளர்கள் இருக்கக்கூடும் என்று நினைக்கிறேன். இது தனித்துவம் வாய்ந்ததொரு நிகழ்வாகத் தொனிக்கிறது. நாமும் கூட முயன்று பார்க்கலாம். சபிக்கப்பட்ட குழந்தை நாடக நடிகர்களும் நானும் முதல் வரிசை இருக்கைகளைப் பதிவு செய்து கொள்வோம். இல்லையா? நல்லது, அப்படின்னா சரிதான்....

பயிற்சிப்ப பட்டறைகளிலும் ஒத்திகைகளிலும் குறிப்பிட்ட அளவு காலத்தை நாங்கள் அனைவரும் ஒன்றிணைந்து

செலவிட்டது நாங்கள் படைத்தத நாடகத்திற்கு நற்பலன்களை நல்கியுள்ளது என்று நம்புகிறேன். அத்தகைய ஒட்டு மொத்த செயல்பாடுகளும் விரிவானதாகவும், ஆற்றல் மிக்கதாகவும், தெளிவானதாகவும் இன்னமும் கண்முன் நிற்கின்றன. 2014ஆம் ஆண்டு தொடக்கத்தில் ஜோவுடன் நாங்கள் நடத்திய துவக்கக்கட்ட கதை விவாதக் கூட்டங்களிலிருந்து தொடர்ச்சியாக 2016 கோடைகாலத்தில் நாடகத்தைப் பார்வையாளர்கள் முதன்முறையாகப் பார்த்தது வரை, ஏராளமான நடிகர்களும், படைப்பாளிகளும், கலைஞர்களும், தயாரிப்பாளர்களும், தயாரிப்பு மற்றும் தொழில்நுட்பக் குழுவினரும் தமது பங்களிப்பினை நல்கியுள்ளனர். அதனால் தான் இந்நாடக உரையாடல் நூலாக வெளியிடப்பட்ட போது அவர்கள் அனைவருடைய பெயர்களையும் சேர்த்தேன். உரையாடல் வடிவில் 3வெளியிடப்பட்ட நூல் அதனைப் படிக்கும் போது அரங்கில் நாடகத்தைப் பார்ப்பது போன்ற முழுமையான அனுபவம் கிடைக்கப் பெறுவதற்கான நுழைவாயிலாக அமைந்திருப்பது கூட அதனால் தான். ஆகவே, இந்த நாடகத்தை எழுதியவர் என்கிற முறையில், இன்னமும் நாடகத்தைப் பார்க்காத மக்கள் இதனைப் படிக்கும் போது அவர்களுடைய கற்பனைகளில் என்ன நிகழக் கூடும் என்று நினைக்கிறீர்கள்?

ஜேக்

இது பதிலளிப்பதற்குக் கடினமான கேள்வி என்று நினைக்கிறேன். நாடகம் நூலாக வெளியிடப்பட்டதற்கு முந்தைய நாள் 'கீச்சொலி' ஊடகத்தில் நான் ஒரு செய்தி வெளியிட்டிருந்தேன். "மக்கள் இதனைக் காண வேண்டுமென்று விழைகிறேன். படிப்பதைக் காட்டிலும் இநநாடகத்தைப் பார்ப்பது தான் சிறந்தது. எழுத்து வடிவ நாடகங்கள் இசைக் குறிப்புத் தாள்கள். அவை இசைக்கப்பட வேண்டியவை. தனித்திறம் வாய்க்கப்பெற்ற நடிகர்களும் நாடகக் குழுவினரும் எங்களிடம் உள்ளனர்." ஒருவேளை அதுவே பதிலாக அமையலாம். நடிப்பு உலகினருடைய தனித்திறனை அவர்கள் கற்பனை செய்து கொள்வர். உணர்வெழுச்சிகளையும் உயிர்க்கலப்புறும் கருழைண உணர்வுகளையும் மிக நுட்பமாகவும் நளினத்துடனும் வெளிப்படுத்தக் கூடிய நடிப்புலக மேதைகள். அது தான் உண்மை! நம் கலைஞர்கள் தனிச்சிறப்புப் பெற்றவர்கள்.

மேடை அமைப்பும், பின்னணி அசைவுகளும், ஆடை வடிவமைப்பும், ஒலி, ஒளி அமைப்புமுறையும் மிகவும் உன்னதமானவை.

அல்லது, ஜோ ஒரு தோளிலும் ஜான் நீங்கள் ஒரு தோளிலும் அமர்ந்திருக்க ஹேரி பாட்டர் நூல்களுக்கே உரிய முறையில் இழைந்தோடக் கூடிய உணர்வெழுச்சிமிக்க மெய்மையையும் நேர்மையையும் ஒவ்வொரு வரியிலும் வெளிப்படுத்தும் முயற்சியில் நான் எழுதியுள்ளவற்றை எழுதியவாறே படித்துக் கொள்ளட்டும் என்று நினைப்பேன். உண்மை தான்! வரிகளுக்கிடையில் உட்பொதிந்த செய்திகளைப் புரிந்து கொள்வது கடினம். உணர்வெழுச்சிகளைச் சுமந்து வரும் பார்வை விதங்களையும், உள்ளார்ந்து தனக்குத் தானே நிகழ்த்திக் கொள்ளக் கூடிய உரையாடலையும் எழுத்துவடிவ உரையாடலில் படம்பிடித்துக் காட்டுவதென்பது இயலாதது. ஊரைநடையில் ஒருவருடைய உணர்ச்சியை விவரித்து விடலாம். உள்ளார்ந்து நிகழக் கூடிய போக்குகளை நடிகர் முகபாவனைகளில் வெளிப்படுத்தலாம். அது மட்டுமன்றி, ஏராளமான மாயக் காட்சிகள் அரங்க மேடையில் நிகழ்த்திக் காட்டப்படுகின்றன. அவற்றை நான் விவரிக்கப் புகுந்தால் நாடகத்தைக் கண்டு களிக்கின்ற சுவையுணர்வு கெட்டுவிடும். அத்துடன், மாயக் காட்சிகளைப் படைத்துக்காட்டுகின்ற ஜேமி ஹேரிசன் மாய உலகத்தை விட்டு வெளியேற்றப்பட்டுவிடுவார். வாசகர்கள் தமது மூளைக்குள்ளேயே நடித்துப் பார்த்துக் கொள்ளலாம். அல்லது, என்னைப் போல ஏதேனும் உணவுக் கூடங்களில் கிறுக்குத்தனமான சேட்டைகளில் ஈடுபட்டு அனைத்துக் கதைமாந்தர்களாகவும் நடிக்கலாம். இதனை மக்கள் படிக்க வேண்டிய விதத்தை உங்களால் எவ்விதம் சொல்லக் கூடும்?

ஜான்

நீங்கள் சொல்வதைப் போல, ஒருவர் உள்ளார்ந்து தனக்குள் பேசிக்கொள்வதன் மூலம் வெளிப்படுத்துகின்ற உணர்வுகளையும் பார்வையின் வாயிலாக வெளிப்படுத்துகின்ற பாவணைகளையும் வளமான உரைநடை விவரணையால் உள்ளது உள்ளவாறு வெளிக்கொணர்ந்து விடலாம். அதேபோல, மேடையின் மீது இதுபோன்ற பான்மைகளை உயிரோட்டமாகக் கொணர்வதற்கு நமது நடிகர்களும் படைப்புத் திறன்மிக்க

கூட்டாளிகளும் உள்ளனர். ஆப்பொழுதும் கூட, கதை ஓட்டத்தின் குறிப்பிட்ட தருணங்கள் முழுமையான செறிவுடன் பலனளிப்பதற்கு பார்வையாளர்களுடைய ஒன்றிணைந்த கற்பனைத்திறனையே நாம் பெரும்பாலம் சார்ந்திருக்க நேருகிறது. ஆரங்க நிகழ்வுகளின்பால் நான் அளவிறந்த ஈடுபாடு கொண்டுள்ளமைக்கான காரணங்களுள் அதுவும் ஒன்று. திரைப்படங்களுக்கு கணினி மூலம் உருவாக்கப்படுகின்ற கற்பனைப் படைப்புகள் துணைபுரிகின்றன. நாம் பார்வையாளர்களுடைய கறபனைத் திறனை நம்பி இருக்கிறோம். இரண்டுமே அளவு கடந்த ஆற்றல் கொண்டவை.

எழுத்து வடிவ நாடகங்களைப் படிப்போர் தமது மூளைக்குள் அல்லது தம்முடைய நண்பர்களுடன் தமது படுக்கைஅறைகளில்நடித்துக் கொள்வது என்கிற கருத்து மிகுந்த சிறப்பு வாய்ந்தது என்று எண்ணுகிறேன். இதற்கும் அரங்கில் நிறைந்திருக்கும் பார்வையாளர்களுடைய கற்பனைத் திறனுக்கும் ஒருவித இணைப்பு இருக்கக் கூடும். ஹேரிபாட்டரும் சபிக்கப்பட்ட குழந்தையும் என்கிற இந்த நாடகத்தை இலண்டனில் உள்ள பேலேஸ் தியேட்டரிலோ அல்லது வேறெங்குமுள்ள அரங்குகளிலோ காண விரும்புவோர் திளைக்கும் வண்ணம் நாம் கடுமையாக உழைப்போம். அதே நேரத்தில், உங்களுடைய எழுத்து வடிவிலான நாடகத்தைப் படிப்போருடைய கற்பனைப் புலங்கள் எண்கிற எண்ண அரங்குகளில் நிகழ்த்தப்படப் போவதை எண்ணி உண்மையாகவே பேருவகை அடைகிறேன்.

Timestamp TK

பகுதி I

பகுதி ।

அங்கம் 1

அங்கம் 1 காட்சி 1

கிங்ஸ் கிராஸ்

பரபரப்பான, நெரிசல் மிகுந்த தொடர்வண்டி நிலையம். எங்கெங்கோ செல்வதற்கு எத்தனிக்கும் மக்கள் நிரம்பியுள்ளனர். அப்படியொரு அல்லோல கல்லோலத்திற்கு நடுவில், மூட்டை, முடிச்சுகள் ஏற்றப்பட்ட இரண்டு தள்ளுவண்டிகளின் உச்சியில் பெரிய கூண்டுகள் இரண்டு அசைந்தாடிக் கொண்டு வருகின்றன. ஜேம்ஸ் பாட்டர், ஆல்பஸ் பாட்டர் ஆகிய இரு பயல்கள் அந்த வண்டிகளைத் தள்ளிக்கொண்டு வருகின்றனர். அவர்களுடைய தாயார் ஜின்னி பின்னால் வருகிறார். முப்பத்தேழு வயது ஹேரி தனது தோள்களில் தன் மகள் லிலியை வைத்திருக்கிறார்.

ஆல்பஸ்

அப்பா, அதை அவன் சொல்லிக்கிட்டே இருக்காப்பா.

ஹேரி

ஜேம்ஸ், கொஞ்சம் அதுக்கு ஓய்வு கொடு.

ஜேம்ஸ்

அவன் ஸ்லைதெரின்ல இருக்கணும்னு மட்டுந்தான் சொன்னேன். அப்படி அவன் இருந்தான்னா....(அவனுடைய தந்தை பார்க்காதவாறு) நல்லாயிருக்கும்!

ஆல்பஸ் (தனது தாயாரைப் பார்த்து)

எனக்கு கடிதம் எழுதுவ...இல்லையாம்மா?

ஜின்னி

நீ விரும்பினா... தினமும் எழுதுவோம்

ஆல்பஸ்

வேணாம். தினமும் வேணாம். நெறையப் பேருக்கு மாதத்திற்கு ஒரு தடவை தான் கடிதம் கிடைக்குமுன்னு ஜேம்ஸ் சொல்றா... அப்படியும் வேணாம்...

ஹேரி

போன வருடம் உன் அண்ணனுக்கு வாரத்துக்கு மூணு முறை கடிதம் எழுதினோம்.

ஆல்பஸ்

என்னா? ஜேம்ஸ்?

ஜேம்ஸைப் பார்த்து ஆல்பஸ் குற்றம் சுமத்துவதைப் போல் முறைக்கிறான். அவன் பதிலுக்கு பல்லிளிக்கிறான்.

ஜின்னி

ஆமாம்! ஹாக்வார்ட்ஸைப் பற்றி ஜேம்ஸ் சொல்ற எல்லாவற்றையும் நீ நம்பனும்னு நினைக்கக் கூடாஆ. உன்னுடைய அண்ணனுக்கு ஏதாவது கேலியாச் சொல்லிச் சிரிக்கணும்...

ஜேம்ஸ்

(பல்லைக் காட்டிக் கொண்டே) புறப்படலாமா...?

ஆல்பஸ் அவனுடைய அப்பாவையும் பின்னர் அவனுடைய அம்மாவையும் பார்க்கிறான்.

ஜின்னி

இப்போ நீ செய்ய வேண்டியதெல்லாம் நடைமேடை ஒன்பதுக்கும் பத்துக்கும் இடையில இருக்கிற சுவரை நோக்கி நேரா நடக்கறது தான்.

லிலி

எனக்கு ஒரே பதட்டமா இருக்கு

ஹேரி

இடையில நிக்காதே! அதுல மோதிக்குவோமோன்னு பயப்படாதே.. அது தான் முக்கியம்...உனக்குப் பயமா இருந்தா, ஒரே ஓட்டமா ஓடிடு!

ஆல்பஸ்

நான் தயார்!

ஆல்பஸுடைய தள்ளுவண்டி மீது ஹேரியும் லிலியும் தங்களுடைய கைகளை வைக்கின்றனர். ஜேம்ஸினுடைய தள்ளுவண்டியுடன் ஜின்னி இணைந்து கொள்கிறாள். குடும்பத்தினர் அனைவரும் ஒன்றாகச் சேர்ந்து தடுப்புச் சுவரை நோக்கி விரைந்து ஓடுகின்றனர்.

அங்கம் 1 காட்சி 2

ஒன்பதே முக்கால் நடைமேடை

ஹாக்வார்ட்ஸ் விரைவு வண்டியிலிருந்து பீறிட்டு வெளியேறிய வெண்ணிற நீராவி நடைமேடையை அடர்த்தியாக நிறைத்துக் கொண்டது. அங்கேயும் பரபரப்பாகத் தான் இருக்கிறது. ஆனால், நேர்த்தியான உடையணிந்து தத்தமது பணிகளுக்குச் செல்பவர்களுக்குப் பதிலாக, நீண்ட அங்கிகளை அணிந்திருந்த மந்திரவாதிகளாகவும் சூனியக்காரிகளாகவும் இருந்தனர். அவர்களுள் பெரும்பாலானோர் தம்முடைய வாரிசுகளிடமிருந்து எப்படி விடைபெற்றுக் கொள்வது என்பதில் முனைப்பானவர்கள்.

ஆல்பஸ்

இது தான்!

ஜேம்ஸ்

வாவ்!

ஆல்பஸ்

இது தான் ஒன்பதே முக்கால் நடைமேடை!

லிலி

அவுங்க எங்கே? இங்கே தான் இருக்காங்களோ? அவுங்க வரலையோ என்னவோ?

ரோன், ஹெர்மியோன், அவர்களுடைய மகள் ரோஸ் ஆகியோரை ஹேரி சுட்டிக் காட்டுகிறார். லிலி அவர்களை நோக்கி விரைந்து ஓடுகிறாள்.

ரோன் மாமா! ரோன் மாமா!!

ரோன் அவர்களை நோக்கித் திரும்பும் போது லிலி அவரிடம் சென்றுவிடுகிறாள். அவளைத் தூக்கி வைத்துக் கொள்கிறார்.

ரோன்

எனக்கு ரொம்பப் பிடித்த செல்லக்குட்டியல்லவா

லிலி

எனக்குப் பிடித்த மாய வித்தை வைச்சுருக்கீங்களா?

ரோன்

வீஸ்லேயினுடைய விஸார்ட் வீஸீஸ் மூக்குத் திருடுற வித்தையை ஏத்துக்கிட்டாங்க தெரியுமா?

ரோஸ்

அம்மா! அப்பா திரும்பவும் அந்த கோமாளித்தனத்தைச் செய்யப் போறாரு!

ஹெர்மியோன்

நீ கோமாளித்தனம்ங்ற, அவரோ அற்புதம் என்கிறார். ரெண்டுக்கும் மத்தியில எதையாவது நான் சொல்லப்போறேன்.

ரோன்

நிறுத்துங்க! இந்த...காற்றை நான் மென்னுக்கிறேன். இப்ப.. இதெல்லாம் சர்வ சாதாரண விஷயம்... மன்னிச்சுக்கோங்க... என்மேல பூண்டு வாசனை அடிக்கலாம்.....

அவர் அவளுடைய முகத்தின் மீது ஊதுகிறார். லிலி சிணுங்குகிறாள்.

லிலி

உங்க மேல கஞ்சி வாடை அடிக்குது..

ரோன்

ஜீ...பூம்.... பா...! குட்டிப் பெண்ணே, வாசனையே பிடிக்க முடியாம இருக்கத் தயாரா இரு...

அவளுடைய மூக்கை அவர் மேல் நோக்கி இழுக்கிறார்.)

லிலி

என்னோட மூக்கு எங்கே?

ரோன்

டட்டடா!

அவருடைய கையில் ஒன்றுமில்லை. அதுவொரு கோமாளித்தனமான வித்தை. எல்லோரும் அந்தக் கோமாளித்தனத்தை ரசிக்கிறார்கள்.

லிலி

நீங்க ரொம்ப மோசம்!

ஆல்பஸ்

எல்லாரும் நம்மையே வெறிச்சுப் பார்க்குறாங்க!

ரோன்

என்னால தான்! ஐயா ரொம்பப் பிரபலமில்ல... என்னோட மூக்குப் பரிசோதனை யெல்லாம் புகழ்பெற்றவை....

ஹெர்மியோன்

உண்மையாகவே அதுல என்னமோ இருக்கு...

ஹேரி

அப்படின்னா, அவன் வண்டியைச் சரியா நிறுத்தினானா?

ரோன்

நான் செய்தேன்! ஆனால், ஹெர்மியோன் மக்ல் வண்டி ஓட்டுற சோதனையில நான் தேர மாட்டேன்னு நம்புறா? இல்லையா? பரிசோதிக்கவரையே நான் ஒருவழி பண்ணிடுவேன்னு நினைக்கிறா.

ஹெர்மியோன்

அப்படியெல்லாம் நான் நினைக்கல. உம்மேல எனக்கு முழு நம்பிக்கை இருக்கு.

ரோஸ்

அவரு பரிசோதனை பண்ணுறவரை ஒருவழி பண்ணிடுவார்ன்னு எனக்கு முழு நம்பிக்கை இருக்கு.

ரோன்

ஏய்...!

ஆல்பஸ்

அப்பா!

அவன் அவருடைய சட்டையைப் பிடித்து இழுக்கிறான்.... ஹேரி அவனைப் பார்க்கிறார்.

என்னை... என்னை ஸ்லிதெரின்ல போட்டுட்டா என்ன ஆகும்னு நீங்க நினைக்கிறீங்க?

ஹேரி

அதுல என்னா தப்பு?

ஆல்பஸ்

அங்கே மாய வித்தை இருக்குமாம்... பாம்பு வசிக்கிற வீடாம்!

ஹேரி

ஆல்பஸ் செவெரெஸ், ஹாக்வார்ட்ஸ்ல உள்ள ரெண்டு தலைமை ஆசிரியர்களுடைய பெயர்களை உனக்கு

வெச்சுருக்கேன். அவுங்கள்ல ஒருத்தர் ஸ்லைதெரின் எனக்கு தெரிஞ்ச வரைக்கும் அவர்தான் மிக, மிக தைரியசாலி!

ஆல்பஸ்

ஆனாலும் சும்மா சொல்லுங்க...!

ஹேரி

உனக்குத் தொந்தரவா இருந்தா அதை ஸ்பாட்டிங் ஹேட் கவனித்துக் கொள்ளும்.

ஆல்பஸ்

உண்மையாவா?

ஹேரி

எனக்குச் செய்தது.

அது அதற்கு முன்பு அவர் சொல்லாத செய்தி. அது அவனுடைய தலைக்குள் சற்று நேரம் ஒலித்துக் கொண்டே இருந்தது.

ஹாக்வார்ட்ஸ் தான் உன்னை உருவாக்கப் போகுது, ஆல்பஸ். என்னை நம்பு, அங்கே நீ பயப்படும்படியாக எதுவும் இல்லை.

ஜேம்ஸ் (கடுப்புடன்)

தெஸ்ட்ரால்ஸைத் தவிர. தெஸ்ட்ரால்ஸ் கிட்ட கவனமான இரு.

ஆல்பஸ்

அவை கண்ணுத் தெரியாதவைன்னு நினைச்சேன்!

ஹேரி

பேராசிரியர்கள் சொல்றதைக் கவனி. ஜேம்ஸ் சொல்றதை அல்ல! ஞாபகம் வெச்சுக்கோ, எப்பவும் சந்தோஷமாயிரு. இப்ப, இந்த வண்டி உன்னை விட்டுட்டுப் போகக் கூடாதுன்னா, தாவி ஏறியாகணும்!

லிலி

நான் இந்த வண்டியைத் துரத்திக்கிட்டுப் போகப் போறேன்.

ஹேரி

லிலி, நேரே பின்னாடி வா!

ஹெர்மியோன்

ரோஸ், நெவில்லேக்கு நாங்க அவரை ரொம்ப விரும்பறதாகச் சொல்லு!

ரோஸ்

பேராசிரியரிடம் அப்படியெல்லாம் பேச முடியாது. அம்மா!

ரோஸ் வண்டியில் ஏறுவதற்குச் செல்கிறாள். அவளைத் தொடர்ந்து செல்வதற்கு முன்பு, ஆல்பஸ் திரும்பி ஹேரியையும் ஜின்னியையும் கடைசியாக ஒருமுறை கட்டி அணைத்துக் கொள்கிறான்.

ஆல்பஸ்

சரி, அப்புறம், போய்ட்டு வாரேன்!

அவன் வண்டியில் ஏறுகிறான். ஹெர்மியோன், ஜின்னி, ரோன், ஹேரி ஆகியோர் வண்டியைப் பார்த்தபடி நிற்கின்றனர். வண்டி எழுப்பிய ஊதல் ஒலி நடைமேடை நெடுகிலும் மேலும் கீழுமாக ஒலிக்கிறது.

ஜின்னி

அவங்க பாதுகாப்பாக இருந்துக்குவாங்க... சரிதானே

ஹெர்மியோன்

ஹாக்வார்ட்ஸ் மிகப் பெரிய ஊர்.

ரோன்

மிகப் பெரியது. அற்புதமானது. நெறைய சாப்பாடு கிடைக்கும். அங்கே திரும்பவும் போறதுக்கு எதை வேணுமென்னாலும் கொடுக்கலாம்.

ஹேரி

புதுமையா இருக்கு! ஸ்லைதெரினுக்குள்ள போட்டுடுவாங்களோன்னு ஆல் கவலைப்படுறான்.

ஹெர்மியோன்

அதுவாவது பரவாயில்ல, ரோஸ் முதல் அல்லது ரெண்டாம் வருஷத்துல முதலாவது இடத்தில தேர்ச்சி பெறுவது போயிடுமோன்னு கவலைப்படுறா... அத்தோட, எவ்வளவு சீக்கிரமாக ஓ.டபிள்யூ.எல்.. எழுதுறதுன்னும் கவலை!

ரோன்

இந்த மாதிரி நோக்கமெல்லாம் இவுங்களுக்கு எங்கேயிருந்து வருதோ தெரியலை.

ஜின்னி

ஆல் நல்லா இருந்துக்குவான்ல, நீ என்ன நினைக்கிற ஹேரி?

ரோன்

உனக்குத் தெரியுமா, ஜின்? உன்னை ஸ்லைதெரின்ல போட்டுடறதுக்கு வாய்ப்பு இருக்குங்ற எண்ணம் எங்களுக்கு எப்போது முண்டு.

ஜின்னி

என்னது?

ரோன்

ஃபிரெட்டும் ஜார்ஜும் ஒரு புத்தகம் எழுதியிருக்காங்க. ஹெர்மியோன்: நாம புறப்படலாமா? எல்லாரும் நம்மையே பாக்குறாங்க தெரியுமா?

ஜின்னி

நீங்க மூணு பேரும் சேர்ந்திருந்தா மக்கள் எப்பவுமே பாக்கத்தான் செய்வாங்க! அத்தோட, மக்கள் உன்னைத் தான் எப்பவும் பாக்குறாங்க!

நால்வரும் வெளியேறுகிறார்கள். ஹேரியை ஜின்னி நிறுத்துகிறாள்.

ஹேரி, அவன் நல்லா இருந்துக்குவான்.... இல்லையா?

ஹேரி

உறுதியா, அவனே அவனைக் கவனிச்சுக்குவான்!

அங்கம் 1 காட்சி 3

ஹாக்வார்ட்ஸ் எக்ஸ்பிரெஸ்

ஆல்பஸும் ரோஸும் வண்டிக்குள் பெட்டிகள் நெடுகிலும் நடந்து செல்கின்றனர். ஒருவருடைய முகத்தில் முழுமையாகப் பீதி அப்பியிருக்கிறது. ஒருவரோ மிகுந்த உற்சாகத்துடன் காணப்படுகிறார். எதிர்த்திசையிலிருந்து ட்ராலி விட்ச் தள்ளுவண்டியைத் தள்ளிக் கொண்டு வருகிறாள்.

ட்ராலி விட்ச்

செல்லங்களே, வண்டியில இருக்கிறதுல உங்களுக்கு ஏதாவது வேணுமா? பம்ப்கின் பேஸ்ட்? சாக்லேட் ஃப்ராக்? கால்ட்ரன் கேக்?

ரோஸ் (சக்லேட் ஃப்ராக்ஸை ஆல்பஸ் மிகுந்த ஆவலுடன் வெறித்துப் பார்ப்பதைக் கவனித்த ரோஸ்)

ஆல், நாம ரொம்ப கவனமா இருக்கணும்!

ஆல்பஸ்

எதுல கவனமா இருக்கணும்?

ரோஸ்

நாம நண்பர்களாத் தேர்ந்தெடுக்குறவங்க கிட்ட...! ஹாக்வார்ட்ஸ் எக்பிரெஸ்ல பயணித்த போது தான் என்னோட அம்மாவும் அப்பாவும் உன்னோட அப்பாவைச் சந்திச்சாங்க தெரியுமா?....

ஆல்பஸ்

ஆக, வாழ்க்கை முழுவதும் நாம நண்பர்களா இருக்கப் போறவங்களைத் தேர்ந்தெடுக்கறதுல நாம ரொம்ப கவனமா இருக்கணும்? அது ரொம்பவே பயமுறுத்துது!

ரோஸ்

அதற்கு மாறாக, அது உற்சாகமளிக்குது. நான் கிரான்ஜெர் வீஸ்லி குடும்பத்தைச் சேர்ந்தவ. நீ பாட்டர் குடும்பம்! எல்லாரும் நம்ம கூட நட்பு வெச்சுக்கறதை விரும்புவாங்க. விரும்புறவங்களைத் தேர்ந்தெடுக்க நமக்கு வாய்ப்பு இருக்கு.

ஆல்பஸ்

அப்படின்னா, எப்படி முடிவு பண்றது.... எந்தப் பெட்டிக்குள்ள போறது...

ரோஸ்

எல்லாரையும் எடைபோடணும்... அப்புறம், முடிவு செய்யணும்.

ஆல்பஸ் ஒரு பெட்டியைத் திறக்கிறான். வெளிறிய நிறத்தில் ஒரு பையனை உள்ளே காண்கிறான்... ஸ்கார்பியஸ்.. வேறு யாரும் இல்லை... ஆல்பஸ் புன்னகைக்கிறான்... ஸ்கார்பியஸ் பதிலுக்குப பல்லிளிக்கிறான்.

ஆல்பஸ்

இந்தப் பெட்டி...

ஸ்கார்பியஸ்

இது காலியாத்தான் இருக்கு.. நான் மட்டுந்தான்!

ஆல்பஸ்

ரொம்ப நல்லதாப் போச்சு! ஆக, நாங்க உள்ளே வந்து கொஞ்சம்... சரிதானா?

ஸ்கார்பியஸ்

சரிதான்! ஹாய்‘

ஆல்பஸ்

ஆல்பஸ். நான் ஆல். என் பெயர் ஆல்பஸ்...

ஸ்கார்பியஸ்

ஹாய்! ஸ்கார்பியஸ். அதாவது நான் ஸ்கார்பியஸ். நீ ஆல்பஸ். நான் ஸ்கார்பியஸ். நீங்க வந்து...

அந்தத் தருணத்தில் ரோஸினுடைய முகம் இறுகிப் போகிறது

ரோஸ்

ரோஸ்.

ஸ்கார்பியஸ்

ஹாய், ரோஸ்! எங்கிட்ட இருக்கிற ஃபிஸ்ஸிங் விஸ்பீஸ் உனக்குப் பிடிக்குமா?

ரோஸ்

இப்பத்தான் நான் காலை உணவு சாப்பிட்டேன்.

ஸ்கார்பியஸ்

சாக்கோ சாக், பெப்பர் இம்ப், கொஞ்சம் ஜெல்லி ஸ்லக்ஸ் கூட எங்கிட்ட இருக்கு. - அம்மாவோட யோசனை - அவ சொல்லுவா (பாடுகிறான்) நண்பாகளை உருவாக்க எப்போதும் இனிப்புகள் உதவும். (பாடுவது தவறு என்பதை உணருகிறான்) அது முட்டாள்தனமான யோசனையாகக் கூட இருக்கலாம்.

ஆல்பஸ்

எனக்குக் கொஞ்சம் வேணும்.... அம்மா எனக்கு இனிப்புப் பண்டமே கொடுக்கறதில்ல. எதை நீ முதல்ல கொடுப்ப..?

ஆல்பஸை ரோஸ், ஸ்கார்பியஸ் பார்க்காதவாறு, அடிக்கிறாள்.

ஸ்கார்பியஸ்

ரொம்ப எளிது. இனிப்பு வகைகளுக்கே ராஜா பெப்பர் இம்ப்ங்கறது தான் என்னோட எண்ணம். அவையெல்லாம் பெப்பர்மின்ட் இனிப்புகள். காதுகள்ல புகை வர வைக்கும்

ஆல்பஸ்

அற்புதம்! அப்ப அது தான் எனக்கும் வேணும்---- (அவனை ரோஸ் மறுபடியும் அடிக்கிறாள்) ரோஸ், அடிக்கிறதை நிறுத்துறியா?

ரோஸ்

நான் உன்னை அடிக்கலை!

ஆல்பஸ்

நீ அடிக்கிற... எனக்கு வலிக்குது.

ஸ்கார்பியஸ் முகம் தொங்கிப் போகிறது

ஸ்கார்பியஸ்

என்னால தான் அவள் உன்னை அடிக்கிறா!

ஆல்பஸ்

என்னது?

ஸ்கார்பியஸ்

கேளு, நீங்க யாருன்னு எனக்குத் தெரியும்,. ஆக, நான் யாருன்னு நீங்க தெரிஞ்சுக்கிட்டாத்தான் சரியா இருக்கும்.

ஆல்பஸ்

என்ன சொல்ற? நான் யாருன்னு உனக்குத் தெரியுமா?

ஸ்கார்பியஸ்

நீ ஆல்பஸ் பாட்டர், அவ ரோஸ் கிரான்ஜெர் வீஸ்லி. நான் ஸ்கார்பியஸ் மால்பாய். என்னுடைய அப்பா, அம்மா ஆஸ்ட்ரியோ, டிராகோ மால்பாய். என்னைப் பெத்தவங்க சேர்ந்து வாழலை...

ரோஸ்

நீ பூசி மெழுகிச் சொல்ற.. உன்னோட அம்மாவும் அப்பாவும் பிணந்தின்னிகள்!

ஸ்கார்பியஸ்

அப்பா தான்--- அம்மா அப்படியில்ல...

ரோஸ் முகத்தைத் திருப்பிக் கொள்கிறாள். அவள் ஏன் அப்படிச் செய்தாள் என்பதை ஸ்கார்பியஸ் தெரிந்து கொள்கிறான்

புரளி என்னாங்கறது எனக்கும் தெரியும். அதெல்லாம் பொய்!

சங்கடப்படுகின்ற ரோஸையும் செய்வதறியாத ஸ்கார்பியஸையும் ஆல்பஸ் மாறி, மாறி பார்க்கிறான்

ஆல்பஸ்

அந்தப் புரளி தான் என்ன?

ஸ்கார்பியஸ்

எங்க அப்பா, அம்மாவால பிள்ளை பெத்துக்க முடியலையாம். வலுவான வாரிசுயில்லைன்னு கவலைப்பட்ட என் தாத்தாவும் அப்பாவும் மால்பாய் குடும்பம் முடிஞ்சு போறதைத் தடுப்பதற்காக ஒரு டைம் டர்னரை வைத்து அம்மாவைத் திருப்பி அனுப்பிட்டாங்க......அது தான் புரளி...

ஆல்பஸ்

திருப்பி எங்கே அனுப்பினாங்க..?

ரோஸ்

அவன் வோல்டெமோர்ட்டோட மகன்ங்கறது தான் புரளி, ஆல்பஸ்.

பயங்கரமான, தர்மசங்கடமான அமைதி

அதெல்லாம் உண்மையில்லாததாக் கூட இருக்கலாம். அதாவது..... உன்னோட மூக்கப் பாரு.

இறுக்கம் மெதுவாகக் குறைகிறது... சோகம் கலந்த, நன்றியுடன் ஸ்கார்பியஸ் சிரிக்கிறான்.

ஸ்கார்பியஸ்

அது என்னோட அப்பாவுடையதைப் போலத் தான் இருக்கு. அவருடைய மூக்கு. அவருடைய தலைமுடி, அப்புறம் அவருடைய பேரு எல்லாமே எங்கிட்டயும் இருக்கு.. அதெல்லாம் பெரிய விஷயமிங்கறதே இல்லை... அப்பா, பிள்ளை பிரச்சினைகள்.. எனக்கும் இருக்கு... ஆனால், மொத்தத்துல, ஒரு கேடுகெட்ட பிரபுவுடைய மகனா இருக்கறதைக் காட்டிலும் மால்பாய் குடும்பத்தைச் சேர்ந்தவனா இருக்கேன், தெரியுமா?

ஸ்கார்பியஸும் ஆல்பஸும் ஒருவரை ஒருவர் பார்த்துக்கொள்கின்றனர். அவர்களுக்கிடையே ஏதோ கடந்து செல்கிறது

ரோஸ்

சரி, நல்லது, நாங்க வேற எங்கயாவது உட்காந்துக்கிறோம். வா, ஆல்பஸ்!

ஆல்பஸ்

நா.வரலை! (ரோஸ் பார்க்காதவாறு) எனக்கு ஓ.கே. நீ வேணுமுன்னா போ!

ரோஸ்

ஆல்பஸ், நான் காத்துக்கிட்டு இருக்க மாட்டேன்!

ஆல்பஸ்

நீ காத்துக்கிட்டு இருக்கணும்ன்னு நானும் விரும்பல்ல. நான் இங்கேயே இருக்கேன்.

ரோஸ் அவனை ஒரு நொடி பார்க்கிறாள். பெட்டியை விட்டு வெளியேறுகிறாள்

ரோஸ்

நல்லது!

ஸ்கார்பியஸும் ஆல்பஸும் தனியே விடப்படுகின்றனர் - ஒன்றும் புரியாதவர்களாக ஒருவரை ஒருவர் பார்த்துக்கொள்கின்றனர் -

ஸ்கார்பியஸ்

ரொம்ப நன்றி!

ஆல்பஸ்

இல்லை! இல்லை!! நான் உனக்காக இங்கே இருக்கல - - உன்னோட இனிப்புப் பண்டத்துக்காகத்தான்!

ஸ்கார்பியஸ்

அவள் ரொம்பக் கோபக்காரி!

ஆல்பஸ்

ஆமாம்! சாரி!

ஸ்கார்பியஸ்

இல்லை, எனக்குப் பிடிச்சிருக்கு. உன்னை ஆல்பஸ்ன்னு கூப்பிடட்டா? ஆல்ன்னா?

ஸ்கார்பியஸ் பல்லிளிக்கிறான். இரண்டு இனிப்புகளை அவனுடைய வாயில் போடுகிறான்

ஆல்பஸ்

(சிந்திக்கிறான்) ஆல்பஸ்!

ஸ்கார்பியஸ்

(அவனுடைய காதுகளிலிருந்து புகை கிளம்புகையில்) ஆல்பஸ், என்னுடைய இனிப்புகளுக்காக இங்கேயே தங்கியதற்கு நன்றி!

ஆல்பஸ்

(சிரித்துக்கொண்டே) வாவ்!

அங்கம் 1 காட்சி 4

நிலைமாற்றம் அடைகின்ற காட்சி

நாம் இப்பொழுது காலமாற்றமடைகின்ற கற்பனை உலகத்திற்குள் நுழைகிறோம். இந்தக் காட்சி முழுக்க, முழுக்க மாயவித்தை தொடர்பானது.

உலகம் விட்டு உலகம் தாவுவதால் மாற்றங்கள் மிக விரைவாக நிகழ்கின்றன. தனித்தனி காட்சி எதுவும் இல்லை. துண்டு துக்காணியானவை. நிலையான கால ஓட்டத்தைக் காட்டுகின்ற பின்னணிகள்.

தொடக்கத்தில், ஹாக்வார்ட்ஸில் ஒரு மிகப்பெரிய கூடத்தில் இருக்கிறோம். ஆல்பஸைச் சுற்றி அனைவரும் நடனமாடுகின்றனர்.

பாலி சாம்ப்மேன்

ஆல்பஸ் பாட்டர்.

கார்ல் ஜென்கின்ஸ்

நம்ம வகுப்பிலே ஒரு ஆல்பஸ் பாட்டரா?

யான் ஃபெரெடெரிக்ஸ்

அவனுக்கு அவனுக்குரிய முடி இருக்குது. சரியாக அவனுக்குரியதைப் போலவே அவனுடைய தலைமுடி இருக்குது.

ரோஸ்

அவன் என் மாமா பையன். (அவர்கள் திரும்பி) ரோஸ் கிரான்ஜெர் வீஸ்லீ. உன்னைச் சந்தித்தில் மகிழ்ச்சி!

மாணவர்களுக்கிடையே சார்டிங் ஹேட் நடந்து செல்ல, அவர்கள் தத்தமது அணிகளுக்குத் தாவுகின்றனர்.

அவன் ரோஸை நெருங்கிக் கொண்டிருப்பது தெளிவாகத் தெரிகிறது. தன்னுடைய தலைவிதி எதிர்பார்த்திருந்த அவள் பதட்டத்துடன் இருக்கிறாள்

சார்டிங் ஹேட்

காலங்காலமாக இதை நான் செய்து வருகிறேன்
ஒவ்வொரு மாணவர் தலையிலும் அமர்ந்து வருகிறேன்
சிந்தனைகளில் புதுமைகளை எடுத்துக் கொள்கிறேன்
ஏனெனில் புகழ்பெற்ற சார்டிங் ஹேட் நான்'

உயர்வையும் தாழ்வையும் பிரித்து வைக்கிறேன்
பகுவிலும் இலகுவிலும் பணியாற்றி இருக்கிறேன்
என்னைத் தலையில் அணிந்தால் அறிந்துகொள்வீர்கள்
எந்த அணியில் இருக்க வேண்டும் என்று...

ரோஸினுடைய தலையில் தொப்பியை வைக்கிறான்.

கிரை∴பைன்டர்ஸ்!

ரோஸ் இணைந்து கொள்ளும் பொழுது கிரை∴பைன்டர்ஸ் அணியிலிருந்து ஆரவாரம் எழுகிறது

ரோஸ்

டம்பிள்டோர், நன்றி!

ரோஸினுடைய இடத்தைப் பிடிப்பதற்கு ஸ்கார்பியஸ் ஓடுகிறான். சார்ட்டிங் ஹேட் வெறித்துப் பார்க்கிறான்

சார்டிங் ஹேட்

ஸ்கார்பியஸ் மால்பாய்!

அவனுடைய தலையில் தொப்பியை வைக்கிறான்

ஸ்லைதெரின்!

அதனை ஸ்கார்பியஸ் எதிர்பார்த்துக்கொண்டு தான் இருந்தான். ஆமோதிப்பது போல் தலையை ஆட்டிக்கொண்டு அரைகுறையாகப் புன்னகைக்கிறான். அவன் இணைந்துகொள்ளும் போது ஸ்லைதெரின் அணியிலிருந்து ஆரவாரம் எழுகிறது.)

பாலி சாம்ப்மேன்

ஆமாம்! அது அர்த்தப்பூர்வமானது தான்!

ஆல்பஸ் மேடையின் முன்பகுதிக்கு விரைவாக நடக்கிறான்

சார்டிங் ஹேட்

ஆல்பஸ் பாட்டர்!

ஆல்பஸ் பாட்டருடைய தலையில் அந்தத் தொப்பியை வைக்கிறான். - இம்முறை அவன் நீண்ட நேரம் எடுத்துக் கொண்டதைப் போலத் தெரிகிறது--- அவனும் குழம்பிவிட்டதைப் போல..---

ஸ்லைதெரின்!

அமைதி,
முழுமையான, ஆழமான அமைதி!
தாழ்வாக அமர்ந்து, சற்றே திருகித் தனக்குள் பாதிப்பை அடைந்தது.

பாலி சாம்ப்மேன்

ஸ்லைதெரின்!

கிரெய்க் பௌகெர் ஜூனியர்

வாவ்! பாட்டர் பையனா! ஸ்லைதெரின்லயா!

ஸ்கார்பியஸ்

நீ எனக்குப் பக்கத்தில் நிற்கலாம்!

ஆல்பஸ்

முற்றிலும் குழப்பமடைந்தவாறு) சரி! ஆகட்டும்!

யான் ஃபெரெடெரிக்

அவனுடைய தலைமுடி அந்த அளவுக்கு ஒரே மாதிரியானதா இல்லைன்னு நினைக்கிறேன்!

ரோஸ்

ஆல்பஸ்! ஆனாலும் இது ரொம்பத் தப்பு! அது இருக்க வேண்டிய மாதிரி இல்லை!

திடீரென்று மேடம் ஹூச் பறப்பதற்கான பாடத்தை நடத்துகிறார்

மேடம் ஹூச்

நல்லது, நீங்கல்லாம் எதுக்காகக் காத்துக்கிட்டிருக்கீங்க? ஒவ்வொருத்தரும் அவுங்களுக்குரிய துடைப்பத்திற்கு முன்பாக நில்லுங்க. வாங்க! சீக்கிரம்!

மாணவர்கள் விரைந்து சென்று அவரவர்க்குரிய துடைப்பங்களுக்கு முன்பாக நிற்கின்றனர்.

கைகளை துடைப்பத்திற்கு மேலே நீட்டி, ‘மேலே’ன்னு சொல்லுங்க!

அனைவரும்

‘மேலே’

ரோஸ், யானுடைய துடைப்பங்கள் அவர்களுடைய கைகளுக்குப் பறக்கின்றன.

ரோஸும் யானும்

வந்திருச்சு!

மேடம் ஹூச்

இப்ப திரும்பவும் செய்யுங்க! தப்பாச் செய்றவங்களுக்காகக் காத்திருக்க நேரமில்லை! 'மேலே', 'மேலே' ன்னு அழுத்தந் திருத்தமாச் சொல்லுங்க!

அனைவரும் (ரோஸ், யானைத் தவிர)

மேலே!

துடைப்பங்கள் மேல்நோக்கிப் பறக்கின்றன. ஸ்கார்பியஸுடையதும் கூட. ஆல்பஸுடையது மட்டும் தரையில் கிடக்கிறது.

அனைவரும் (ரோஸ், யான், ஆல்பஸ் தவிர)

வந்திருச்சு!

ஆல்பஸ்

மேலே! மேலே! மேலே!

அவனுடைய துடைப்பம் நகரவே இல்லை. ஒரு மில்லி மீட்டர் கூட! நம்பிக்கையற்ற வெறுமையுடன் அவன் அதைப் பார்க்கிறான். வகுப்பிலுள்ள மற்றவர்களெல்லாம் எள்ளி நகைக்கின்றனர்.

பாலி சாம்ப்மேன்

ஓ, மெர்லினோட தாடியே! எவ்வளவு அவமானம்! அவன் அவனுடைய அப்பாவைப் போலவே இல்லை, அப்படியா இருக்கான்?

கார்ல் ஜென்னிக்ஸ்

ஆல்பஸ் பாட்டர் ஸ்லைதெரின் அணியின் அவமானம்!

மேடம் ஹூச்

ஓ.கே. குழந்தைகளே! பறப்பதற்கான நேரம் இது!

திடீரென்று எங்கிருந்து வந்தாரென்றே தெரியாதபடி ஆல்பஸுக்கு அருகில் ஹேரி தோன்றுகிறார். மேடை முழுவதும் நீராவி படர்ந்திருக்கிறது. நாம் மீண்டும் ஒன்பதே முக்கால் நடைமேடையில் உள்ளோம். காலம் கருணையில்லாமல் கடந்து விட்டது. ஆல்பஸ் தற்போது ஒரு வயது முதியவனாகிவிட்டான். ஹேரியும் தான். ஆனாலும் அவ்வளவாகத் தெரியவில்லை

ஆல்பஸ்

அப்பா, சும்மா தான் உங்களைக் கேட்டுக்கிறேன்... கொஞ்சம்... கொஞ்சம் என்கிட்டயிருந்து தள்ளி நிக்குறீங்களா?

ஹேரி (வியப்புடன்)

ரெண்டாவது வருஷம் படிக்கிற பசங்கலெல்லாம் அப்பாவோட சேர்ந்திருக்கறதை யாரும் பாக்கக் கூடாதோ?

அதிகவன மந்திரவாதி ஒருவர் அவர்களைச் சுற்றி வரத் தொடங்குகிறார்

ஆல்பஸ்

கிடையாது! சும்மா தான் - நீங்க நீங்க தான் - நான் நான் தான்!

ஹேரி

மக்களெல்லாம் பாக்குறாங்க, அது தானே? அவங்க பாக்கத் தான் செய்யுறாங்க. அவுங்க என்னைப் பாக்குறாங்க! உன்னை அல்ல!

ஹேரியிடம் கையொப்பம் பெறுவதற்காக அதி கவன மந்திரவாதி எதையோ நீட்டுகிறார் - அவரும் ஒப்பமிடுகிறார்.

ஆல்பஸ்

ஹேரி பாட்டரும் அவருடைய ஏமாற்றந் தரும் மகனும்'ங்ற இடத்தில!

ஹேரி

அதோட அர்த்தம் என்ன?

ஆல்பஸ்

ஹேரி பாட்டரும் அவருடைய ஸ்லைதெரின் மகனும்!

ஜேம்ஸ் தன்னுடைய பையுடன் அவர்களை விரைவாகக் கடக்கிறான்

ஜேம்ஸ்

சூழ்ச்சிக்கார ஸ்லைதெரின், குழப்பம் பண்றதை நிறுத்து! வண்டியில ஏறுகிற நேரம் வந்தாச்சு!

ஹேரி

தேவையில்லாதது, ஜேம்ஸ்!

ஜேம்ஸ் (தொலைவில் சென்றபடி)

கிறிஸ்துமஸ்'ல சந்திக்கலாம்ப்பா!

ஹேரி அக்கறையுடன் ஆல்பஸைப் பார்க்கிறார்.

ஹேரி

ஆல்--

ஆல்பஸ்

எம்பேரு ஆல்பஸ், ஆல் இல்லை!

ஹேரி

மத்த பசங்க உங்கிட்ட அன்பா நடந்துக்கல்லயா? அது தானா? நீ இன்னும் கூடுதலா நண்பர்ளைச் சேர்த்திருக்கலாம்... ஹெர்மியோனும் ரோனும் இல்லேன்னா, என்னலா ஹாக்வார்ட்ஸ்ல உயிரோடிருந்திருக்க முடியது.. நான் உயிரோட இருந்திருக்கவே மாட்டேன்.

ஆல்பஸ்

ஆனாலும், எனக்கு ரோனோ, ஹெர்மியானோ தேவையில்லை. எனக்கு... எனக்கு ஒரு நண்பன் இருக்கான். ஸ்கார்பியஸ். ஆனா, எனக்குத் தெரியும் உங்களுக்கு அவனைப் பிடிக்காதுன்னு. ஆனா, எனக்குத் தேவையெல்லாம் அவன் தான்.

ஹேரி

இதோ பார், நீ மகிழ்ச்சியா இருக்கணும். அது மட்டும் தான் எனக்குத் தேவை.

ஆல்பஸ்

அப்பா, என்னை ஸ்டேஷனுக்கு அழைச்சுட்டு வந்திருக்க வேண்டாம்.

ஆல்பஸ் பெட்டியை எடுத்தக் கொண்டு கடுகடுப்பாகச் செல்கிறான்

ஹேரி

ஆனா, இங்கே இருக்கணும்ன்னு நான் விரும்பினேன்...

ஆல்பஸ் சென்று விட்டான். டிராகோ மால்பாய் நோத்தியான அங்கியுடனும், கனத்த சடையைப் பின்னித் தரித்தபடியும் கூட்டத்திலிருந்து வெளித்தோன்றி ஹேரியின் அருகில் தோன்றுகிறார்.

டிராகோ

எனக்கோர் உதவி பண்ணனும்!

ஹேரி

டிராகோ!

டிராகோ

என்னோட மகனுடைய பிறப்பைப் பத்தின புரளிகளெல்லாம் மறைகிற மாதிரி தெரியலை. ஹாக்வார்ட்ஸில் மத்த பசங்கெல்லாம் ஈவு, இரக்கமில்லாம ஸ்கார்பியஸைக்

கிண்டலடிக்கிறாங்களாம். எல்லா டைம் டர்னர்ஸும் மிஸ்ட்ரி டிபார்ட்மென்ட் போரிலே அழிஞ்சு போயிடுச்சுன்னு மினிஸ்ட்ரி செய்தி வெளியிட்டா...

ஹேரி

டிராகோ அது பாட்டுக்கு சும்மா பறந்துட்டுப் போகட்டும்னு விட்டுடு... சீக்கிரமே நகர்ந்து போயிடும்.

டிராகோ

எம்பையன் கஷ்டப்படுறான். ஆஸ்ட்டோரியா கொஞ்ச நாளா சௌகரியமில்லாம இருக்கா... அவனுக்குக் கிடைக்கக் கூடிய ஆதரவு எல்லாம் கிடைக்கணும்.

ஹேரி

புரளிக்குப் பதில் சொன்னா அதுக்கு இரை போட்டது மாதிரி ஆயிடும். வோல்டெமோர்ட் கிட்ட பல ஆண்டுகளாக ஒரு குழந்தை இருந்ததா புரளி இருக்கு... ஸ்கார்பியஸ் மட்டுமே முதலாவதா குற்றஞ் சுமத்தப்படலை..மினிஸ்ட்ரி, உனக்காகவும் எங்களுக்காகவும், தெளிவா, அலசி ஆராய்ந்து கொள்ள வேண்டியது அவசியம்.

டிராகோ கோபப்படுகிறார், எரிச்சலடைகிறார். மேடை காலியான உடன் ரோஸும் ஆல்பஸும் தோன்றுகின்றனர்.

ஆல்பஸ்

வண்டி புறப்பட்ட உடனேயே நீ எங்கிட்ட பேசறதை நிறுத்திடனும்

ரோஸ்

எனக்குத் தெரியும். பெரியவங்க முன்னாடி நாம தெரியாதவங்களைப் போல நடிக்கணும்.

ஸ்கார்பியஸ் மிகப்பெரிய நம்பிக்கையுடனும் அதைக் காட்டிலும் பெரிய பெட்டியுடனும் ஓடிவருகிறான்

ஸ்கார்பியஸ்

(நம்பிக்கையுடன்) ஹாய், ரோஸ்!

ரோஸ்

(இறுக்கத்துடன்) பை, ஆல்பஸ்!

ஸ்கார்பியஸ் (மேலும் நம்பிக்கையுடன்)

அவள் உருகுகிறாள்!

திடீரென்று நாம் அந்த மிகப்பெரிய கூடத்தில் இருக்கிறோம். பேராசிரியர் மேக்கோனாகல் முகத்தில் மிகப்பெரிய புன்னகையுடன் நிற்கிறார்

பேராசிரியர் மேக்கோனகல்

கிரி:.பின்டர்ஸ் அணியினுடைய குய்டெச் குழுவின் புதிய உறுப்பினர் --- நம்முடைய...(தான் ஒருதலையாக இருக்க முடியாது என்று அவள் உணருகிறாள்) - உங்களுடைய ரோஸ் கிரான்ஜெர் வீஸ்லீ.

கூடம் முழுவதும் ஆராவரத்தடன் எழுச்சியடைகிறது. அவர்களுடன் சேர்ந்து ஸ்பார்பியஸ் கைதட்டுகிறான்

ஆல்பஸ்

அவளுக்குக் கூட நீ கைதட்டுவாயா? குய்டிட்ச்சை நாம் வெறுக்கிறோம். அவள் வேறொரு அணிக்காக ஆடுகிறாள்.

ஸ்கார்பியஸ்

ரோஸ் உன்னுடைய மாமா பொண்ணு, ஆல்பஸ்!

ஆல்பஸ்

அவ நமக்காக கைதட்டுவான்னு நினைக்கிறாயா?

ஸ்கார்பியஸ்

அவ கெட்டிக்காரின்னு நினைக்கிறேன்!

மாணவர்கள் ஆல்பஸைச் சுற்றி மீண்டும் வட்டமடிக்கின்றனர். திடீரென்று மாய மருந்து வகுப்புத் தொடங்குகிறது

பாலி சாம்ப்மேன்

ஆல்பஸ் பாட்டர். சம்பந்தா சம்பந்தமில்லாத பயல். அவன் படிமேல ஏறிவந்தா சுவத்தில இருக்கிற படங்க கூட முகத்தைத் திருப்பிக்கும்.

மாய மருந்துப் பானை ஒன்றின் மீது ஆல்பஸ் குனிந்து கொள்கிறான்.

ஆல்பஸ்

இப்போ, நாம சேர்க்கணும் --- அது என்னா பைகார்ன்னோட கொம்பா?

கார்ல் ஜென்கின்ஸ்

நான் சொல்றேன், அவனை விட்டுடுங்க. வோல்டெமோர்ட்டோட பையனுக்குக் கொடுங்க..

ஆல்பஸ்

கொஞ்சம் சலமாண்டர் ரத்தத்தோட....

மாய மருந்து பெருஞ் சத்தத்துடன் வெடிக்கிறது.

ஸ்கார்பியஸ்

ஓ.கே. அதற்கு மாற்றாகப் போட வேண்டிய பொருள் எது? நாம எதை மாத்தணும்?

ஆல்பஸ்

எல்லாத்தையும்!

அத்துடன், காலம் முன்னோக்கி நகருகிறது. - ஆல்பஸினுடைய கண்கள் மிகவும் கருமையடைகின்றன.. - அவனுடைய முகம் மிகவும் வெளிறிப் போகிறது. இருப்பினும் அவன் கவர்ச்சியாகத் தான் தோன்றுகிறான். ஆனாலும், அவன் அதை ஒப்புக் கொள்வதில்லை.

திடீரென்று மீண்டும் ஒன்பதே முக்கால் நடைமேடையில் அவன் தன் அப்பாவுடன் இருக்கிறான். - எல்லாமே நன்றாகத் தான் நடந்து வருகின்றன என்று தன் மகனையும் தன்னையும் நம்ப வைக்க இன்னமும் முயன்று கொண்டிருக்கிறார். இருவருமே மேலும் ஓர் ஆண்டு முதியவர்களாக ஆகிவிட்டனர்.

ஹேரி

மூன்றாவது வருஷம். முக்கியமான வருடம். இந்தா ஹாக்ஸ்மீடுக்கான உனக்குரிய அனுமதிப் படிவம்.

ஆல்பஸ்

ஹாக்ஸ்மீடை நான் வெறுக்கிறேன்!

ஹேரி

நீ உண்மையாகவே பாக்காத இடத்தை எப்படி உன்னால வெறுக்க முடியுது?

ஆல்பஸ்

என்னா, அங்கே முழுவதும் ஹாக்வார்ட்ஸ் பசங்க தான் இருப்பாங்கன்னு எனக்குத் தெரியும்!

ஆல்பஸ் அந்தத் தாளைக் கசக்கிப் போடுகிறான்

ஹேரி

சும்மா போயிப் பாரு - உற்சாகமாயிரு - அம்மாவுக்குத் தெரியாம தேனுல ஊறவைச்ச பண்டத்தைச் சாப்பிடுற மாதிரியான வாய்ப்பு அது - வேண்டாம், ஆல்பஸ், வறட்டுத் துணிச்சல் வேணாம்..

ஆல்பஸ் (தனது மந்திரக்கோலை நீட்டி)

எரிந்து போ!

பந்து போல் கிடந்த தாள் எரிந்து மேடையைக் கடந்து மேலே போகிறது

ஹேரி

முட்டாள் தனத்துக்கெல்லாம் பெரிய முட்டாள்தனம்!

ஆல்பஸ்

இதுல முரண்பாடு என்னன்னா இது பலிக்கும்ன்னு நான் எதிர்பாக்கலை. அந்தச் சாபத்தைக் கண்டு நான் நடுங்கிட்டேன்!

ஹேரி

ஆல்–ஆல்பஸ், பேராசிரியர் மேக்கோனகல்லுடன் நான் ஆந்தைகள் மூலம் தொடர்பு கொண்டு வருகிறேன் - நீ உன்னைத் தனிமைப்படுத்திக் கொள்வதாக அவர் கூறுகிறார் - பாடங்களைப் படிப்பதில் நீ சரிவர ஒத்துழைப்பதில்லையாம் - நீ சீறிவிழுகிறாயாம் - நீ...

ஆல்பஸ்

அதுக்காக, என்னை என்ன செய்யச் சொல்றீங்க? மாயவித்தை தான் எனக்கு செல்வாக்குத் தரும்! புதிய அணிக்குள்ள இருக்கிறாப் போல எனக்கு மந்திரம் போடுங்க! நல்ல மாணவனாக மாற்றுவதற்கான மாயவித்தை செய்யுங்க! அப்பா, என்மேல ஒரு மந்திரத்தை ஓதி நீங்க விரும்புகிற மாதிரி என்னை மாத்திடுங்க! சரியா? அது தான் நம்ம ரெண்டு பேருக்குமே நல்லது செய்யும்! போயாகணும்! வண்டியைப் பிடிக்கணும்! நண்பர்களைப் பாக்கணும்!

(உலகத்தைப் பற்றிய உணர்வே இல்லாமல் தனது பெட்டி மீது அமர்ந்திருந்த ஸ்கார்பியஸை நோக்கி ஆல்பஸ் திரும்புகிறான்.

(களிப்புடன்) ஸ்கார்பியஸ்...

(கவலையுடன்) ஸ்கார்பியஸ்... நல்லா இருக்கியா?

(ஸ்கார்பியஸ் எதுவும் பேசவில்லை. ஆல்பஸ் நிலைமையைத் தெரிந்து கொள்ள தன்னுடைய நண்பனுடைய கண்களை ஆராய்கிறான்)

உன் அம்மா? ரொம்ப மோசமாப் போச்சா?

ஸ்கார்பியஸ்

எவ்வளவுக்கெவ்வளவு மோசமாப் போகணுமோ ஆகிவிட்டது!

ஸ்கார்பியஸ் அருகில் ஆல்பஸ் அமருகிறான்.

ஆல்பஸ்

தகவல் தெரிவிச்சிருக்கலாம்ன்னு நினைக்கிறேன்...

ஸ்கார்பியஸ்

என்ன சொல்றதுன்னு என்னால தீர்மானிக்க முடியலை.

ஆல்பஸ்

இப்போ, என்ன சொல்றதுன்னு எனக்குத் தெரியலை..

ஸ்கார்பியஸ்

ஏதாவது சொல்லு...

ஆல்பஸ்

ஏதாவது இருக்கா...?

ஸ்கார்பியஸ்

ஈமச் சடங்குக்கு வா..!

ஆல்பஸ்

உறுதியாக!

ஸ்கார்பியஸ்

அப்புறம், என்னோட நல்ல நண்பனாக இரு!

திடீரென்று சார்ட்டிங் ஹேட் மேடையின் மையப்பகுதியில் தோன்றுகிறது. மீண்டும் நாம் அந்த மிகப்பெரிய கூடத்தில் உள்ளோம்.

சார்ட்டிங் ஹேட்

கேட்கப் போவது என்னவென்று அஞ்சுகிறாயா?
நீ அஞ்சுகின்ற பெயரைச் சொல்வேனென்று அஞ்சுகிறாயா?
ஸ்லைதெரின் அல்ல! கிரை∴பைண்டர் அல்ல!
ஹ∴ப்ல்∴பப் அல்ல! ரேவன் கிளாவும் அல்ல!
கவலை வேண்டாம், குழந்தாய், எனது பணியை நான் அறிவேன்!
முதலில் நீ சிணுங்குவாயானால், சிரிப்பதற்குக் கற்பாய்!
லிலி பாட்டர், கிரை∴பைண்டர்!

லிலி

ஆகட்டும்!

ஆல்பஸ்

உத்தமம்!

ஸ்கார்பியஸ்

அவள் நம்ம கிட்ட வந்துட்டாளேன்னு நீ கவலைப்படலையா? பாட்டர் குடும்பத்தினர் ஸ்லைதெரினைச் சேர்ந்தவங்க இல்லையே!

ஆல்பஸ்

இவ அதைச் சேர்ந்தவ தான்!

அவன் பின்புலத்திற்குள் கரைந்து போய்விட முயலும் போது, ஏனைய மாணவர்கள் சிரிக்கிறார்கள், அவன் அவர்கள் அனைவரையும் ஏறிட்டுப் பார்க்கிறான்

உங்களுக்கே தெரியும், நான் அவரைத் தேர்ந்தெடுக்கலை! அவருடைய மகனா இருக்கணும்ன்னு நான் தேர்ந்தெடுக்கவில்லை!

அங்கம் 1 காட்சி 5

மாயவித்தைக் கலை அமைச்சகம், ஹேரியின் அலுவலகம்

ஹேரியினுடைய அலுவலகத்தில் குழறுபடியாகக் கிடந்த தாட்களுக்கு முன்பாக ஹெர்மியோன் அமர்ந்திருக்கிறாள். அவை அனைத்தையும் மெதுவாக ஒழுங்குபடுத்தி, படித்து, புரிந்துகொள்வதற்கு முயலுகிறாள். ஹேரி வேகமாக உள்ளே நுழைகிறார். அவருடைய கன்னத்தில் கீறலிலிருந்து ரத்தம் வழிகிறது.ஹெர்மியோன் அவரைப் பாதுகாக்க வேண்டிய பொறுப்புணர்வுடன் பார்க்கிறாள்

ஹெர்மியோன்

எப்படி ஆச்சு?

ஹேரி

அது உண்மை தான்!

ஹெர்மியோன்

தியோடர் நாட்?

ஹேரி

சிறையில இருக்கான்!

ஹெர்மியோன்

அப்புறம், அந்த டைம் டர்னர்?

ஹேரி டைம் டர்னரை வெளியில் காட்டுகிறார். அது கவர்ந்திழுக்கும் வகையில் ஒளி வீசுகிறது. அதைப் பார்த்த ஹெர்மியோன் வியப்படைகிறாள்

இது உண்மையானதா? வேலை செய்கிறதா? வெறுமனே ஹவர் ரிவெர்சல் டர்னரா, நீண்ட காலத்திற்குப் போகிறதா?

ஹேரி

இதுவரை எதுவும் தெரியவில்லை. அங்கே, அப்பொழுதே அதனை சோதித்துப் பார்க்க நினைத்தேன். ஆனால், புத்திசாலிகளெல்லாம் இருந்தாங்க!

ஹெர்மியோன்

நல்லது, இப்ப நம்மகிட்ட இருக்கு.

ஹேரி

உறுதியா நீங்க வைச்சுக்க விரும்புறீங்களா?

ஹெர்மியோன்

எங்களுக்கு விருப்ப மிருக்குமுன்னு நினைக்கலை. அதைப் பாரு. நான் வைச்சிருக்கிற டைம் டர்னரிலிருந்து இது ரொம்பவே வேறுபட்டது.

ஹேரி (சொரத்தின்றி)

வெளிப்படையாகவே, நாம பசங்களா இருந்த காலத்தைவிட மாயவித்தைக்கலை ரொம்பவே முன்னேறியிருச்சு.

ஹெர்மியோன்

உனக்கு ரத்தம் வழியுது!

ஹேரி கண்ணாடியில் தனது முகத்தைப் பார்க்கிறார். தனது அங்கியால் அந்த காயத்தைத் துடைக்கிறார்.

கவலைப்படாதே. ஒரு தழும்போட அது சரியாப் போயிரும்!

ஹேரி (அசட்டுச் சிரிப்புடன்)

இங்கே என்ன செய்யிற ஹெர்மியோன்?

ஹெர்மியோன்

தியோடர் நாட்டைப் பத்தித் தெரிச்சுக்கணும்ங்கிற ஆவல். அத்தோட, உன்னோட வாக்குறுதியை காப்பாத்துறயான்னும் உன்னோட வேலைகளுக்கும் மேலே முக்கியமா வைச்சுருக்கியான்னு சோதிக்கலாம்ன்னு நினைச்சேன்.

ஹேரி

ஆ! நான் அப்படியில்லைன்னு தெரிஞ்சுதா?

ஹெர்மியோன்

இல்லை, நீ அப்படியில்லை! ஹேரி, இந்தக் குழறுபடியில உன்னால எந்தவொரு வேலையையும் எப்படிச் செய்ய முடியுது?

ஹேரி தன்னுடைய மந்திரக்கோலை அசைக்கிறார். தாட்களும் புத்தகங்களும் ஒழுங்காக அடுக்கப்படுகின்றன. ஹேரி புன்னகைக்கிறார்.

ஹேரி

இப்ப குழறுபடி இல்லை!

ஹெர்மியோன்

இன்னமும் அலட்சியமாத் தான் இருக்க! உனக்கே தெரியும் இங்கே ஆர்வமூட்டக் கூடிய செய்தி இருக்கு... மலைக் குள்ளர்கள் ஹங்கேரி வழியாப் பயணம் போறாங்க... முதுகுப் பக்கம் பச்சை குத்தப்பட்ட சிறகுகளோட பூதங்கள் கிரேக்கக் கடல் மேல நடக்குறாங்க... ஓநாய்களாக மாறவல்ல மந்திரவாதிகள் முழுமையாக மறைந்து வாழ்றாங்க....

ஹேரி

மிகப் பெரிய செய்தி! அங்கே போவோம்...நான் குழுவை ஒன்னு சேர்த்திடுற...

ஹெர்மியோன்

அதை நான் செய்யறேன். அலுவலக வேலை அலுப்புத் தட்டுது.

ஹேரி

உனக்கில்லை!

ஹெர்மியோன்

என்னோட வேலையே என்னால முடியாம இருக்கு.. மாயவித்தைப் போர்கள்ல மனிதர்களும் விலங்குகளும் வோல்டெர்மோர்ட்டோட சண்டை போட்டுக்கிட்டு இருக்காங்க.. .இவை இருட்டுக் கூட்டணிகள்.. இத்தோட.. தியோடர் நாட் வழக்குல நாம கண்டுபடிச்சதெல்லாம் சேர்த்து - போதுமான தொல்லையாயிடும். ஆனா, மாயவித்தைக் கலை அமலாக்கத் துறைத் தலைவரோ கோப்புகளைப் படிக்கிறதில்லை....

ஹேரி

நான் அவற்றைப் படிக்க வேண்டிய தேவையில்லை... தியோடர் நாட் பற்றிக் கேள்விப்பட்டவுடனே அங்கே போயிட்டேன - டைம் டர்னரைப் பற்றிய புரளியை முதன்முதலாகக் கேள்விப்பட்டதே நான் தான். உடனே நடவடிக்கை எடுத்தேன். .நீ எனக்குச் சொல்ல வேண்டியதே இல்லை.

ஹெர்மியோன் ஹேரியைப் பார்க்கிறாள் - இது ஏமாற்று வேலை

ஹெர்மியோன்

ஒரு இனிப்பு வேண்டுமா? ரோன் கிட்ட சொல்லிடாதே!

ஹேரி

பேச்சை மாத்தாதே!

ஹெர்மியோன்

உண்மையாகவே! இனிப்பு?

ஹேரி

வேணாம். இப்ப, இனிப்பு சாப்பிடுவதில்லை!

முரசு ஒலிக்கிறது

இதுக்கு அடிமையாயிடுவ, தெரியுமா?

ஹெர்மியோன்

என்னத்தைச் சொல்லட்டும்! என்னோட அப்பா, அம்மா பல் மருத்துவர்கள். எதுன்னாலும் சண்டை போட்டே ஆகணும். நாற்பதுல விடுவதெல்லாம் காலங்கடந்தது தான்.. ஆனாலும்.. (தன் நண்பரைப் பார்த்து நகைக்கிறாள்) நீ புத்திசாலித்தனமான வேலை செஞ்சிருக்கே.. உண்மையிலேயே உனக்குச் சொல்ல வேண்டியதில்லை தான். - அப்ப.. அப்ப அலுவலக வேலையையும் கொஞ்சம் கவனிச்சுக்கணும்'ங்கறது தான் என்னோட விருப்பம், அவ்வளவு தான்... மாயவித்தைக் கலை அமைச்சரோட மென்மையான கண்டிப்புன்னு நினைச்சுக்கோ!

(அவளுடைய வலியுறுத்தலில் உள்ள உள்நோக்கத்தை ஹேரி உணர்ந்து கொண்டான், ஒத்துக் கொண்டதற்காக தலை ஆட்டினான்)

ஜின்னி எப்படியிருக்காங்க? ஆல்பஸ் எப்படியிருக்கான்?

ஹேரி

அலுவலகப் பணியைப் பார்ப்பதைப் போலத் தான் அப்பா வேலையையும் பார்க்கிறேன். ரோஸ் எப்படி இருக்கா? ஹுயூஹோ எப்படியிருக்கார்?

ஹெர்மியோன் (சிரித்தவாறு)

உனக்கே தெரியும், என்னோட செயலாளரை (தூரத்தில் சுட்டிக் காட்டுகிறாள்)) அவரைக் காட்டிலும் கூடுதலாகக் கவனிச்சுக்கிறதா நினைப்பதாக ரோன் சொல்றார். குடும்பத்துக்கு முக்கியத்துவமா, வேலைக்கான்னு தேர்ந்தெடுத்துக்கிறதுல ஏதாவது அர்த்தம் இருக்குன்னு நினைக்கிறாயா? புறப்படு. வீட்டுக்குப் போ, ஹேரி!

இன்னுமொரு ஆண்டுப் படிப்புக்காக ஹாக்வார்ட்ஸ் எக்ஸ்பிரஸ் புறப்படத் தயாரா இருக்கு - மீதமிருக்கிற நேரத்தை அவுங்களோட மகிழ்ச்சியா இரு... அப்பறம் புத்துணர்ச்சியோட இங்கே வா... வந்து இந்தத் தாட்களையெல்லாம் படி!

ஹேரி

இதுலே எல்லாம் ஏதாவது அர்த்தம் இருக்க முடியுமுன்னு நீங்க நினைக்கிறீங்களா?

ஹெர்மியோன் (புன்னகையுடன்)

நினைக்க முடியுது. அப்படியிருந்தா, அதோட சண்டை போடுறதுக்கான வழியைக் கண்டு பிடிப்போம். எப்போதும் அதைத்தானே செய்கிறோம்

(மீண்டும் ஒருமுறை அவள் புன்னகைக்கிறாள் - தனது வாய்க்குள் ஒரு இனிப்பைப் போடுகிறாள்.- அலுவலகத்தை விட்டு வெளியேறுகிறாள். ஹேரி தனியே இருக்கிறார். தனது பையில் எடுக்க வேண்டியவற்றை வைக்கிறார். அலுவலக அறையை விட்டு வெளியேறி ஒரு வராந்தைக்குச் செல்கிறார். உலகத்தினுடைய பளு அவருடைய தோள்களில். களைப்பாக, தொலைபேசிப் பெட்டியை நோக்கி நடக்கிறார். 624422 எண்களைச் சுழற்றுகிறார்.

தொலைபேசிப் பெட்டி

போயிட்டு வாங்க, ஹேரி!

மாயவித்தைக் கலை அமைச்சகத்தை விட்டு வெளியே செல்கிறார்.

அங்கம் 1 காட்சி 6

ஹேரி, ஜின்னி பாட்டர் இல்லம்

ஆல்பஸால் தூங்க முடியவில்லை. மாடிப்படிகளின் உச்சியில் அமர்ந்திருக்கிறான். கீழேயிருந்து குரல்கள் ஒலிப்பது கேட்கிறது. ஹேரி மேடையில் தோன்றுவதற்கு முன்பே அவருடைய குரலைக் கேட்கிறோம். சக்கர நாற்காலியில் அமர்ந்திருக்கும் முதியவர், அமோஸ் டிக்கோரி அவருடன் இருக்கிறார்.

ஹேரி

அமோஸ், எனக்குப் புரிகிறது, உண்மையாகவே நான் புரிந்து கொண்டேன் - ஆனால், நான் இப்பத்தான் வீட்டுக்கு வந்தேன் -

அமோஸ்

அமைச்சகத்தில உங்களைப் பாக்கறதுக்கு நேரம் ஒதுக்கித்தரக் கேட்டு ரொம்ப முயற்சி பண்ணுன. அவுங்க சொல்றாங்க, ஆகட்டும் டிகோரி, உங்களுக்காக நேரம் ஒதுக்குறோம், இரண்டு மாதத்திற்குப் பிறகு பாக்கலாம்' ன்னு. நான் பொறுமையாக் காத்துக்கிட்டிருக்கேன்.

ஹேரி

---- அதுக்காக நடு ராத்திரியில வீட்டுக்கு வருவீங்களா? ஏம் பசங்க அடுத்த ஆண்டு படிப்புக்காகப் புறப்பட்டுக்கிட்டு இருக்கிற நேரத்தில... இது சரியில்ல..

அமோஸ்

இரண்டு மாசங் கழிச்சு எனக்கு ஒரு தகவல் வருது, 'திரு. டிகோரி, மிகவும் வருந்துகிறோம். ஆனால், திரு. பாட்டர் அவசர வேலையாக அழைக்கப்பட்டிருக்கிறார். நாங்கள் ஒருசில இடமாற்றங்களைச் செய்யப் போகிறோம். நீங்க சந்திக்கிறதுக்குத் தயாரா இருக்கீங்களா? இரண்டு மாத

காலத்திற்குள் சந்திப்போம்' மறுபடியும், மறுபடியும் அப்படித் தகவல் வந்துக்கிட்டே இருக்கு...நீங்க என்னை வெளியே தள்ளுறீங்க..

ஹேரி

நிச்சயமா அப்படிச் செய்யல, அது என்னான்னா, மாயவித்தைக்கலைத் துறையின் தலைவர்'ங்ற முறையில எனக்கும் நிறைய பொறுப்பிருக்கு....

அமோஸ்

நீங்க ஏகப்பட்ட விஷயங்களுக்குப் பொறுப்பு...

ஹேரி

என்ன சொன்னீங்க?

அமோஸ்

என் மகன், செட்ரிக், உங்களுக்கு ஞாபக இருக்கும்.. இல்லையா?

ஹேரி (செட்ரிக் நினைவு அவரைத் துன்புறுத்துகிறது)

ஆமா, உங்க பைய செட்ரிக். எனக்கு ஞாபக இருக்கு. அவனுடைய இழப்பு---

அமோஸ்

வோல்டேமோர்ட்டுக்கு நீங்க தான் வேணும்! என் மகனில்லை! நீங்களே ஏங்கிட்ட, 'உதிரியைக் கொல்லுங்க!'ன்னு அவன் சொன்ன வார்த்தைகளைச் சொன்னீங்க. உதிரி, என் மகன், என்னோட அழகான மகன், உதிரியா?

ஹேரி

திரு டிகோரி, உங்களுக்குத் தெரியும்! செட்ரிக்குக்கு நினைவுச் சின்னம் உண்டாக்கிற உங்களோட முயற்சிக்கு நான் ரொம்ப அனுதாபப் படுகிறேன்....

அமோஸ்

நினைவுச் சின்னமா? நினைவுச்சின்னத்துல எல்லாம் எனக்கு விருப்பமில்லை.. நான் ஒரு கிழவன் - செத்துக்கிட்டிருக்கிற கிழவ...எம் மகனை எங்கிட்ட திருப்பிக் கொடுங்கன்னு கேட்கிறே.. கெஞ்சிக் கேக்கிறேன்.

ஹேரி வியப்புடன் பார்க்கிறார்

ஹேரி

அவன் திரும்ப வருவதா! அமோஸ், அது முடியாது!

அமோஸ்

அமைச்சகத்திலே ஒரு டைம் டர்னர் இருக்கில்லயா?

ஹேரி

டைம் டர்னர் எல்லாத்தையு அழிச்சிட்டோம்!

அமோஸ்

நான் இங்கே இவ்வளவு அவசரமா வந்ததுக்குக் காரணம், ஒரு வதந்தி - வலுவான வதந்தி கேள்விப்பட்டேன் .. தியோடர் நாட் கிட்டயிருந்து சட்டவிரோதமான டைம் டர்னர் ஒன்னை அமைச்சகம் கைப்பத்தி வைச்சிருக்காம். புலன் விசாரணைக்காக. அந்த டைம் டர்னரை நான் பயன்படுத்திக் கொள்ள அனுமதிங்க. என் மகனைத் திரும்பப் பெற அனுமதிங்க.

(நீண்ட, மயான அமைதி நிலவுகிறது. அது மிகவும் கடினமானது என்று ஹேரி நினைக்கிறார். செய்தியைக் கேட்பதற்காக ஆல்பஸ் நெருங்கி வருவதை நாம் பார்க்கிறோம்)

ஹேரி

அமோஸ், நேரத்தை வீணடிக்கிறீங்க. அப்படிச் செய்ய முடியாதுன்னு உங்களுக்கே தெரியும்!

அமோஸ்

உயிரோட இருக்கிற பையனைக் காப்பாத்தறதுக்காக எத்தனை பேர் செத்தாங்க? அவுங்கள்ல ஒருத்தனைக் காப்பாத்துங்கன்னு தான் கேட்டுக்கிறேன்.

இதனால் ஹேரி துன்பமடைகிறார். அவர் சிந்திக்கிறார். அவருடைய முகம் இறுகுகிறது.

ஹேரி

தியோடர் நாட் பத்தி நீங்க கேள்விப்பட்ட கதை எல்லாமே கட்டுக்கதை. அமோஸ், நான் வருத்தப்படுற!

டெல்ஃபி:

ஹலோ!

டெல்ஃபி - இருபது வயது மதிக்கத்தக்க தீர்க்கமான, கபடமான பார்வை கொண்ட பெண் - அவளைக் கண்டவுடன் ஆல்பஸ் மைல் தூரம் துள்ளிக் குதிக்கிறான். அவன் இருந்த மாடிப்படிகள் வழியாக அவனைப் பார்த்துக் கொண்டிருப்பதாக அவள் வெளிப்படுகிறாள்

ஓ, சாரி! உன்னைப் பயமுறுத்தணும்னு நினைக்கல. படியில இருந்துக்கிட்டு ஒட்டுக் கேக்கிற பழக்கம் எனக்கு உண்டு. அங்கே உட்காந்திருந்தேன். கொஞ்சமாவது ஆர்வமூட்டக் கூடிய எதையாவது யாராவது சொல்வாங்களான்னு காத்துக்துக்கிட்டிருந்தேன்.

ஆல்பஸ்

யார் நீ? இது ஒருவிதமா என்னோட வீடு...

டெல்ஃபி:

நான் திருடி தான். உனக்குச் சொந்தமானதை எல்லாம் திருடிட்டுப் போகப் போறேன். கொடு, உங்கிட்ட இருக்கிற தங்கம், உன்னேட மந்திரக் கோல், உன்னோட சாக்லேட் ஃப்ராக்ஸ்! (ஆவேசமாகக் காணப்படுகிறாள், அத்துடன் சிரிக்கிறாள்.) அது இல்லாட்டா டெல்ஃபினி டிகோரி! (மாடிப்படிகளில் ஏறி கையை வெளியே நீட்டுகிறாள்) டெல்ஃபி! (அமோஸைச் சுட்டிக் காட்டி) அமோஸை நான் நல்லாக் கவனிச்சுகிறேன், முயற்சி பண்றேன்! அப்புறம், நீ?

ஆல்பஸ் (கவலையுடன் பல்லைக் காட்டுகிறான்)

ஆல்பஸ்.

டெல்ஃபி

உண்மை தான்! ஆல்பஸ் பாட்டர்! ஆக, ஹேரி உன்னோட அப்பா! அது கொஞ்சம் ஆச்சரியந் தான், இல்லையா?

ஆல்பஸ்

அப்படிச் சொல்ல முடியாது!

டெல்ஃபி

ஓ, ஓரளவுக்காவது சரியாச் சொன்னேனா? பள்ளிக்கூடத்திலே என்னைப் பத்தி இப்படித்தான் சொல்லுவாங்க! டெல்ஃபினி டிகோரி... அதுக்கு மேலே கெடுக்க முடியாத அளவுக்குக் கெடுத்துட்டாங்க...

ஆல்பஸ்

என்னோட பெயரைக் கூட அவங்க விரும்பியபடியெல்லாம் கெடுத்திருக்காங்க...

அமைதி.. அவனை அவள் கவனமாகப் பார்க்கிறாள்

அமோஸ்

டெல்ஃபி!

அவள் புறப்பட எண்ணுகிறாள். சற்றே தயங்குகிறாள். ஆல்பஸைப் பார்த்துப் புன்னகைக்கிறாள்

டெல்ஃபி

யாரு உறவுக்காரங்களா இருக்கனும்னு நாம தேர்ந்தெடுக்கறதில்லை. அமோஸ் நான் கவனிச்சுக்கிற நோயாளி மட்டுமே அல்ல. அவர் ஏ அப்பா கூடப் பிறந்தவரு. அப்பர் ஃபிலேக்லியில நான் வேலைக்குச் சேர்ந்ததற்கு அதுவும் ஒரு காரணம். ஆனால் அதுவே துன்பமாப் போச்சு! கடந்த காலத்தோடயே ஒட்டிக்கொண்டிருக்கவங்களோட வாழ்றது ரொம்ப சிரமம், இல்லையா?

அமோஸ்

டெல்ஃபி!

ஆல்பஸ்

அப்பர் ஃபிலேக்லி?

டெல்ஃபி

முதிய மந்திரவாதிகளுக்கும் சூனியக்காரிகளுக்குமான புனித ஓஸ்வால்ட் இல்லம். ஏதாவது ஒரு சமையத்துல எங்களை வந்து பாரு, உனக்கு விருப்பமிருந்தா!

அமோஸ்

டெல்ஃபி!

அவள் புன்னகைக்கிறாள். மாடிப்படிகளில் இறங்கும் போது தத்தித் தடுமாறுகிறாள். அமோஸுடன் அறைக்குள் நுழைகிறாள். உள்ளே ஹேரி இருக்கிறார்.. ஆல்பஸ் அவளைக் கவனிக்கிறான்

டெல்ஃபி

என்னங்க'ப்பா?

அமோஸ்

ஒரு காலத்தில் மிகப் பெரிய மனிதராக இருந்த திருவாளர். ஹேரியைப் பாரு, இப்போ கல்நெஞ்சுக்கார அமைச்சக மனிதரா மாறிட்டாரு. அமைதியா இருங்க, நான் போறேன், ஐயா! அமைதிங்கறது தான் சரியான வார்த்தையா இருந்தா! டெல்ஃபி என்னோட நாக்காலி...

டெல்ஃபி

ஆகட்டும், அப்பா!

அமோஸ் அறைக்கு வெளியே தள்ளிச் செல்லப்படுகிறார். வெறித்துப் பார்த்துக்கொண்டிருக்கும்படி ஹேரி விடப்படுகிறார். ஆல்பஸ் கவனமான சிந்தனையுடன் பார்த்துக் கொண்டிருக்கிறான்

அங்கம் 1 காட்சி 7

ஹேரி, ஜின்னி இல்லம், ஆல்பஸ் அறை

ஆல்பஸ் தன்னுடைய படுக்கையில் அமர்ந்திருக்கிறான். கதவுக்கு வெளியே உலகம் தன்போக்கில் இயங்கிக் கொண்டிருக்கிறது. தொலைவில் ஜேம்ஸினுடைய உரத்த குரல் நமக்குக் கேட்கிறது.

ஜின்னி

ஜேம்ஸ், தயவுசெஞ்சு, உன்னோட தலைமுடி பத்தின கவலையை விடு! அலங்கோலமாய்க் கிடக்கும் அந்த அறையைச் சுத்தப்படுத்து!

ஜேம்ஸ்

அதை எப்படி'ம்மா விட முடியும். நல்ல இளஞ்சிவப்பு நிறம்! யாரும் பார்க்கமுடியாத மேலங்கியைப் போட்டுக்கப் போறேன்!

ஜேம்ஸ் கதவருகில் தோன்றுகிறான். அவனுடைய தலைமுடி இளஞ்சிவப்பாக இருக்கிறது

ஜின்னி

அந்த மேலாக்கை உன் அப்பா உனக்குக் கொடுத்தது அதுக்காக அல்ல!

லிலி

என்னோட மாய மருந்துப் புத்தகத்தை யாரவது பார்த்தீங்களா?

ஜின்னி

லிலி பாட்டர், நாளைக்குப் பள்ளிக்குப் போகும் போது அதுகளை போட்டுக்கிட்டுப் போகணும்னு நினைக்காதே..

ஆல்பஸ் அறையின் கதவருகே லிலி தோன்றுகிறாள். அவள் மோகினிகளுடைய சிறகுகளை அணிந்து கொண்டிருக்கிறாள். அவை அசைகின்றன.

லிலி

எனக்கு ரொம்பப் பிடிச்சிருக்கு! அவை படபடக்கின்றன.

அவள் மறைகிறாள். ஆல்பஸ் கதவருகே ஹேரி தோன்றுகிறார். அதன் ஊடாகப் பார்க்கிறார்

ஹேரி

ஹாய்!

அவர்களுக்கிடையே அருவருக்கத்தக்க இடைவெளி நிலவுகிறது. ஜின்னி கதவருகில் தோன்றுகிறாள். நடப்பதைப் பார்த்துக் கொண்டிருக்கிறாள். சிறிது நேரம் அங்கேயே நிற்கிறாள்.

ஹேரி

ஹாக்வார்ட்ஸ் போறதுக்கு முன்னாடி பரிசு கொடுக்கலாமுன்னு... பரிசுகள்... ரோன் இதை அனுப்பியிருக்கார்.

ஆல்பஸ்

சரி, காதல் மாய மருந்து, சரிதானே!

ஹேரி

ஜோக் அடிக்கிறன்னு நினைக்கிறேன் - என்னான்னு புரியலை. காற்று விடுகின்ற தெய்வச்சிலைகள் லிலிக்கு.. ஜேம்ஸுக்கு அவனுடைய தலைமுடியை இளஞ்சிவப்பா மாத்துகிற சீப்பு... ரோன் -- ரோன் ரோன் தான்!

ஆல்பஸுடைய காதல் மாய மருந்தினை ஹேரி அவனுடைய படுக்கை மீது வைக்கிறார்.

நானுங் கூட ஒரு பரிசு... இது என்னோடது,...

அவர் ஒரு சிறிய போர்வையைக் காட்டுகிறார். ஜின்னி அதனைப்பார்க்கிறாள். ஹேரி முயன்றுகொண்டிருப்பதைப் பார்க்கிறாள். மெதுவாக, நடந்து சென்றுவிடுகிறாள்.

ஆல்பஸ்

ஒரு பழைய போர்வை!

ஹேரி

இந்த வருஷம் உனக்கு என்ன கொடுக்கறது'ங்கறதைப் பத்தி ரொம்பவே யோசிச்சேன். ஜேம்ஸ் போன தடவையிலிருந்தே யாரும் பார்க்க முடியாத மேலாக்கு தான் வேணுமென்றான். லிலிக்கு சிறகுகள் பிடிக்குமுன்னு எனக்குத் தெரியும். ஆனால் உனக்கு, உனக்கு இப்ப பதினாலு வயசு ஆகுது. ஆல்பஸ், உனக்கு ஏதாவது அர்த்தமுள்ளதாக் கொடுக்கணும்னு

நினைச்சேன். இது என்னோட அம்மா எனக்குக் கடைசியாக் கொடுத்தது. எனக்குக்கொடுக்கப்பட்ட ஒரே பரிசு. அதுல சுத்தித் தான் என்னை டட்லேஸ் கிட்ட கொடுத்தாங்க. அது இனிமேல் கிடைக்காதுன்னு நினைச்சேன். உன்னோட பாட்டி பெச்சூனியா செத்தப்ப, அவளுடைய பொருட்களுக்கு மத்தியில டட்லே இதைக் கண்டெடுத்து அன்போட எனக்கு அனுப்பி வைச்சார். அப்போல இருந்து, எப்பவாவது எனக்கு அதிர்ஷ்டம் வேணும்னா இதை எடுத்துப் பிடிச்சுக்குவேன். உனக்கு.ம்..

ஆல்பஸ்

பிடிச்சுக்கப் போறீங்களா? சரி, அப்படியே செய்யலாம். அது அதிர்ஷ்டம் கொடுக்குமுன்னே நம்புவோம். எனக்கும் கொஞ்சம் தேவையிருக்கு.

அவன் போர்வையைத் தொடுகிறான்.

ஆனால், நீங்க தான் வைசசுக்கணும்.

ஹேரி

பெச்சூனியா நான் தான் வைச்சுக்கணும்னு விரும்பினான்னு நான் நினைக்கிறேன் - நம்புறேன். அதனால தான் அவுங்க வைச்சிருந்தாங்க. இப்ப, எங்கிட்டயிருந்து நீ வைச்சுக்கணும்னு நான் விரும்புறேன். எனக்கு என் அம்மாவைத் தெரியாது. ஆனால், அவுங்களும் நீ வைச்சுக்கணும்னு தான் விரும்பியிருப்பாங்கன்னு நினைக்கிறேன். ஹால்லோஸ் தினத்தின் போது, நான் வந்து உன்னைப் பாக்கலாம். அர்கள் இறந்த இரவின் போது அதனுடன் இருப்பதற்கு நான் விரும்புவேன். - அது உனக்கும் எனக்கும் நல்லது...

ஆல்பஸ்

இங்க பாருங்க, எனக்கு பள்ளிக்குப போறதுக்குத் தேவையானதை எடுத்து வைக்க வேண்டிய வேலை நிறைய இருக்கு.. உங்களுக்கும் ஏராளமான அமைச்சக வேலை இருக்கும்! ஆக..

ஹேரி

ஆல்பஸ், இந்தப் போர்வையை நீ வைச்சுகணும்ங்றது என் விருப்பம்.

ஆல்பஸ்

அதை வைச்சுக்கிட்டு என்ன பண்றது? மோ கினிகளோட சிறகுகள்'ன்னா அதுல அர்த்தமிருக்கு.. யாரும் பார்க்க முடியாத மேலாக்குன்னா கூட ஏதோ அர்த்தமிருக்கு... ஆனால், இது..உண்மையானதா?

ஹேரி சற்றே மனமுடைந்து போனார். தன்னுடைய மகனைப் புரிந்து கொள்ள முடியாத விரக்தியோடு பார்க்கிறார்.

ஹேரி

பெட்டியில எடுத்து வைக்கறதுக்கு உதவட்டுமா? எனக்கு அந்த வேலை ரொம்பப் பிடிக்கும். பிரைவெட் ட்ரைவ் போறேன், அங்கிருந்து ஹாக்வார்ட்ஸ் போறேன். அது... சரி, உனக்குப் பிடிக்காதுன்னு தெரியும். ஆனால்..

ஆல்பஸ்

உங்களைப் பொறுத்த வரை அது உலகத்திலேயே மிகப் பெரிய இடம்... எனக்குத் தெரியும். நீங்க ஒரு ஏழை அநாதை, டர்ஸ்லி மாமா, அத்தை கிட்ட அடி, உதை வாங்கின ஆளு..

ஹேரி

ஆல்பஸ், வேணாம் - நாம சும்மா ----

ஆல்பஸ்

-----மாமி டட்லியால காயப்படுத்தப்பட்டு... ஹாக்வார்ட்ஸால பாதுகாக்கப்பட்டவர். அதெல்லாம் எனக்குத் தெரியும், அப்பா! இன்னும் என்னென்னவோ....

ஹேரி

உன்னோட தூண்டில்ல நான் சிக்க மாட்டேன், ஆல்பஸ் பாட்டர்.

ஆல்பஸ்

ஏழை அநாதை எங்களையெல்லாம் காப்பாத்த வந்துட்டாரு - அப்படிச் சொல்லட்டுமா - மந்திரத் தொழில் மக்கள் சார்பாக! உங்களுடைய வீரத்தனத்திற்காக நாங்க எவ்வளவு நன்றிக்கடன் பட்டிருக்கோம். நாங்களெல்லாம் குனிந்து தலை வணங்கணுமா? மரியாதை காட்டினாப் போதுமா?

ஹேரி

ஆல்பஸ், வேணாம் - உனக்கே தெரியும் - நன்றியை நான் எப்போதுமே எதிர்பார்த்ததில்லை.

ஆல்பஸ்

ஆனால், இப்போ நன்றி பெருக்கெடுத்து வழியுதே.. இந்தப் புழுதிப் போர்வையை அன்புப் பரிசாக் கொடுத்ததுக்காவது...

ஹேரி

புழுதிப் போர்வையா?

ஆல்பஸ்

என்ன நடந்துவிடும்னு நினைக்கிறீங்க? நாம கட்டிப்பிடிச்சுக்குவோம். நான் உங்களை எப்பவுமே நேசிக்கிறேன்னு நான் சொல்லப்போறேன். என்னா? என்னா?

ஹேரி (இறுதியில் பொறுமை இழந்தவராக)

என்னான்னு உனக்குத் தெரியுமா? நீ மகிழ்ச்சியில்லாம இருக்கறதுக்கு என்னைப் பொறுப்பாளியாக்குறதால நான் உடைஞ்சு போயிட்டேன். உனக்காவது ஒரு அப்பா உண்டு. எனக்கோ அதுவுமிருந்ததில்லை, சரியா?

ஆல்பஸ்

அப்படியிருந்தது அதிர்ஷ்டமில்லாததுன்னு நீங்க நினைக்கிறீங்கலா? நான் அப்படி நினைக்கலை!

ஹேரி

நான் செத்துப் போயிருக்கணும்ன்னு ஆசைப்படுறயா?

ஆல்பஸ்

இல்லை! நீங்க என்னோட அப்பாவா இருந்திருக்க வேணாமேன்னு தான் விரும்புறேன்.

ஹேரி (சிவந்து காணப்படுகிறார்)

நல்லது, நீ என் மகனா இருந்திருக்க வேணாமேன்னு நான் நினைத்த தருணங்களுமுண்டு.

அமைதி நிலவுகிறது. ஆல்பஸ் தலையை ஆட்டிக் கொள்கிறான். ஹேரி தான் சொன்னதை உணர்ந்து கொள்கிறார்.

இல்லை! நான் அப்படி நினைக்கலை!

ஆல்பஸ்

இல்லை! அப்டித்தான் நினைச்சீங்க!

ஹேரி

ஆல்பஸ், ஏ மனசைப் புரிஞ்சுக்க உனக்குத் தெரியும்...

ஆல்பஸ்

அப்படித்தான் நெனைச்சீங்க, அப்பா! அத்தோட, நேர்மையாச் சொல்றேன், நான் உங்க மேல குற்றஞ் சொல்லல!

பயங்கர அமைதி.

இப்ப என்னை நீங்க தனியா விட்டுடுங்க.

ஹேரி

ஆல்பஸ், பிளீஸ்...

ஆல்பஸ் அந்தப் போர்வையை எடுத்து எறிகிறான். அது ரோன் கொடுத்த மாய மருந்துப் பரிசு மீது மோதுகிறது. அது போர்வை, படுக்கை முழுவதும் சிதறுகிறது. சிறிய அளவில் புகை ஏற்படுகிறது.

ஆல்பஸ்

அப்டின்னா, எனக்கு அதிர்ஷ்டமு மில்லை, என்மேல அன்புமில்லை!

ஆல்பஸ் அறையை விட்டு வெளியே ஓடுகிறான். ஹேரி அவனுக்குப் பின்னே ஓடுகிறார்.

ஹேரி

ஆல்பஸ், ஆல்பஸ்.... பிளீஸ்.....

அங்கம் 1 காட்சி 8

கனவு, மலை மீது குடிசை

அங்கே ஒரு பெரிய அதிரொலி கேட்கிறது. மிகப் பெரிய மோதல் ஏற்படுகிறது. டட்லி டர்ஸ்லி, பெச்சூனியா அத்தை, வெர்னோன் மாமா ஆகியோர் படுக்கைக்குப் பின்புறம் குறுகி ஒளிந்துள்ளனர்.

டட்லி டர்ஸ்லி

அம்மா, எனக்கு இது பிடிக்கலை.

பெச்சூனியா அத்தை

இங்கே வந்தது தப்புன்னு எனக்குத் தெரியும், வெர்னோன். வெர்னோன். நாம் ஒளிந்து கொள்ளக் கூடிய வேறு இடம் இல்லை. ஒரு கலங்கரை விளக்கம் கூட போகக் கூடிய அளவு தூரத்தில் இல்லை.

மற்றுமொரு மிகப்பெரிய அதிரொலி கேட்கிறது.

வெர்னோன் மாமா

நிறுத்து. நிறுத்து. எதுவாயிருந்தாலும், இங்கே வரப்போறதில்லை.

பெச்சூனியா அத்தை

நாம் சபிக்கப்பட்டு விட்டோம். அவன் நம்மைச் சபித்துவிட்டான். அந்தப் பையன் நம்மைச் சபித்து விட்டான்! (இளம் ஹேரியைப் பார்த்தபடி) இதெல்லாம் உன்னோட தப்பு. உன்னுடைய துளைக்குத் திரும்பிப் போ!

வெர்மோன் மாமா தன்னுடைய துப்பாக்கியைப் பிடிக்கும் போது இளம் ஹேரி பின்வாங்குகிறான்

வெர்னோன் மாமா

அங்கே இருக்கிறவங்க யாராக இருந்தாலும் எச்சரிக்கிறேன். நான் துப்பாக்கி வைத்திருக்கிறேன்.

கனத்த பொருட்கள் மோதிக்கொள்கின்றன. கதவு தனது கீழ்களை விட்டு விழுகிறது. கதவின் மையத்தில் ஹேக்ரிட் நிற்கிறான். அவர்கள் அனைவரையும் அவன் பார்க்கிறான்.

ஹேக்ரிட்

எங்களுக்காக ஒரு கப் டீ போட முடியாதா, முடியுமா? அது இலகுவான பயணமா இல்லை!

டட்லி டர்ஸ்லி

அவனைப் பாருங்க!

வெர்னோன் மாமா

பின்னாடி நில்லு. பின்னாடி நில்லு. எனக்குப் பின்புறம், பெச்சூனியா. எனக்குப் பின்புறம், டட்லி. அந்த சொள்ளை மூஞ்சிக்காரனைத் துரத்திடுறேன்.

ஹேக்ரிட்

சொள்ள என்னாது? (அவன் வெர்னோன் மாமா துப்பாக்கியைப் பறித்துக் கொள்கிறான்.) இவ்வளவு நேரமா இப்படி ஒன்னைப் பார்க்கவில்லையே. (துப்பாக்கியின் முனையைத் முறுக்கி முடிச்சுப் போடுகிறான்.) ஜூஜூபி! (பிறகு அவனுடைய கவனம் மாறிவிடுகிறது. இளம் ஹேரியைப் பார்க்கிறான்) ஹேரி பாட்டர்!

இளம் ஹேரி

ஹலோ!

ஹேக்ரிட்

போன தடவை உன்னைப் பார்த்த போது குழந்தையா இருந்தாய். ரொம்பவே உன்னோட அப்பாவைப் போல இருக்க. ஆனா, உனக்கு உன் அம்மாவோட கண்ணு.

இளம் ஹேரி

உனக்கு என் பெற்றோரைத் தெரியுமா?

ஹேக்ரிட்

எனக்கு மரியாதை எங்கே? உனக்கு என்னோட பிறந்த நாள் வாழ்த்துகள்! உனக்கு ஒரு பரிசு கொண்டு வந்திருக்கேன். நான் அதுல ஒரு மூலையில உட்காந்துக்குவேன். ரொம்ப ருசியா இருக்கும்.

தன்னுடைய கோட் பையிலிருந்து கசங்கிப் போன சாக்கலேட் கேக் எடுக்கிறான். 'ஹேரிக்குப் பிறந்த நாள் வாழ்த்துகள்' என்று அதன் மீது பச்சை நிற கிரீமில் எழுதியுள்ளது.

இளம் ஹேரி

நீ யார்?

ஹேக்ரிட்

உண்மை தான்! நான் என்னை அறிமுகப் படுத்தலை இல்லையா? ரூபஸ் ஹேக்ரிட், ஹாக்வார்ட்ஸ் மைதானங்களையும் சாவிகளையும் பாதுகாக்கிறவன். (தன்னைச் சுற்றி நோட்டமிடுகிறான்.) அப்புறம், நான் கேட்ட டீ என்னாச்சு? கொண்டு வந்து கொடுத்திருந்தா மேலும் கடுமையான எதையும் சொல்ல மாட்டேன், புரிஞ்சுதா?

இளம் ஹேரி

ஹாக் எங்கே?

ஹேக்ரிட்

ஹாக்வார்ட்ஸ். உண்மையாவே, நீ ஹாக்வார்ட்ஸைப் பத்தி எல்லாத்தையும் தெரிஞ்சுக்குவே.

இளம் ஹேரி

மாட்டேன். சாரி!

ஹேக்ரிட்

சாரி! அவங்க தான் வருத்தப்படணும். உனக்குரிய கடிதங்கள் உனக்குக் கிடைக்காதுன்னு எனக்குத் தெரியும். ஆனா, ஹாக்வார்ட்ஸைப் பத்தித் தெரியாம இருப்பாய்ன்னு நினைக்கலை. ஹாக்வார்ட்ஸ், உரக்க அழுவதற்கு முன்பிருந்தே தெரிந்த ஒன்று! உன்னோட அப்பா, அம்மா இதையெல்லாம் எங்கே கத்துக்கிட்டாங்கன்னு கூட ஆச்சரியப்பட்டதில்லையா?

இளம் ஹேரி

எதைக் கத்தக்கிட்டாங்க?

வெர்னோன் மாமாவை நோக்கி ஹேக்ரிட் அச்சுறுத்தும் விதமாகத் திரும்புகிறான்

ஹேக்ரிட்

இந்தப் பையனுக்கு எதைப்பத்தியும் எதுவுமே தெரியாதுன்னு எங்கிட்ட சொல்லப் போறீங்களா?

வொனோன் மாமா

அந்தப் பையைன் கிட்ட அதுக்குமேல எதையும் நீ சொல்லக் கூடாது!

இளம்ஹேரி

எதைச் சொல்லக் கூடாது?

ஹேக்ரிட் வெர்னோன் மாமாவையும் அதன் பின்னர் இளம் ஹேரியையும் பார்க்கிறான்.

ஹேக்ரிட்

ஹேரி, நீ ஒரு மந்திரவாதி! நீ எல்லாத்தையும் மாத்திட்டே! ஒட்டு மொத்த உலகத்திலேயே மிக உயர்ந்த புகழ் பெற்ற மந்திரவாதி நீ தான்!

அதன் பின்னர், அறையின் பின்புறத்திலிருந்து, ஒவ்வொருவரையும் சுற்றி முணுமுணுத்தவாறு, பிழையில்லாத குரலில் வார்த்தைகள் ஒலித்தன: வோல்டெமோர்ட்டின் குரல்...

ஹேரி பாட்டர்...

அங்கம் 1 காட்சி 9

ஹேரி, ஜின்னி பாட்டருடைய இல்லம், படுக்கை அறை

ஹேரி திடீரென்று விழித்துக் கொள்கிறார். அந்த இரவு நேரத்தில் ஆழமாக இழுத்து மூச்சுவிடுகிறார். சற்று நேரம் அமைதியாக இருந்து தன்னை வயப்படுத்திக் கொள்கிறார். அதன் பின்னர் நெற்றியில் கடுமையான வலியை உணருகிறார், தனக்கிருந்த தழும்பில். அவரைச் சுற்றி மாய வித்தை நகர்வுகள்.

ஜின்னி

ஹேரி...

ஹேரி

ஒன்னுமில்லை. தூங்கு.

ஜின்னி

வெளிச்சம்.

அறை முழுவதும் அவளுடைய மந்திரக்கோலால் வெளிச்சமடைகிறது. ஹேரி அவளைப் பார்க்கிறார்

கெட்ட கனவு!

ஹேரி

ஆமா!

ஜின்னி

.எதைப் பத்தி?

ஹேரி

டர்ஸ்லேய், - அங்கே தொடங்குச்சு - அப்புற எனனென்னமோ நடந்துச்சு.

அமைதி. ஜின்னி அவரை நோட்டமிடுகிறாள். அவருடைய நிலைமையைக் கணிக்க முறப்படுகிறாள்

ஜின்னி

தூக்க மருந்து வேணுமா?

ஹேரி

வேணாம். சரியாயிடும். தூங்கு.

ஜின்னி

நல்லா இருக்கிறா மாதிரி தோனலையே.

ஹேரி எதுவும் சொல்லவில்லை

(அவருடைய பதட்டத்தைக் கண்டு) அது லேசுப்பட்டதாக இருந்திருக்காது. - அமோஸ் டிகோரியோட....

ஹேரி

கோபத்தை என்னால புரிஞ்சுக்க முடியுது. அவன் சரியாச் சொல்றாங்ற உண்மை கடினமாயிருக்கு. என்னால அமோஸ் தன் பிள்ளையை இழந்தான்-----

ஜின்னி

உன்னைப் பொறுத்தவரை நடைமுறையில அது நியாயமானதாகத் தோனலை-----

ஹேரி

----அத்தோட நான் சொல்றதுக்கு எதுவுமில்லை.... யாருகிட்டயும் எதுவும் சொல்ல முடியாது.... அது தப்பானதா இருந்தால் ஒழிய

அவர் எதை–யாரை--- குறிப்பிட்டுப் பேசுகிறார் என்று ஜின்னிக்குத் தெரியும்.

ஜின்னி

ஆக, அதை நினைச்சுத் தான் கவலைப்படுறீங்களா! ஹாக்வார்ட்ஸ்க்குப் புறப்படுறதுக்கு முந்தின இரவு, அது நல்ல இரவாக இல்லை. ஆல்லுக்கு போர்வையைக் கொடுத்தது. அது நல்ல முயற்சி தான்.

ஹேரி

அங்கேயிருந்து நிலைமை ரொம்பவே மோசமாப் போச்சு. நான் எதையோ சொல்லிட்டேன், ஜின்னி,...

ஜின்னி

நானும் கேட்டேன்.

ஹேரி

அப்படியிருந்தும், என்னோட பேசிக்கிட்டிருக்கே..?

ஜின்னி

ஏன்னா, சரியான நேரம் வரும்போது நீங்க வருத்தப்படுவீங்கன்னு எனக்குத் தெரியும். அப்படி நெனைச்சு நீங்க சொல்லலைன்னுந் தெரியும். நீங்க சொன்னதுல மத்த விஷயங்களும் மறைஞ்சிருக்கு..... நீங்க நேரடியாவே பேசலாம், ஹேரி. அவனுக்கு அது தான் தேவை.

ஹேரி

அவன் ஜேம்ஸைப் போலவோ, லிலியைப் போலவோ நடந்துக்கலாம்'ங்றது தான் என் விருப்பம்.

ஜின்னி

இருக்கலாம், அந்த அளவுக்கு நேர்மையா இருக்கணுங்றது கூட இல்லை...

ஹேரி

இல்ல. அவனைப் பத்தினதுல ஒன்னைக் கூட நான் மாத்திக்கப் போறதில்ல. ஆனா, அனைத்தையும் நான் புரிஞ்சுக்குவேன்...

ஜின்னி

ஆல்பஸ் வித்தியாசமானவ, அது நல்லதில்லையா? அவனால சொல்ல முடியும் - தெரியுமா - எப்ப நீங்க ஹேரி பாட்டரா இருப்பீங்கன்னு. உண்மையான உங்களைப் பார்க்கவே அவன் விரும்புகிறான்.

ஹேரி

'உண்மை அழகானது, பயங்கரமானதும் கூட ஆகவே, அதனை எச்சரிக்கையுடன் கையாள வேண்டும்!'

ஜின்னி அவரை வியப்புடன் பார்க்கிறாள்

டம்ப்ள்டோர்.

ஜின்னி

இதை ஒரு குழந்தைக்குச் சொல்றது ரொம்பப் புதுமையானது.

ஹேரி

அந்தக் குழந்தை உலகத்தைக் காப்பாத்தறதுக்காக உயிரைக் கூட விடனும்ங்ற போது அப்படியில்லை.

ஹேரி மீண்டும் மூச்சிரைக்கிறார். தனது நெற்றியைத் தொட்டுவிடாமல் இருப்பதற்காக ஏதேதோ செய்கிறார்

ஜின்னி

ஹேரி, என்னாச்சி?

ஹேரி

நல்லாயிருக்கேன்! நான் நல்லாத்தான் இருக்கேன். நீ சொல்றது கேக்குது. நான் முயற்சி பண்ணுவேன்....

ஜின்னி

உன்னுடைய தழும்பிலே வலி எடுக்குதா?

ஹேரி

இல்லை... இல்லை... நான் நல்லாயிருக்கேன்... அதை அணைச்சிடு கொஞ்ச நேரம் தூங்கலாம்

ஜின்னி

ஹேரி, உனக்குத் தழும்பு ஏற்பட்டு எவ்வளவு காலம் இருக்கும்?

ஜின்னியின் பக்கம் ஹேரி திரும்புகிறார். அவருடைய முகம் அனைத்தையும் சொல்கிறது

ஹேரி

இருபத்தி இரண்டு ஆண்டுகள்.

அங்கம் 1 காட்சி 10

ஹாக்வார்ட்ஸ் எக்ஸ்பிரெஸ்

வண்டி நெடுகிலும் ஆல்பஸ் வேகமாக நடக்கிறான். பிறருடைய கவனத்தைத் தவிர்ப்பதற்காக தலையைக் குனிந்து கொள்கிறான்

ரோஸ்

ஆல்பஸ், உன்னைத் தான் தேடிக்கிட்டிருந்தேன்.....

ஆல்பஸ்

என்னையா? எதுக்கு?

தான் சொல்ல வேண்டியதை வெளிப்படுத்துவதற்கு அவளுக்கு வார்த்தைகள் கிடைக்கவில்லை

ரோஸ்

ஆல்பஸ், இது நமக்கு நாலாவது வருடத்தோட தொடக்கம். ஆக, நமக்கெல்லாம் ஒரு புதிய ஆண்டு. மறுபடியும் நண்பர்களா இருக்கலாம்ன்னு நான் விரும்புறேன்.

ஆல்பஸ்

நாம எப்பவுமே நண்பர்களா இருந்ததில்லையே.

ரோஸ்

இது ரொம்பக் கொடுமை! ஆறு வயதிலே நாம மிக நெருங்கிய நண்பர்களா இருந்தோம்.

ஆல்பஸ்

அதேல்லாம் ரொம்பக் காலத்துக்கு முன்னாடி.

அவன் நடந்து செல்வதற்கு எத்தனிக்கிறான். காலியாக இருந்த ஒரு பெட்டிக்குள் அவள் அவனை இழுக்கிறாள்

ரோஸ்

வதந்தியக் கேள்விப்பட்டயா? சில நாட்களுக்கு முன் பெரிய அமைச்சகம் சோதனை போட்டாங்க! உங்க அப்பா வெளிப்படையாகவே நம்பமுடியாத அளவுக்குத் துணிச்சலோட செயல்பட்டாரு.

ஆல்பஸ்

நீ மட்டும் எப்படி இந்த மாதிரி செய்திகளையெல்லாம் எப்பவுமே தெரிஞ்சுக்கிற, எனக்குத் தெரியறதில்லை?

ரோஸ்

மந்திரவாதி தியோடர் நாட்டைத் தான் சோதனை போட்டாங்க - சட்டத்துக்கப் புறம்பான எல்லாவிதமான பொருட்களையும் அவங்க வைச்சிருந்தாங்க.. அதைக் கொண்டு தான் அவங்க தந்திர வேலைகளைச் செஞ்சிருக்காங்க - சட்டத்துக்குப் புறம்பா ஒரு டைம் டர்னர் கூட வைச்சிருந்தாங்களாம் - அது ரொம்ப உயர்ந்த வகையாம்.

ரோஸியை ஆல்பஸ் உற்றுப் பார்க்கிறான்,... அவனுக்கு அனைத்தும் புரிபடுகிறது

ஆல்பஸ்

டைம் டர்னரா? எங்கப்பா டைம் டர்னரைக் கண்டு பிடிச்சாரா?

ரோஸ்

உஷ்! ஆமா! எனக்குத் தெரியும்! மிகப் பெரிய விஷயம், புரியுதா?

ஆல்பஸ்

நிச்சயமாத் தெரியுமா?

ரோஸி

உறுதியா...!

ஆல்பஸ்

ஸ்கார்பியஸை உடனே பாக்கணும்!

வண்டிக்குள் அவன் நடக்கிறான். தான் நினைத்ததைச் சொல்லிவிடலாமென்கிற உறுதியுடன் ரோஸ் அவனைப் பின்தொடருகிறாள்.

ரோஸ்

ஆல்பஸ்!

ஆல்பஸ் கடுகடுப்புடன் திரும்புகிறான்

ஆல்பஸ்

எங்கிட்ட நீ பேச வேணும்ன்னு யார் சொன்னது?

ரோஸ் (துள்ளுகிறாள்)

ஆமா, உங்க அம்மா எங்கப்பாவுக்குத் தகவல் சொல்லியிருப்பா, காரணம், அவள் உன்னைப் பற்றிக் கவலைப்படுகிறாள் - நான் என்ன நினைக்கிறேன்னா.....

ஆல்பஸ்

ரோஸ், என்னைத் தனியா விடு.

ஸ்கார்பியஸ் தான் வழக்கமாக இருக்கும் பெட்டியில் அமர்ந்திருக்கிறான். முதலில் ஆல்பஸ் நுழைகிறான். ரோஸ் இன்னமும் அவனைத் தொடருகிறாள்

ஸ்கார்பியஸ்

ஆல்பஸ்! ஓ, ஹலோ, ரோஸ்! உங்கிட்ட என்ன வாசனை?

ரோஸ்

என்ன வாசனை எங்கிட்ட?.

ஸ்கார்பியஸ்

இல்ல, நல்லது தானேன்னு சொன்னேன்! உங்கிட்ட, புத்தம் புதிய பூக்களையும் புத்தம் புதிய ரொட்டியையும் கலந்தது போல வாசனை!

ரோஸ்

ஆல்பஸ், நான் இங்கேயே இருக்கேன், சரியா? இருக்கட்டும் தானே...

ஸ்கார்பியஸ்

அதாவது, மெதுவான ரொட்டி, நல்ல ரொட்டி, ரொட்டி.... ரொட்டிக்கு என்னாச்சு?

ரோஸ் தலையைக் குலுக்கியவாறு வெளியேறுகிறாள்

ரோஸ்

ரொட்டிக்கு என்னாச்சு!

ஆல்பஸ்

எல்லா இடத்திலும் உன்னைத் தேடிக்கிட்டிருந்தேன்...

ஸ்கார்பியஸ்

இப்பத்தான் என்னைக் கண்டு பிடிச்சிட்டுயே! நான் ஒன்னும் ஒளிஞ்சுக்கிறல! முன்கூட்டியே வர்ரது எனக்கு எவ்வளவு பிடிக்கும்னு உனக்கே தெரியும். மக்களுடைய முறைப்பு என்னை நிறுத்திடுது. சத்தம் போடறதும். ‘வோல்டெமோர்ட்

மகன்'னு பெட்டியில எழுதுறதுமா... அந்த விஷயம் மட்டும் பழசாகவே மாட்டேங்குது. அவளுக்கு என்னை உண்மையாவே பிடிக்கலை, இல்லையா?

ஆல்பஸ் தன் நண்பனை அணைத்துக் கொள்கிறான். ஆவேசத்துடன். சிறிது நேரம் அணைத்தவாறு இருக்கின்றனர். ஸ்கார்பியஸுக்கு அது வியப்பாக இருக்கிறது.

போதும், நாம இதுக்கு முன்னாடி கட்டிப் பிடிச்சுருக்கோமா? கட்டிப் பிடிச்சுக்கிட்டா இருக்கோம்!

இரண்டு பையன்களும் அருவருப்பாகப் பிரிகிறார்கள்

ஆல்பஸ்

கொஞ்சம் இயற்கைக்குப் புறம்பான இருபத்திநாலு மணி நேரம்!

ஸ்கார்பியஸ்

அந்த நேரத்தில என்ன நடந்தது?

ஆல்பஸ்

விளக்கமாச் சொல்றே... நாம வண்டியவிட்டு இறங்கணும்..

தொலைவிலிருந்து ஊதல் ஒலி கேட்கிறது. வண்டி நகரத் தொடங்குகிறது

ஸ்கார்பியஸ்

காலம் கடந்து விட்டது. வண்டி நகருது. ஹாக்வார்ட்ஸ் போயித் தான்...!

ஆல்பஸ்

அப்படின்னா, நாம ஓடிக்கிட்டிருக்கிற வண்டியில இருந்து இறங்கியாகணும்..

ட்ராலி விட்ச்

செல்லங்களே, ஏதாவது வேணுமா?

ஆல்பஸ் சன்னலைத் திறந்து வெளியேற முற்படுகிறான்

ஸ்கார்பியஸ்

நகரும் மாயவித்தை வண்டி.

ட்ராலி விட்ச்

பம்ப்கின் பேஸ்டி? கால்ட்ரான் கேக்?

ஸ்கார்பியஸ்

ஆல்பஸ் செவெரெஸ் பாட்டர், உன்னுடைய கண்களிலிருந்து அந்த விநோதமான பார்வையை நீக்கிடு!

ஆல்பஸ்

முதலாவது கேள்வி. மந்திரவாதிகளுக்கான மும்முனைப் போட்டிகளைப் பத்தி உனக்கு என்ன தெரியும்?

ஸ்கார்பியஸ் (மகிழ்ச்சியாக)

ஓ... வினாடி வினா! ஒரு கோப்பைக்காக, மூன்று பிரிவினர், மூன்று சாம்ப்பியன்களை மூன்று நிகழ்ச்சிகளில் போட்டியிடச் செய்வாங்க. அதுக்கும் உனக்கும் என்ன சம்பந்தம்?

ஆல்பஸ்

அதெல்லாம் தெரிஞ்சு வைச்சிருக்கிற நீ ரொம்பப் பெரிய ஆளு தான்!

ஸ்கார்பியஸ்

ய்ய்ய்யா...!

ஆல்பஸ்

இரண்டாவது கேள்வி. இருபது வருஷத்துக்கு மேல ஏன் அந்த மந்திரவாதிகளுக்கான மும்முனைப் போட்டி நடைபெறலை?

ஸ்கார்பியஸ்

போன போட்டியில உங்கப்பாவும் செட்ரிக் டிகோரின்னு ஒரு பையனும் போட்டியில கலந்துக்கிட்டாங்க. அவங்க ரெண்டு பேரும் சேர்ந்து வெற்றி பெறலாம்னு முடிவு பண்ணாங்க. ஆனால், போர்ட்கீ தான் கோப்பை.... அவுங்களை வோல்டெமோர்ட் கிட்ட அனுப்புனாங்க... செட்ரிக் கொல்லப்பட்டான்.. அதுக்குப் பிறகு உடனே போட்டியை நிறுத்திட்டாங்க!

ஆல்பஸ்

நல்லது. மூன்றாவது கேள்வி. செட்ரிக் கொல்லப்பட வேண்டியது தேவைதானா? வோல்டெமோர்ட் சொன்ன வார்த்தைகள், 'உதிரியைக் கொல்லு' உதிரி. என்னோட அப்பா கூட இருந்ததால தான் அவன் கொல்லப்பட்டான். என்னோட அப்பாவால அவனைக் காப்பாத்த முடியலை. நம்மால முடியும். தப்பு நடந்து போச்சு. அதை நாம சரி பண்ணுவோம். நாம ஒரு டைம் டர்னரைப் பயன்படுத்தப் போறோம்.. அவனைத் திரும்பக் கொண்டு வரப் போறோம்.

ஸ்கார்பியஸ்

ஆல்பஸ், ஒரு சில வெளிப்படையான காரணங்களுக்காக நான் டைம் டர்னரை விரும்புவதில்லை....

ஆல்பஸ்

அமோஸ் டிகோரி டைம் டர்னரைக் கேட்ட போது எங்கப்பா வைச்சுக்கிட்டே இல்லைன்னு சொல்லிட்டாரு. ஒரு கிழவர் தனது மகனை - தனக்குப் பிரியமான மகனைத் திரும்பப் பெற விரும்பிய போது என் அப்பா பொய் சொல்லி விட்டார். அவருக்கு அக்கறை இல்லை. அதனால தான் அவர் அப்படிச் செய்தார்.... ஏன்னா, அவருக்கு அது தேவையில்லை.. அப்பா செஞ்ச துணிச்சலான செயலை எல்லாரும் பாராட்டுறாங்க... ஆனா, அவரு சில தப்புகளும் பண்ணியிருக்காரு... உண்மையிலேயே மிகப் பெரிய தப்பு... அந்தத் தப்புகள்ல ஒன்னை நான் சரி செய்யப் போறேன். செட்ரிக்கை நாம காப்பாத்தணும்ங்றது என் விருப்பம்.

ஸ்கார்பியஸ்

சரி, உன்னோட மூளையை ஒன்னாப் பிடிச்சுக் கட்டி வைச்சிருந்தது இப்போ உன்னை விட்டுப் பிரியுது

ஆல்பஸ்

இதை நான் செய்யப் போறேன், ஸ்கார்பியஸ். செஞ்சே ஆகணும். உனக்கும் தெரியும், எனக்கும் தெரியும். நீ எங்கூட வரலைன்னா, நான் மொத்தமாப் போட்டுக் குழப்பிடுவேன். வா!

அவன் பல்லைக் காட்டுகிறான். மேலேயே மறைந்து போகிறான். ஸ்கார்பியஸ் கண நேரம் தயங்குகிறான். முகத்தைச் சுழிக்கிறான். ஆனால், என்ன செய்ய வேண்டுமென்பதும், என்ன செய்யப் போகிறான் என்பதும் அவனுக்கு நன்றாகத் தெரியும். மேலே எழும்பி ஆல்பஸுக்குப் பின்னால் மறைந்து போகிறான்.

அங்கம் 1 காட்சி 11

ஹாக்வார்ட்ஸ் எக்ஸ்பிரஸ், மேற்கூரை

காற்று எல்லா திசைகளிலுமிருந்து உரத்த ஒலியுடன் வீசுகிறது. உறுதி பூண்ட ஆல்பஸும் கல்லாகச் சமைக்கப்பட்ட ஸ்கார்பியஸும் வண்டியின் கூரை மீது நிற்கின்றனர்.

ஸ்கார்பியஸ்

சரி, இப்போ, நாம வண்டியினுடைய கூரை மேல நிற்கிறோம். வண்டியும் வேகமா ஓடுது. பயமாயிருக்குது. மிகப் பெரிய அனுபவம். என்னைப் பற்றி ஏராளமாத் தெரிஞ்சிக்கிட்டா மாதிரி உணருகிறேன். உன்னைப் பற்றியும் கொஞ்சம்.... ஆனால்...

ஆல்பஸ்

என்னுடைய கணிப்புப்படி, இன்னும் கொஞ்ச நேரத்தில் நீர்வழிப் பாதையை நெருங்கிடுவோம். அதுக்கப்புறம் கொஞ்ச தூரத்தில் புனித ஓஸ்வால்ட்டுடைய முதிய சூனியக்காரிகளுக்கும் மந்திரவாதிகளுக்குமான இல்லம் வந்திடும்....

ஸ்கார்பியஸ்

என்னது? எங்கே? இதோ பார், வாழ்க்கையில முதன்முறையா கலகக்காரனா இருக்கிறதால உன்னைப் போலவே எனக்கும் பதட்டமா இருக்கு - ஏய் - வண்டிக் கூரை - வேடிக்கை - ஆனா, இப்போ - ஓ.

ஸ்கார்பியஸ் பார்க்க விரும்பாத ஏதோ ஒன்றைப் பார்க்கிறான்

ஆல்பஸ்

நம்முடைய மெத்தைப்படுத்தும் மாயவித்தை பலிக்காமல் போனால் தண்ணீர் அதுக்கு மிக, மிகப் பயனுள்ள மாற்றாக இருக்கும்.

ஸ்கார்பியஸ்

ஆல்பஸ், ட்ராலி விட்ச்!

ஆல்பஸ்

பயணத்தின் போது சாப்பிடுவதற்கு தின்பண்டம் வேணுமா?

ஸ்கார்பியஸ்

இல்லை. ஆல்பஸ், நம்மை நோக்கி ட்ராலி விட்ச் வர்ரா..

ஆல்பஸ்

இல்லை, அவளா இருக்க முடியாது. நாம வண்டியோட உச்சியில இருக்கோம்.

ஸ்கார்பியஸ் சரியான திசையைச் சுட்டிக் காட்டுகிறான். இப்பொழுது அவனால் ட்ராலி விட்சைக் காண முடிந்தது. தள்ளுவண்டியைத் தள்ளிக் கொண்டு அக்கறையில்லாதவளைப் போல நெருங்கிக் கொண்டிருந்தாள்.

ட்ராலி விட்ச்

செல்லங்களே, ஏதாவது வேணுமா? பம்ப்கின் பேஸ்டி? சாக்கோலேட் ஃபிராக்? கால்ட்ரான் கேக்?

ஆல்பஸ்

ஓ...!

ட்ராலி விட்ச்

மக்களுக்கு என்னைப் பத்தி எதுவும் தெரியாது. என்னோட சாக்லேட் கேக் வாங்குறாங்க.. ஆனால், என்னைக் கவனிக்கிறது கிடையாது. கடைசியா எம்பேரைக் கேட்ட ஆளைக் கூட எனக்கு ஞாபகமில்லை.

ஆல்பஸ்

உன் பேரு என்ன?

ட்ராலி விட்ச்

மறந்துட்டேன்... உனக்கு என்னால சொல்ல முடிஞ்சதெல்லாம், ஹாக்வார்ட்ஸ் வண்டியை முதன்முதலா விட்டப்ப, ஒட்டாலைன் கேம்பால் இந்த வேலையைக் கொடுத்தாரு...

ஸ்கார்பியஸ்

அது - நூத்தித்தொண்ணூறு வருஷத்தக்கு முன்னாடி... நூத்தித்தொண்ணூறு வருஷமாவா இந்த வேலையப் பாத்துக்கிட்டிருக்கே..?

ட்ராலி விட்ச்

இந்தக் கைகள்ல ஆறு மில்லியன் பம்ப்கின் பேஸ்டி செஞ்சிருக்கேன். அதுல நான் ரொம்பக் கை தேர்ந்தவள். ஆனால், மக்கள் என்னோட பம்ப்கின் பேஸ்டியில கவனிக்காதது என்னான்னா, அது எவ்வளவு இலகுவா வேறு ஏதோ ஒன்னா உருவம் மாறுதுங்கறதை...

அவள் ஒரு பம்ப்கின் பேஸ்டியை எடுக்கிறாள். எறிகுண்டைப் போலத் தூக்கி எறிகிறாள். அது வெடிக்கிறது.

என்னோட சாக்லேட் ஃபிராக்ஸை வைச்சு நான் என்ன செய்வேன்னு உங்களால நம்ப முடியாது. ஒருபோதும், ஒருபோதும் முடியாது. போக வேண்டிய இடத்துக்குப் போறதுக்கு முன்ன வண்டியை விட்டு வெளியேற யாரையும் அனுமதிச்சதில்லை. சில பேரு முயற்சி பண்ணுனாங்க. சிரியஸ் பிளாக்கும் அவனுடைய நண்பர்களும், ஃப்ரெட், ஜார்ஜ் வீஸ்லி எல்லாருமே தோத்துப் போனேங்க...ஏன்னா இந்த வண்டி - இந்த வண்டி மக்கள் அதை விட்டுட்டுப் போறதை விரும்பறதில்லை...

ட்ராலி விட்ச்சினுடைய கைகள் கூர்மையான முட்களாக உருமாற்றமடைகின்றன. அவள் நகைக்கிறாள்

ஆக, மீதமுள்ள பயணத்தையும் முடிக்கிறதுக்காக மறுபடியும் உங்க இடங்களுக்குப் போங்க...

ஆல்பஸ்

நீ சொன்னது சரி தான், ஸ்கார்பியஸ். இந்த வண்டி மாய வித்தையானது தான்.

ஸ்கார்பியஸ்

இப்படியொரு கடுமையான நேரத்தில நான் சரியாச் சொன்னதுக்காக மகிழ்ச்சியடைய முடியலை.

ஆல்பஸ்

ஆனால், நானுங் கூடச் சரியாத்தான் சொன்னேன். நீர்வழிப் பாதைகிட்ட வந்துட்டோம் - அதோ பார், கீழே அங்கே தண்ணீர்... மெத்தைப்படுத்துகிற வித்தையை முயற்சி பண்றதுக்குச் சரியான நேரம்....

ஸ்கார்பியஸ்

ஆல்பஸ், இது தவறான யோசனை!

ஆல்பஸ்

அப்படியா? (ஒரு கணம் தயங்குகிறான். பின்னர், தயக்கத்திற்கான நேரம் கடந்துவிட்டதாக உணருகிறான்) காலங் கடந்து போச்சு.. மூணு, ரெண்டு, ஒன்னு! மோலியேர்!

மந்திரம் ஓதிக்கொண்டே குதிக்கிறான்

ஸ்கார்பியஸ்

ஆல்பஸ்....ஆல்பஸ்....

கீழே தன்னுடைய நண்பனுக்குப் பின்புறமாக அவன் செய்வதறியாமல் பார்க்கிறான். நெருங்கிக் கொண்டிருந்த ட்ராலி விட்ச்சையும் பார்க்கிறான். அவளுடைய தலைமுடி விரிந்த கோலத்தில் பயங்கரமாகக் காட்சியளிக்கிறது. அவளுடைய கூர்மையான முட்கள் மேலும் கூர்மையாகத் தோன்றுகின்றன.

நல்லது, நீ தெளிவான வேடிக்கையாகத் தெரிவதைப் போல, நானும் என் நண்பனுக்குப் பின்னால் போக வேண்டியது தான்!

மூக்கைப் பிடித்துக் கொண்டு, மந்திரத்தை ஓதியவாறு ஆல்பஸுக்குப் பின்னால் குதிக்கிறான்.

மோலியேர்!

அங்கம் 1 காட்சி 12

மாயவித்தைக் கலை அமைச்சகம், மாநாடு கூடும் அறை

மேடை மந்திரவாதிகளாலும் சூனியக்காரிகளாலும் நிரம்பி வழிகிறது. தம்முடைய கூச்சல்களாலும் ஆரவாரங்களாலும் உண்மையான மந்திரவாதிகள், சூனியக்காரர்கள் என்பதை மெய்ப்பிக்கின்றனர். அவர்கள் மத்தியில் ஜின்னி, டிராகோன், ரோன் ஆகியோரும் உள்ளனர். அவர்களுக்கு மேலே ஒரு மேடையில் ஹெர்மியோனும் ஹேரியும் உள்ளனர்.

ஹெர்மியோன்

அமைதி! அமைதி!! அமைதிக்குக் கூட மந்திரம் போடணுமா? (அவள் தன்னுடைய மந்திரக் கோலைப் பயன்படுத்தி கூட்டத்தினரிடையே அமைதியை ஏற்படுத்துகிறாள்.) நல்லது! இந்தச் சிறப்புப் பொதுக்குழுக் கூட்டத்திற்கு உங்களை வரவேற்கிறேன். ஏராளமானோர் திரண்டிருப்பதைக் கண்டு மகிழ்ச்சி அடைகிறேன். கடந்த பல ஆண்டுகளாகவே நம்முடைய மந்திரக்கலை உலகம் அமைதியில் திளைத்து வருகிறது. ஹாக்வார்ட்ஸில் நடந்த போரில் வோல்டெமோர்ட்டை வீழ்த்தி இருபத்தி இரண்டு ஆண்டுகள் ஆகிவிட்டன. சண்டை, சச்சரவு இல்லாத புதிய தலைமுறையினரை உருவாக்கிக் கொண்டிருக்கிறோம் என்பது பெருமகிழ்ச்சி அளிக்கிறது. இப்பொழுது ஹேரி பேசுவார்!

ஹேரி

கடந்த சில மாதங்களாக வோல்டெமோர்ட்டினுடைய கூட்டணியினரின் நடமாட்டங்கள் காணப்படுகின்றன. மலைநாட்டுக் குள்ளர்கள் ஐரோப்பாவினூடே தமது பாதைகளை ஏற்படுத்திக் கொண்டிருப்பதையும், பூதங்கள்

கடல்களைக் கடப்பதற்குத் தொடங்கியிருப்பதையும் கண்காணித்து வருகிறோம்; அத்துடன், ஓநாய்களாக உருமாற்றமடைய வல்லவர்கள் கடந்த சில வாரங்களாகக் கண்களில் தென்படுவதில்லை என்பதை வருத்தத்துடன் தெரிவித்துக் கொள்கிறேன். அவர்கள் எங்கே சென்றுகொண்டிருக்கின்றனர் என்றும் அவர்களுக்கு இடம்பெயர்வதற்கு ஊக்குவிப்பவர்கள் யார் என்பதும் தெரியவில்லை. ஆனால், அவர்கள் இடம்பெயர்கின்றனர் என்பதை அறிந்துள்ளோம். அப்படி அவர்கள் செய்வதன் அர்த்தம் என்ன என்பது நமக்குக் கவலை அளிக்கிறது. ஆகவே, நாங்கள் கேட்கிறோம், யாரேனும் எதையேனும் பார்த்தீர்களா? ஏதேனும் புலப்பட்டதா? நீங்கள் உங்களுடைய மந்திரக்கோலை உயர்த்திக் காட்டுவீர்களானால், ஒவ்வொருவரும் பேசுவதைக் கேட்கலாம். அடுத்து பேராசிரியர். மேக்கோனகல்... நன்றி!

பேராசிரியர்.மேக்கோனகல்

கோடை விடுமுறை முடிந்து திரும்பிய போது. நஞ்சுப்பொருட்கள் வைப்பறையில் யாரோ நுழைந்திருந்ததாகத் தெரிய வந்தது. ஆனால், பெருமளவிலான பொருட்கள் களவு போகவில்லை. பூம்ஸ்லாங் தோல், மெல்லிறகு ஈக்கள் போன்றவை சிறிதளவு காணவில்லை. தடைசெய்யப்பட்ட பொருட்கள் எதுவும் காணாமல் போகவில்லை. துப்பறியும் துறைக்குத் தெரியப்படுத்தியுள்ளோம்.

ஹெர்மியோன்

நன்றி, பேராசிரியர் அவர்களே! நாங்கள் புலன்விசாரணை செய்கிறோம். (அவள் கூட்ட அறையைச் சுற்றிலும் நோட்டமிடுகிறாள்) யாருமே பேச வரலையா? நல்லது! அனைத்திலும் கடுமையான ஒன்று, வோல்டெமோர்ட்டிற்குப் பிறகு இப்பொழுது இந்த மாதிரி நடந்துள்ளது - ஹேரிக்கு மறுபடியும் காயம் ஏற்பட்டுள்ளது.

டிராகோ

வோல்டெமோர்ட் செத்துப் போயிட்டான்! வோல்டெமோர்ட் இப்போ இல்லை, போயிட்டான்.

ஹெர்மியோன்

ஆமா, டிராகோ, வோல்டெமோர்ட் செத்துட்டான். ஆனா, இப்போ நடக்கிறதெல்லாம், அவனோ அல்லது அவனுடைய

அடையாளங்களில் சிலவோ திரும்பிவிட்டதாக எண்ணுவதற்கு இடமளிக்கின்றன

கூட்டத்தில் ஆரவாரம் எழுகிறது

ஹேரி

இப்போ இது கடினமானதாத் தான் தெரியும். ஆனால், அதை அடியோட நீக்கிடலாம்ன்னு தான் நாங்க கேக்கிறோம். கறுப்புக்குறி உள்ளவங்க....உங்களுக்கு ஏதேனும் உணர்வு ஏற்படுதா? ஏதாவது கொஞ்சமாவது?

டிராகோ

கறுப்புக் குறி உள்ளவங்களுக்கு எதிரான தப்பெண்ணத்தை மறுபடியும் கொண்டுவரப் போறோமா, பாட்டர்?

ஹெர்மியோன்

இல்லை, டிராகோ! ஹேரி வேற முயற்சி பண்றாரு....

டிராகோ

இதெல்லா எதுக்குன்னு உனக்குத் தெரியுமா? செய்தித்தாள்கல்ல மறுபடியும் தன்னுடைய பேரு வரணும்னு ஹேரி விரும்புகிறார். ஒவ்வொரு வருஷமும் வருஷத்துக்கு ஒருமுறை வோல்டெமோர்ட்டைப் பத்தின வதந்தி டெய்லி ஃபராஃபெட் பத்திரிகையில வந்துக்கிட்டிருக்கு....

ஹேரி

அந்த வதந்தி எதுவும் எங்கிட்டயிருந்து வரலை..!

டிராகோ

உண்மையாவா? டெய்லி ஃபராஃபெட் பத்திரிகை ஆசிரியர் உன் மனைவி தானே?

ஜின்னி கோபத்தோடு அவனை நோக்கி அடியெடுத்து வைக்கிறாள்

ஜின்னி

விளையாட்டுப் பக்கங்களுக்கு!

ஹெர்மியோன்

டிராகோ, அமைச்சகத்தோட கவனத்துக்கு ஹேரி இந்தச் செய்தியை கொண்டுவந்தாரு... நான்...மாயக்கலை அமைச்சர் என்கிற முறையில....

டிராகோ

அவன் உன் நண்பன் என்கிறதால நீ தேர்தல்ல செயிச்சே...

டிராகோவை ரோன் தாக்க, ஜின்னி அவனைத் தடுத்து நிறுத்துகிறாள்

ரோன்

வாயில ஒரு குத்து வேணுமா?

டிராகோ

வாடா, பாக்கலாம்! அவனோட செல்வாக்கு நீங்கல்லாம் ஆடுறீங்க! (அவர் ஹேரியை மறைமுகமாகச் சாடுகிறார்) பின்ன அப்படித் தானே, 'என் தழும்பு வலிக்குது', 'என் தழும்புவலிக்குது'ன்னு சொல்லியே ஒவ்வொருத்தரையும் ஹேரி'ங்கற பேரை முணுமுணுக்க வைக்கிறீங்க.... இதுக்கெல்லா என்ன அர்த்தமுன்னு உங்களுக்குத் தெரியுமா? என்னோட மகனைப் பத்தின கேவலமான வதந்தியைப் பேசி அவமானப்படுத்துறதுக்கு புரளி பேசறவங்களுக்கு மறுபடியும் வாய்ப்பு ஏற்படுத்துறீங்க...

ஹேரி

டிராகோ, ஸ்கார்பியஸுக்கும் இதுக்கும் தொடர்பிருக்கிறதா யாருமே சொல்லலை...

டிராகோ

பரவாயில்ல.. நான் சொல்ற... இந்தக் கூட்டம் ஒரு கண்துடைப்பு... ஆகவே, நான் போறேன்.

அவர் வெளிநடப்பு செய்கிறார். அவரைத் தொடர்ந்து மற்றவர்களும் கலைந்து செல்கின்றனர்.

ஹெர்மியோன்

வேண்டாம்! இது முறையல்ல....திரும்பி வாங்க... நமக்கு ஒரு செயல் திட்டம் வேணும்!

அங்கம் 1 காட்சி 13

புனித ஓஸ்வால்ட்ஸ் முதிய மந்திரவாதிகள், சூனியக்காரிகள் இல்லம்

குழப்பம் என்றால் அங்கே தான்! மாயவித்தை என்றாலும் அங்கே தான். அது தான் புனித ஓஸ்வால்ட்ஸ் முதிய மந்திரவாதிகள், சூனியக்காரிகள் இல்லம்! நீங்க எவ்வளவு நம்பிக்கையோட பார்க்கிறீர்களோ அவ்வளவு விந்தையானதாக இருக்கும்.

ஜிம்மர் உருவங்களுக்கு மந்திர சத்தியால் உயிரூட்டப்பட்டுள்ளது. பின்னலுக்கான கம்பளி குழப்பங்களாகச் சபிக்கப்பட்டுள்ளன. டாங்கோ இசைக்கு ஆண் செவிலியர்கள் நடனமாடும்படி பணிக்கப்பட்டுள்ளனர்..

இங்குள்ளவர்கள் மாய வித்தை காட்டும் தொல்லையிலிருந்து விடுவிக்கப்பட்டவர்கள், அவர்கள் வேடிக்கைக்காக மாயவித்தை காட்டுபவர்கள். அவர்களுக்குத் தெரிந்த வேடிக்கைகளைக் காட்டுவர்.

ஆல்பஸும் ஸ்கார்பியஸும் தம்மைச் சுற்றிலும் நோட்டமிட்டவாறு, வியப்படைந்தவர்களாகவும், 'வந்தால் பார்த்துக் கொள்ளலாம்' என்கிற பாவத்துடனும், சற்றே பயத்துடனும் நுழைகின்றனர்.

ஆல்பஸும் ஸ்கார்பியஸும்

உம்... என்னாங்க, என்னாங்க, என்னாங்க..!

ஸ்கார்பியஸ்

சரி தான், இந்த இடம் பயங்கரமானது.

ஆல்பஸ்

அமோஸ் டிகோரியைத் தேடுகிறோம்.

திடீரென்று மொத்தமும் அமைதி அடைகிறது. ஒவ்வொன்றும் உடனடியாக நிலைக்குத்தி நிற்கின்றது. சற்றே துக்கமடைகிறது.

உல் உமன்

கஷ்டப்பட்டுக்கிட்டிருக்கிற கிழவங்கிட்ட உங்களுக்கு என்ன வேணும் பசங்களா?

டெல்ஃபி புன்னகையுடன் தோன்றுகிறாள்

டெல்ஃபி

ஆல்பஸ்! ஆல்பஸ்! நீ வந்துட்டயா? என்ன ஆச்சரியம்! வா, வந்து அமோஸைப் பாரு!

அங்கம் 1 காட்சி 14

புனித ஓஸ்வால்ட்ஸ் முதிய மந்திரவாதிகள், சூனியக்காரிகள் இல்லம், அமோஸின் அறை

ஸ்கார்பியஸையும் ஆல்பஸையும் அமோஸ் நோட்டமிடுகிறார். எரிச்சலடைகிறார் அவர்கள் மூவரையும் டெல்பி கவனிக்கிறாள்.

அமோஸ்

ஆக, நான் நேரா விஷயத்துக்கு வர்ரேன். நீ ரெண்டு பேரு பேசிக்கிட்டிருந்ததை ஒட்டுக் கேட்ட - நீ ஒட்டுக் கேக்கறதுக்கானதல்ல அந்த உரையாடல் - யாரோட உதவியுமில்லாம நீயே முடிவெடுத்திருக்க - உண்மையிலே, அனுமதியில்லாம - யாரோ ஒருத்தருடைய வழக்கில தலையிடுற, வலிந்து தலையிடுற...

ஆல்பஸ்

என் அப்பா உங்ககிட்ட பொய் சொன்னாரு - எனக்குத் தெரியும் அவரு சொன்னாரு - அவுங்க கிட்ட டைம் டர்னர் இருக்கு.

அமோஸ்

உண்மை தான், அவுங்க வைச்சிருக்காங்க! இப்ப, நீங்க போகலாம்.

ஆல்பஸ்

என்னது? இல்லை. நாங்க உங்களுக்கு உதவ வந்திருக்கோம்.

அமோஸ்

உதவியா? முழுசா வளராத ரெண்டு இளவட்டப் பசங்களால எனக்கு என்ன கெடைச்சிறப் போகுது?

ஆல்பஸ்

மந்திரவாதிகளுடைய உலகத்தை மாத்தறதுக்கு வளர வேண்டியதில்லைன்னு எங்கப்பா நிரூபிச்சிருக்காரு.

அமோஸ்

ஆக, நீ பாட்டர் குடும்பத்துப் பயங்கறதுக்காகவே நான் உன்னை என் வழக்குல ஈடுபடுறதுக்கு அனுமதிக்கனுமா? உங்களுடைய பிரபலமான பேரு மேல நாங்க நம்பிக்கை வைக்கணும்?

ஆல்பஸ்

அப்படிச் சொல்லலை!

அமோஸ்

ஸ்லைதெரின் அணியில இருக்கிற பாட்டர் என்கிறதுக்காக, அப்படித்தானே? உன்னை நான் புரிஞ்சுக்கிட்டேன் - என்னைப் பாக்கறதுக்கு ஒரு மால்பாயை - அதுவும் வோர்டெமோர்ட்டா இருக்கலாம்னு சந்தேகப்படப்படுற மால்பாயை - கூட்டிட்டு வந்திருக்கையில்ல? கருந் தந்திரங்கல்ல நீ ஈடுபடுறது இல்லைன்னு சொல்ல யாரு வந்திருக்கா?

ஆல்பஸ்

ஆனால்-

அமோஸ்

நீ சொன்ன தகவல் தெரிஞ்சது தான். அதை உறுதிப்படுத்தினாயே அது பயனுள்ளது. உன் அப்பா பொய் தான் சொன்னார். நீ புறப்படு. ரெண்டு பேருமே. என்னுடைய நேரத்தை வீணடிக்கறதை நிறுத்துங்க!

ஆல்பஸ் (அதிகாரத்துடன் வலிமையான தொனியில்)

இல்லை. நான் சொல்றதை நீங்க கேட்டே ஆகணும். என் அப்பா கைகள்ல எவ்வளவு ரத்தக்கறை படிஞ்சிருக்குன்னு நீங்களே சொன்னீங்க. அதை மாத்தறதுக்கு உதவி பண்றதுக்கு என்னை அனுமதிங்க. அவருடைய தப்புகள்ல ஒன்னைச் சரிபண்றதுக்கு உதவ அனுமதிங்க. என்னை நம்புங்க.

அமோஸ் (குரலை உயர்த்தி)

சொல்றது கேக்கலையாடா, பயலே! உன்னை நம்பறதுக்கு எந்தக் ரணமுமில்லை. அதனால, போயிடு. இப்பவே. நான் உன்னைப் போக வைக்கறதுக்கு முன்னால.

அவர் தன்னுடைய மந்திரக்கோலை அச்சுறுத்தும் விதத்தில் உயர்த்தினார் - ஆல்பஸ் அந்தக் கோலைப் பார்த்தான் - ஆல்பஸ் சுருங்கிவிட்டான் - அமோஸ் அவனை நசுக்கிவிட்டார்.

ஸ்கார்பியஸ்

வா, நண்பா! நாம ஏதாவது ஒன்னுல நல்லாயிருக்கோமுன்னா, அது நாம தேவையில்லாத இடத்தை தெரிஞ்சுக்கறதுல

ஆல்பஸ் புறப்படுவதற்கு மறுக்கிறான். ஸ்கார்பியஸ் அவனைக் கையைப் பிடித்து இழுக்கிறான். அவன் திரும்பி நடக்கிறான்

டெல்ஃபி

அப்பா, அவுங்களை ஏன் நம்பணுங்கறதுக்கு ஒரு காரணத்தை என்னால யூகிக்க முடியுது.

அவர்கள் நிற்கிறார்கள்

உதவுவதற்கு வலிய வந்தவங்க அவுங்க மட்டுந்தான். உங்க மகனை உங்ககிட்ட திரும்பக் கொண்டு வர்றதுக்குத் தங்களை ஆபத்துல ஈடுபடுத்திக்கத் துணியறதுக்கு அவங்க தயாரா இருக்காங்க... உண்மையிலேயே, இங்க வர்றதுக்கே அவுங்க ஆபத்துல ஈடுபட்டிருக்காங்கன்னு எனக்கு உறுதியாத் தோணுது...

அமோஸ்

நாம பேசிக்கிட்டிருக்கிறது செட்ரிக்கைப் பத்தி.....

டெல்ஃபி

அப்புறம் - நீங்களே சொல்லலையா - ஹாக்வார்ட்ஸ்ல உள்ள யாராவது கிடைச்சாங்கன்னா ரொம்பப் பயனுள்ளதா இருக்குமுன்னு..

அமோஸின் உச்சந்தலையை டெல்ஃபி முத்தமிடுகிறாள். டெல்ஃபியை அமோஸ் நிமிர்ந்து பார்க்கிறார். பின்னர், பையன்களைப் பார்ப்பதற்காகத் திரும்புகிறார்.

அமோஸ்

ஏன்? ஏம்பா உங்களை நீங்களே ஆபத்துல மாட்டிக்கிறீங்க? உங்களுக்கு அதுல என்ன இருக்கு?

ஆல்பஸ்

உதிரியா இருக்கிறதுன்னா என்னான்னு எனக்குத் தெரியும். உங்க மகன் கொல்லப்பட வேண்டியவர் அல்ல, திரு. டிகோரி.. அவரைத் திரும்பப் பெற நாங்க உதவி செய்றோம்.

அமோஸ் (ஒருவழியாக உணர்ச்சிகளைக் கொட்டுகிறார்)

என் மகன் - என் வாழ்க்கையில எனக்குக் கிடைச்ச ரொம்ப நல்ல மகன் - பெரிய அநியாயம்ன்னு நீ

சொன்னது சரி தான் - அப்பட்டமான அநியாயம் - நீங்க உண்மையாகத் தானே...

ஆல்பஸ்

ரொம்ப, ரொம்ப உண்மை!

அமோஸ்

ஆபத்தானதாக இருக்கப் போகுது.

ஆல்பஸ்

எங்களுக்குத் தெரியும்.

ஸ்கார்பியஸ்

நமக்கா?

அமோஸ்

டெல்ஃபி, இவுங்களுக்குத் துணையா இருக்கத் தயாரா?

டெல்ஃபி

அது உங்களுக்கு மகிழ்ச்சி தரும்னா, சரிப்பா!

அவள் ஆல்பஸைப் பார்த்துச் சிரிக்கிறாள். பதிலுக்கு அவனும் சிரிக்கிறான்

அமோஸ்

டைம் டர்னரை எடுக்கறதுங்றது உங்க உயிருக்கே ஆபத்தானதா இருக்கும், புரிஞ்சுக்கங்க!

ஆல்பஸ்

எங்களோட உயிரையே பணயம் வைக்கத் தயாரா இருக்கோம்?

ஸ்கார்பியஸ்

நாமலா?

அமோஸ்

உங்க கிட்ட அது இருக்கும்னு நம்புறேன்!

அங்கம் 1 காட்சி 15

ஹேரி, ஜின்னி பார்ட்டர் .இல்லம், சமையலறை

ஹேரி, ரோஸ், ஹெர்மியோன், ஜின்னி ஒன்றாக அமர்ந்து உணவருந்துகின்றனர்.

ஹெரமியோன்

டிராகோ கிட்ட திரும்பத் திரும்பச் சொன்னேன் - ஸ்கார்பியஸைப் பத்தி அமைச்சகத்தில யாரும் எதுவும் பேசலை. வதந்திகளும் நம்ம கிட்டயிருந்து வரலை.

ஜின்னி

நான் அவருக்கு எழுதினேன் - ஆஸ்ட்ரியா செத்ததுக்குப் பிறகு - நாங்க ஏதாவது உதவி பண்ணனுமான்னு கேட்டேன். நான் நெனைச்சேன் -, ஒருவேளை - ஏன்னா, ஆல்பஸுக்கு ரொம்ப நல்ல நண்பன் - ஸ்கார்பியஸ் கிறிஸ்துமஸ் விடுமுறையில சில நாட்கள் இங்கே தங்குறத விரும்பலாம்னு --- ஒற்றை வாக்கியத்தில பதில் கடிதம் வந்தது.. 'என் மகனைப் பற்றிய புரளிகளுக்கெல்லாம் ஒரேயடியா முடிவு கட்டுற மாதிரி உங்க கணவரை எதிர்ப்புத் தெரிவிக்கச் சொல்லுங்க'

ஹெர்மியோன்

அவர் பேதலிச்சிட்டார்.

ஜின்னி

அவர் குழப்பத்தில இருக்கார் - வேதனை மிக்க குழப்பம்.

ரோன்

அவருக்கு இழப்பு ஏற்பட்டதிலே எனக்குக் கூட வருத்தம் தான். ஆனா, அவர் ஹெர்மியோனைக் குற்றஞ் சுமத்தும் போது... பரவாயில்லை - (அவர் ஹேரியைப் பார்க்கிறார்)

ஓய், தொங்கிப் போன கால்சட்டை, எப்பொழுதும் அவகிட்ட நான் அப்படித் தான் சொல்லுவேன், அதனால ஒன்னுமில்ல...

ஹெர்மியோன்

அவளா?

ரோன்

குள்ளர்கள் விருந்துக்குப் போகலாம், பூதங்கள் திருமணத்துக்குப் போகலாம், ஆல்பஸைப் பத்திக் கவலைப் படறதால உனக்குக் கெட்ட கனவு வரலாம், வயசாயிக்கிட்டிருக்கறதால உன்னோட தழும்புகள் வலியெடுககலாம்“

ஹேரி

வயசாயிக்கிட்டிருக்கா! நன்றி, நண்பா!

ரோன்

நேர்மையாகச் சொல்றேன், ஒவ்வொரு முறை கீழே உட்காரும் போதும், 'உஷ்ஸப்பா'ன்னு' சொல்றேன். ஓர் 'உஷ்ஸப்பா'. என்னோட பாதங்கள் - என்னோட பாதங்களும் தொந்தரவு கொடுக்குது. என் பாதங்கள் எனக்குக் கொடுக்கிற வலியப் பத்தி ஒரு பாடலே எழுதுவேன் - உன்னோட தழும்புகளும் அப்படியிருக்கலாம்.

ஜின்னி

அர்த்தமில்லாம நெறையப் பேசுறே.

ரோன்

என்னோட சிறப்பு அம்சங்களைக் கவனிக்கிறேன். அப்புறம், என்னோட ஸ்கைவிங் ஸ்னேக்பாக்ஸஸ் வகைகளைப் பத்தி. அப்புறம் உங்க எல்லாரு மேலயும் உள்ள பிரியத்தைப் பத்தி. ஸ்கின்னி ஸ்கின்னி ஜின்னியப் பத்திக் கூடத் தான்.

ஜின்னி

ரொனால்ட் வீஸ்லீ, நீ ஒழுங்கா நடந்துக்கலைன்னா, நான் அம்மாகிட்ட சொல்லிடுவேன்.

ரோன்

சொல்லிடாதே!

ஹொமியோன்

வோல்டெமோர்ட்டோட சில பகுதி எந்த வடிவத்திலயாவது உயிரோட இருந்தாக் கூட நாம தயாராயிடணும். எனக்கு ரொம்பப் பயமாயிருக்கு!

ஜின்னி

எனக்குக் கூட பயமாயிருக்கு.

ரோன்

என்னைப் பயமுறுத்தக் கூடியது எதுவுமில்லை அம்மாவைத் தவிர!

ஹெர்மெனியஸ்

நான் தெளிவாச் சொல்றேன், ஹேரி! இந்த விஷயத்தில நான் கார்னீசியஸ் பட்ஷா இருக்கப் போறதில்லை. மண்ணுக்குள்ள என்னோட தலையை ஒளிச்சுக்கிற மாட்டேன். டிராகோ மால்பாய் போன்றவங்க கிட்ட எவ்வளவு மதிப்பிழந்து போனாலும் கவலையில்லை.

ரோன்

நீ உண்மையிலேயே செல்வாக்கைப் பத்திக் கவலைப்பட்டதில்லை, இல்லையா?

ரோன் மீது ஹெர்மியோன் வெறுப்புப் பார்வையை வீசினாள். அவரைத் தாக்குவதற்குக் குறி வைத்தாள். ரோன் ஒதுங்கித் தப்பித்துக் கொண்டார்.

குறி தவறியிருச்சு.

ரோனை ஜின்னி அடித்தாள். அவர் வலியால் வருந்தினார்.

அடி! சரியான அடி!

திடீரென்று, தகவல் கொணரும் ஆந்தை அறைக்குள் வந்தது. ஹேரியினுடைய தட்டில் ஒரு கடிதத்தைப் போட்டது.

ஹெர்மியோன்

ஆந்தை கொஞ்சம் தாமதமா வந்திருச்சு, இல்லையா?

ஹேரி கடிதத்தைப் பிரிக்கிறார். அதிர்ச்சியடைகிறார்.

ஹேரி

பேராசிரியர் மேக்கோனகாலிடமிருந்து.

ஹெர்மியோன்

என்ன செய்தி?

ஹேரியின் முகம் தொங்கிப் போகிறது

ஹேரி

ஜின்னி, ஆல்பஸைப் பத்தி... ஆல்பஸும் ஸ்கார்பியஸும் - அவங்க பள்ளிக்கே போகலையாம். அவங்களைக் காணோம்!

அங்கம் 1 காட்சி 16

வைட்ஹால், நிலவறை

ஸ்கார்பியஸ் ஒரு பாட்டிலைக் கள்ளத்தனமாகப் பார்க்கிறான் - ஆல்பஸும் டெல்ஃபியும் அவனைப் பக்கவாட்டில் இடிக்கின்றனர்

ஸ்கார்பியஸ்

ஆக, இதை நாம் குடிக்கலாமா?

ஆல்பஸ்

ஸ்கார்பியஸ், மாய மருந்துகளின் நிபுணர் நீ, பலவகைச்சாறு என்ன செய்யும்ன்னு உனக்கு நான் சொல்ல வேண்டுமா? டெல்ஃபியினுடைய புத்திசாலித்தனத்தால் நாம இந்த மாய மருந்தைக் குடித்துவிட்டு, உருமாற்றமடைந்து, யாரும் தெரிந்து கொள்ள முடியாத மாற்று உருவத்தில், மாயக்கலை அமைச்சகத்திற்குள் நுழையப் போகிறோம்.

ஸ்கார்பியஸ்

ஆகட்டும்! ரெண்டு கேள்வி. ஒன்னு. இதுனால வலியெடுக்குமா?

டெல்ஃபி

ரொம்ப - எனக்குத் தெரிந்த வரை.

ஸ்கார்பியஸ்

நன்றி! தெரிஞ்சுக்கிறது நல்லது. ரெண்டாவது கேள்வி. இதன் ருசி எப்படி இருக்குமுன்னு யாருக்காவது தெரியுமா? ஏன்னா, மீன் ருசியா இருக்குமுன்னு கேள்விப்பட்டிருக்கேன். அப்படியிருந்தால், நான் வாந்தி எடுத்துவிடுவேன். மீன் எனக்கு ஒத்துக் கொள்வதில்லை. இதற்கு முன்னும், இனி எப்போதும்...

டெல்ஃபி

எச்சரிக்கையைக் கவனத்தில் கொள்வோம். (அவள் ஆழ்ந்த மூச்சிழுத்து, மாயமருந்தை வாய்க்குள் கொட்டுகிறாள்,) மீன் ருசியாக இல்லை. (அவள் உருமாற்றமடைகிறாள். வேதனையாக இருக்கிறது) உண்மையில், இது இனிமையான சுவை தருகிறது. வலிக்குது...ஆனா....(உரத்த ஒலியுடன் ஏப்பம் விடுகிறாள்) அதைத் திருப்பி எடுத்துக்கோ. அதுல கொஞ்சமா - (மறுபடியும் ஏப்பம் விடுகிறாள். ஹெர்மியோனாக மாறுகிறாள்) கொஞ்சமா - அளவுக்குமேல சக்தி - அதனுடைய சக்தியை உறுதியாச் சொல்ல முடியாத மருந்து..

ஆல்பஸ்

சரி. அவ்வளவு தான் - வாவ்!

ஸ்கார்பியஸ்

ரெட்டை வாவ்!

டெல்ஃபி/ஹெர்மியோன்

நான் எப்படி இப்படி - உண்மையிலேயே புரிஞ்சுக்க முடியலை - என்னோட குரல் கூட அவளுடையதைப் போல - மும்மடங்கு வாவ்!

ஆல்பஸ்

சரி. அடுத்து நான்.

ஸ்கார்பியஸ்

கூடாது. வாய்ப்பே இல்லை, நண்பா. நாம இதைக் குடிக்கிறோம்னா, (ஒரே மாதிரியான இரண்டு கண்ணாடித் தம்ளர்களைப் புன்னகையுடன் வைக்கிறான்) ஒன்னாச் சேர்ந்து குடிக்கிறோம்.

ஆல்பஸ்

முணு. ரெண்டு, ஒன்னு!

அவர்கள் அதனைக் குடிக்கின்றனர்.

இல்ல, நல்லாவே இருக்கு (வலியால் துடிக்கிறான்) அது கொஞ்சமா நல்லாயிருக்கு.

அவர்கள் இருவரும் உருமாற்றமடைகின்றனர். வலியெடுக்கிறது

ரோனாக ஆல்பஸ் உருமாற்றமடைகின்றான். ஹேரியாக ஸ்கார்பியஸ் மாறுகிறான். இருவரும் ஒருவரை ஒருவர் பார்த்துக் கொள்கின்றனர். அமைதி நிலவுகிறது

ஆல்பஸ்/ரோன்

இது ஓரளவு மாயமாகத்தான் இருக்கப் போகுது!

ஸ்கார்பியஸ்/ஹேரி (முழுக்க நடிப்பு - அதில் அவன் திளைக்கிறான்)

உன்னோட அறைக்குப் போ. நேரா உன்னோட அறைக்குள்ள போ. நம்பமுடியாத அளவுக்கு விசித்திரமான, கெட்ட மகனாக இருக்கிறாய்.

ஆல்பஸ்/ரோன் (சிரிப்புடன்)

ஸ்கார்பியஸ்....

ஸ்கார்பியஸ்/ஹேரி (தனது மேலங்கியை தோளில் போட்டுக் கொண்டு)

இது உன்னோட யோசனை தான் - நான் அவராக இருக்கிறேன். ரோனாக நீ. கொஞ்சம் வேடிக்கை காட்டலாம்னு நினைச்சேன்.....(உரத்த ஒலியுடன் ஏப்பம் விடுகிறான்) சரி! அது ரொம்பவே பயங்கரமாயிடுச்சு...

ஆல்பஸ்/ரோன்

உனக்கே... தெரியும், அதையெல்லாம் அவரு மறைச்சுக்குவாரு... ஆனால், ரோன் மாமா, வெளிப்படையா இருக்கறதுக்கான துணிச்சல் உள்ளவரு...

டெல்ஃபி/ஹெர்மியோன்

நாம புறப்படலாம் - அப்படி நீங்க நினைக்கலையா?

அவர்கள் தெருவில் காணப்படுகின்றனர். ஒரு தொலைபேசிப் பெட்டிக்குள் நுழைகின்றனர். 62442 எண்ணைச் சுழற்றுகின்றனர்.

தொலைபேசிப் பெட்டி

ஹேரி பாட்டர், வரவேற்கிறோம். ஹெர்மியோன் கிரான்ஜெர், வரவேற்கிறோம். ரோன் வீஸ்லீ, வரவேற்கிறோம்.

தொலைபேசிப் பெட்டி தரைக்குள் மறைகிறது அவர்கள் புன்னகைக்கின்றனர்.

அங்கம் 1 காட்சி 17

மாயக் கலை அமைச்சகம், கூட்ட அறை

ஹேரி, ஹெர்மியோன், ஜின்னி, டிராகோ ஆகியோர் அமைதியின்றி அந்த அறையைச் சுற்றி, சுற்றி வருகின்றனர். அவர்கள் நால்வரும் மிகுந்த வேதனையில் ஆழ்ந்துள்ளனர்.

டிராகோ

தண்டவாளங்களுக்குப் பக்கத்தில எல்லாம் விடுபடாமல் தேடிட்டோமா...?

ஹேரி

என்னுடைய துறை ஆட்கள் ஒருமுறை தேடிட்டாங்க. மறுபடியும் தேடுறாங்க.

டிராகோ

ட்ராலி விட்ச்சால நமக்குப் பயன்படுகிற மாதிரி எதையும் சொல்ல முடியலையா?

ஹெர்மியோன்

ட்ராலி விட்ச் கோபமா இருக்கா.. ஓட்டாலைன் கேம்போலுக்குத் துரோகம் செஞ்சுட்டதாச் சொல்லிக்கிட்டே இருக்கா. ஹாக்வார்ட்ஸ் வண்டியில அவ விற்பனை செஞ்ச சாதனையைச் சொல்லிப் பெருமைப் பட்டுக்கிறா.

ஜின்னி

ஏதாவது மாய நிகழ்வுகள் பத்தி மக்ல்ஸ் கிட்டயிருந்து அறிக்கை கிடைச்சதா?

ஹெர்மியோன்

இதுவரை எதுவுமில்லை. மக்ல்ஸ் பிரதம மந்திரிக்குத் தகவல் சொல்லியிருக்கேன். காணாமற் போனவங்க என்கிற மாதிரி வழக்குப் பதிவு பண்ணியிருக்காரு. அவரு சொல்றது ஏதோ மந்திரம் மாதிரி ஒலிக்கிது. இல்லையா?

டிராகோ

ஆக, இப்ப நாம நம்ம பிள்ளைகளைத் தேடுறதுக்கு மக்ல்ஸை நம்பியிருக்கோம். ஹேரியின் தழும்பைப் பத்திக் கூடச் சொல்லியாச்சா?

உக்கிரம் வலுத்து வரும் சூழலைத் தணிப்பதற்கு ஹெர்மியோன் முற்படுகிறாள்

ஹெர்மியோன்

சும்மா உதவி செய்யும்படி மட்டும் தான் மக்ல்ஸைக் கேட்டிருக்கோம். ஹேரியினுடைய தழும்பை இதில ஈடுபடுத்த முடியும்னு யாருக்குத் தெரியும். அத்தோட நாம இந்த வழக்கைக் கடுமையானதாக எடுத்துத் தேடிக்கிட்டிருக்கோம். கருப்பு மாயவித்தையில ஈடுபடக் கூடியவங்களையும் நம்ம ஆட்கள் விசாரணை பண்றாங்க.

டிராகோ

இது பிணந்தின்னிகள் சம்பந்தப்பட்டதில்லையே.

ஹெர்மியோன்

எனக்கு உறுதியாத் தெரியலை. உங்களுடைய நம்பிக்கையைத் தெரிஞ்சுக்கலாம்னு நினைக்கிறேன்.

டிராகோ

எனக்கு நம்பிக்கையில்லை. இப்போ, ஆல்ப்ஸ் மலைப்பகுதி உடல் கோணல் கொண்ட குறையறிவு வகையினர் தான் கருப்பு மாயவித்தை செய்றாங்க. என் மகன் மால்பாய். அவுங்க துணிய மாட்டாங்க.

ஹேரி

ஏதாவது புதுவிதமாக இருந்தாலொழிய - ஏதோ இருக்கு---

ஜின்னி

டிராகோ சொல்றதை நான் ஒத்துக்கிறேன்.. ஆள் கடத்தலா இருந்தா, ஆல்பஸ் மட்டும்னா ஏத்துக்கலாம் -- ரெண்டு பேரையும் எப்படி..?

ஜின்னியை ஹேரி கண்ணிமைக்காமல் பார்த்தபடி இருக்கிறார். அவர் என்ன சொல்ல வேண்டுமென்று ஜின்னி விரும்புகிறாள் என்பது தெளிவாகப் புரிகிறது

டிராகோ

ஸ்கார்பியஸுக்கு நான் எவ்வளவோ பயிற்சி கொடுத்தும் கூட அவன் யாராவது சொன்னாச் செய்யற நிலைமையில தான் இருக்கான், அவனா எதையும் முன்னெடுத்துச்

செய்யறவன் இல்லை. ஆக, எனக்குச் சந்தேகமில்லாமப் புரிஞ்சு போச்சு, ஆல்பஸ் தான் அவனை வண்டியிலிருந்து இறங்க வைச்சிருக்கான். ஆனா, எங்கே கூட்டிட்டுப் போயிருப்பான்?

ஜின்னி

ஹேரி, அவுங்க வீட்டை விட்டு ஓடிப் போயிட்டாங்க, உனக்கும் எனக்கும் தெரியும்.

அந்தத் தம்பதியர் ஒருவரை ஒருவர் உறுத்துப் பார்த்துக் கொள்வதை டிராகோ கவனிக்கிறார். அவர்களுக்குள் ஏதோ தகவல் பரிமாற்றம் நடக்கிறதென்று புரிந்து கொள்கிறார்.

டிராகோ

உங்களுக்குத் தெரியுமா? எங்களுக்கு ஏன் சொல்லமாட்டிங்கிறீங்க?

அங்கே அமைதி நிலவுகிறது

என்னென்ன தகவல்களை மறைச்சு வைச்சிருக்கீங்களோ, உடனே எங்ககிட்ட சொல்லுங்க.

ஹேரி

முந்தா நாள் இரவு எனக்கும் ஆல்பஸுக்கும் வாக்கு வாதம் நடந்தது.

டிராகோ

அப்புறம்....

ஹேரி தயங்குகிறார். பின்னர், துணிச்சலுடன் டிராகோவைப் பார்க்கிறார்.

ஹேரி

அப்புறம், அவன் என்னுடைய மகனாக இருந்திருக்க வேண்டாமோன்னு நான் நினைச்சதுண்டுன்னு அவங்கிட்டச் சொன்னேன்.

மறுபடியும் அமைதி! ஆழ்ந்த, வலுவான அமைதி! அதன்பின்னர். டிராகோ அச்சுறுத்துவதைப் போல ஹேரியை நோக்கி அடியெடுத்து வைக்கிறார்.

டிராகோ

ஸ்கார்பியஸுக்கு ஏதாவது ஆச்சுன்னா...!

டிராகோவுக்கும் ஹேரிக்கும் இடையே ஜின்னி நுழைகிறாள்

ஜின்னி

பயமுறுத்தாத டிராகோ, தயவுசெஞ்சு அதை மட்டும் விட்டுடு!

டிராகோ (கத்துகிறார்)

என் மகன் காணாமப் போயிட்டான்!

ஜின்னி (அதே போலக் கத்துகிறாள்)

என் மகனுந் தான்!

அவளுடைய பர்வையை அவர் சந்திக்கிறார். அறை முழுவதும் உணர்ச்சிப் பெருக்கு

டிராகோ (உதட்டைச் சுழிக்கிறார். ஒவ்வொரு அசைவிலும் தந்தையின் பாசம்)

உங்களுக்குத் தங்கம் வேணுமா.... இன்னும் எது வேணும்னாலும் மால்பாய் கிட்ட இருக்கு.... அவன் என்னுடைய ஒரே வாரிசு... அவ என்னோட ஒரே ஒரு.... ஒற்றைக் குடும்பம்...

ஹெர்மியோன்

அமைச்சகத்துல இருப்பிலே ஏராளமா இருக்கு, நன்றி டிராகோ...

டிராகோ புறப்படுகிறார். நிற்கிறார். ஹேரியை வெறித்துப் பார்க்கிறார்.

டிராகோ

நீ யாராருக்கு என்னென்ன செய்தாய், யாரையெல்லாம் காப்பாத்தினாய் என்கிறதைப் பத்தி எனக்கு அக்கறையில்லை. என் குடும்பத்தைப் பொறுத்தவரை நீ ஒரு நிலையான சாபம், ஹேரி பாட்டர்.!

அங்கம் 1 காட்சி 18

மாயக் கலை அமைச்சகம், வராந்தை

ஸ்கார்பியஸ்/ஹேரி

உள்ளே தான் இருக்குதுன்னு உறுதியாத் தெரியுமா?

ஒரு காவலர் விரைவாக நடந்து செல்கிறார். ஸ்கார்பியஸ்/ஹேரியும் டெல்ஃபி/ஹெர்மோயினும் நடிப்பதற்கு முயலுகின்றனர்.

ஆமா, அமைச்சரே, உறுதியா, இது அமைச்சகம் விரிவாகச் சிந்திக்க வேண்டிய விஷயம் தான், ஆமா.

காவலர் (தலையை ஆட்டி)

அமைச்சருக்கு வணக்கம்.

டெல்பி/ஹெர்மியோன்

நாம் ஒன்றாகச் சேர்ந்து சிந்திப்போம்!

காவலர் நடந்து சென்று விடுகிறார். அவர்கள் நிம்மதிப் பெருமூச்சு விடுகின்றனர்.

உருவ ஒற்றுமையைப் பாதுகாத்துக் கொள்வதற்கான மருந்தைப் பயன்படுத்தும்படி அப்பா தான் சொன்னார். அதை நாம அமைச்சக அலுவலருடைய பானத்தில நழுவ விட்டிட்டோம். டைம் டர்னர் இங்கே இருப்பதாகவும் அவர் சொன்னார். எங்கே இருக்குன்னும் அவர் தான் சொன்னார் - மாயக் கலை அமைச்சருடைய அறையில.

அவள் ஒரு கதவைச் சுட்டிக் காட்டுகிறாள். திடீரென்று சத்தம் கேட்கிறது

ஹெர்மியோன் (தொலைவிலிருந்து)

ஹேரி...... நாம அதைப் பத்திப் பேசியாகணும்.....

ஹேரி (தொலைவிலிருந்து)

அதைப் பத்திப் பேசுவதற்கு எதுவும் இல்லை.

டெல்ஃபி/ஹெரமியோன்

வேணாம்.

ஆல்பஸ்/ரோன்

ஹெர்மியோன். அப்பா கூட.

திடிரென ஏற்பட்ட பதட்டம் தொற்றிக் கொள்கிறது.

ஸ்கார்பியஸ்/ஹேரி

சரி, ஒளிவிடம். ஒளியறதுக்கு இடமே இல்லை. கண்ணுக்குத் தெரியாமல் இருப்பதற்கான மாயவித்தை ஏதாவது யாருக்காவது தெரியுமா?

டெல்ஃபி/ஹெர்மியோன்

போகலாமா - அவங்க அலுவலகத்துக்கு உள்ளே?

ஆல்பஸ்/ரோன்

அவுங்க தன்னோட அலுவலகத்துக்கு வருவாங்க!

டெல்ஃபி/ஹெர்மியோன்

வேற இடமே இல்லை.

அவள் கதவைத் திறக்க முயலுகிறாள். மீண்டும் முயலுகிறாள்

ஹெர்மியோன் (தொலைவிலிருந்து)

என்னோடையாவது ஜின்னி கூடவாவது பேச மாட்டியா...

ஸ்கார்பியஸ்/ஹேரி

திறந்து கொள்! அல்ஹோமோரா'

அவன் தன்னுடைய மந்திரக்கோலால் கதவைக் குறிவைக்கிறான். கதவின் சிறகுகள் திறந்து கொள்கின்றன. மகிழ்ச்சியில் பல்லைக் காட்டுகிறான்

ஆல்பஸ், அவுங்களைத் தடுத்து நிறத்து. நீ தான் செய்தாணும்.

ஹேரி (தொலைவிலிருந்து)

பேசறதுக்கு என்ன இருக்கு?

ஆல்பஸ்/ரோன்

நானா? எதுக்கு?

டெல்ஃபி/ஹெர்மியோன்

எங்கல்ல யாராலையும் முடியாது. முடியுமா? நாங்க அவுங்களாகவே இருக்கோம்.

ஹொமியோன் (தொலைவிலிருந்து)

நீ சொல்றது ரொம்பவே தப்பு - ஆனால் - இதுல கவனிக்க வேண்டியது நெறைய இருக்கு -

ஆல்பஸ்/ரோன்

என்னால முடியாது... என்னால முடியாது...

வாக்குவாதம் நடக்கிறது. இறுதியில் ஆல்பஸ் ஒத்துக் கொள்கிறான். கதவுக்கு வெளியில் நிற்கிறான். ஹெர்மியோனும் ஹேரியும் தொலைவிலிருந்து நுழைகிறார்கள்

ஹேரி

ஹெர்மியோன், உன்னோட அக்கறைக்கு ரொம்ப நன்றி! ஆனா, அது தேவையிலலை -

ஹெர்மியோன்

ரோன்!

ஆல்பஸ்//ரோன்

என்ன ஆச்சரியம்!!!

ஹெர்மியோன்

இங்கே என்ன பண்ணிக்கிட்டிருக்கீங்க?

ஆல்பஸ்/ரோன்

மனைவியைப் பாக்கறதுக்குக் கணவனுக்குக் காரணம் வேணுமா?

ஹெர்மியோனை அழுத்தமாக முத்தமிடுகிறான்

ஹேரி

நான் போகணும்....

ஹெர்மியோன்

ஹேரி, நான் சொல்றது என்னான்னா, டிராகோன் என்ன சொன்னாலும்... ஆல்பஸுக்கு நீங்க என்ன சொல்லியிருந்தாலும், அதையே நினைச்சுக்கிட்டிருக்கிறதால யாருக்கும் எந்த நல்லதும் நடந்திடப் போறதில்லை....

ஆல்பஸ்/ரோன்

ஒ, நான் - (தன்னைத் திருத்திக் கொள்கிறான்)ஆல்பஸ் தன் மகனா இருந்திருக்க வேணாமுன்னு சில சமையங்களில் நினைச்சதாக ஹேரி சொன்னதைப் பத்தித் தான் பேசிக்கிட்டிருக்கீங்களா?

ஹெர்மியோன்

ரோன்!

ஆல்பஸ்/ரோன்

உள்ளே போறதைக் காட்டிலும், வெளியே... நான் சொல்றது அது தான்!

ஹெர்மியோன்

அவனுக்குத் தெரியும்... நாமெல்லாம் சொல்லணும்னு நினைக்காததையெல்லாம் சொல்வோம்ன்னு - அது அவனுக்குத் தெரியும்...

ஆல்பஸ்/ரோன்

ஆனால், சில சமையங்கள்ல நாம சொல்லணும்னு நினைச்சதையே சொல்லிட்டா...அப்ப என்ன பண்றது?

ஹெர்மியோன்

நேர்மையாகச் சொல்றேன், இப்ப சரியான நேரமில்லை

ஆல்பஸ்/ரோன்

உண்மை தான், இது நேரமல்ல, நான் போய்ட்டு வருகிறேன், செல்லம்!

ஆல்பஸ்/ரோன் அவள் செல்வதைப் பார்த்துக் கொண்டிருக்கிறான். வேகமாக நடந்து, அலுவலகத்தை விட்டு வெளியே செல்வாள் என்று நம்பினான். ஆனால், அவள் அப்படிச் செய்யவில்லை. கதவு வழியாக அவள் உள்ளே நுழைவதற்கு முன் அவளைத் தடுத்து நிறுத்துவதற்காக ஓடுகிறான். தனது இடுப்பை இப்படியும் அப்படியும் அசைத்து, மீண்டும் மீண்டும் அவளை உள்ளே நுழையவிடாமல் தடுக்கிறான்

ஹெர்மியோன்

என்னோட அலுவலகத்துக்குள்ள நுழைய விடாமல் ஏன் தடுக்கிறாய்?

ஆல்பஸ்/ரோன்

நான் எதையும் தடுக்கலையே!

அவள் மறுபடியும் அறைக்குள் நுழைய முற்படுகிறாள். அவன் தடுக்கிறான்

ஹெர்மியோன்

நீ தடுக்கிற... ரோன், என்னை அறைக்குள்ள போக விடு.

ஹெர்மியோன் அவனை மீறி உள்ளே நுழைய முயற்சிக்கிறாள்

ஆல்பஸ்/ரோன்

நமக்கு இன்னொரு குழந்தை வேணும்!

ஹெர்மியோன்

என்னது?

ஆல்பஸ்/ரோன்

இன்னொரு குழந்தை இல்லைன்னா, ஒரு விடுமுறை நாள்! எனக்கு ஒரு குழந்தை அல்லது ஒரு நாள் விடுமுறை வேணும்! எனக்குக் கட்டாயமாக வேணும். அதைப் பத்தி அப்புறமா லீக்கி கால்ட்ரன்ல ஒரு கோப்பை மதுவுடன் பேசலாமா, தேனே?

கடைசியாக ஒருமுறை அவள் அறைக்குள் நுழைய முயற்சிக்கிறாள். ஒரு முத்தத்துடன் அவளைத் தடுத்து நிறுத்துகிறான். அது மிகப் பெரிய போராட்டமாகவே உருவெடுக்கிறது. ஹெர்மியோன் சற்றே சிந்திக்கிறாள். அவனைச் சந்தேகத்துடன் உற்றுப் பார்க்கிறாள். மீண்டும் கதவைப் பார்க்கிறாள். எதிர்ப்பைத் தணித்துக்கொள்கிறாள்

ஹெர்மியோன் (மனமிரங்கியவாறு)

நாற்றமெடுத்த இன்னொன்னு ஏதாவது இருந்ததுன்னா மெர்லின் உனக்கு உதவாமற் போகலாம். பரவாயில்லை. மக்ல்ஸ்க்கு புதிய தகவல்களை எப்படியும் சொல்லியாகணும்.

அவள் வெளியேறுகிறாள். ஹேரியும் அவளுடன் வெளியேறுகிறார். அவன் கதவை நோக்கித் திரும்புகிறாள். அவள் மறுபடியும் தோன்றுகிறாள், இம்முறை தனியாக...

ஒரு குழந்தை இல்லாட்டி விடுமுறை நாளா...? கொஞ்ச நாளா நீ அளவுக்கு மேலே போறே, புரிஞ்சுக்க?

ஆல்பஸ்/ரோன்

அதனால தான நீ என்னைத் திருமணம் செய்துக்கிட்ட, இல்லையா? என்னோட இன்ப உணர்வு வேடிக்கை!

அவள் மறுபடியும் வெளியேறுகிறாள். அவன் கதவைத் திறக்கத் தொடங்குகிறான். ஆனால், அவள் மீண்டும் தோன்றுகிறாள், அவன் கதவை அறைந்து சாத்திக் கொள்கிறான்.

ஹெர்மியோன்

எனக்கும் மீனை ருசி பார்க்கத் தெரியும். கொஞ்ச நாளைக்கு அந்த மீன் வகைப் பண்டங்களிலிருந்து ஒதுங்கியிருன்னு சொல்றேன்.

ஆல்பஸ்/ரோன்

நீ சொல்றது சரி தான்!

அவள் வெளியேறுகிறாள். அவள் சென்றுவிட்டாளா என்பதைச் சோதிக்கிறான். நிம்மதி அவன் மனத்தில் நிரம்பி வழிகிறது. கதவைத் திறக்கிறான்.

அங்கம் 1 காட்சி 19

மாயக்கலை அமைச்சகம், ஹெர்மியோன் அலுவலகம்

ஸ்கார்பியஸ்/ஹேரியும் டெல்ஃபி/ஹெர்மியானும் ஹெர்மியோனுடைய அலுவலகக் கதவின் மறுபுறம் காத்திருக்கின்றனர். ஆல்பஸ்/ரோன் உள்ளே நுழைகிறான். களைப்பினால் சுணங்குகிறான்

ஆல்பஸ்/ரோன்

இதெல்லாம் ரொம்பவே மாய மந்திரமா இருக்கு!

டெல்ஃபி/ஹெர்மியோன்

ஜமாய்ச்சுட்ட! தடுத்து நிறுத்தின நடிப்பு பிரமாதம்!

ஸ்கார்பியஸ்/ஹேரி

உன்னைப் பாராட்டுறதா, ஆத்திரமடையறதான்னு தெரியலை.. ஐநூறு தடவை உன் அத்தைக்கு முத்தம் கொடுக்கிற...!

ஆல்பஸ்/ரோன்

ரோன் அந்த அளவுக்குப் பாசமுள்ள ஆளு! ஸ்கார்பியஸ், நான் அவுங்க கவனத்தை திசை திருப்பவே முயற்சி பண்ணினேன். திசை திருப்பவும் செய்தேன்..!

ஸ்கார்பியஸ்/ஹேரி

அப்புறம்... உன் அப்பா என்ன சொன்னாரு...?

டேல்ஃபி/ஹெர்மியோன்

பசங்களா... அவுங்க திரும்பி வந்துருவாங்க... நமக்கு நேரம் அதிகமா இல்லை...

ஆல்பஸ்/ரோன்:

சொல்வதைக் கேட்டாயா..?

டெல்ஃபி/ஹெர்மியோன்

டைம் டர்னரை ஹெர்மியோன் எங்கே வைச்சிருப்பாங்க? (அவள் அறையைச் சுற்றி நோட்டமிடுகிறாள். புத்தக

அடுக்குகள் கண்ணில் படுகின்றன.) புத்தக அடுக்குகள்ல தேடுங்க.

அவர்கள் புத்தக அடுக்குகளில் தேடுகிறார்கள். ஸ்கார்பியஸ்/ஹேரி தன் நண்பனை அக்கறையுடன் பார்க்கிறான்

ஸ்கார்பியஸ்/ஹேரி

ஏங்கிட்ட ஏன் சொல்லவில்லை?

ஆல்பஸ்/ரோன்

நான் அவருக்கு மகனாப் பிறந்திருக்கக் கூடாதுன்னு நெனைச்சாராம். என் அப்பா சொன்னார். இதை வெளியே சொல்ல யாரும் விரும்ப மாட்டாங்க..!

ஸ்கார்பியஸ்/ஹேரி என்ன சொல்லலாம்ன்னு யோசிக்கிறான்.

ஸ்கார்பியஸ்/ஹேரி

எனக்குத் தெரியும் - வோல்டெமோர்ட் கதை - உண்மையில்லை - உனக்கும் தெரியும் - ஆனாலும் சில சமையங்களிலே எங்கப்பா நினைக்கிறது எனக்குத் தெரியும் இப்படி ஒன்னை எப்படி உற்பத்தி செய்தேன்?

ஆல்பஸ்/ரோன்

எங்கப்பா சொன்னதைக் காட்டிலும் பரவாயில்லை. அவரு பெரும்பாலான நேரத்தை என்னை எப்படிக் கைகழுவி விடுறதுன்னு நினைக்கிறதுல தான் செலவு பண்றாருன்னு எனக்கு நிச்சயமாத் தெரியும்.

டெல்ஃபி/ஹெர்மியோன் அவர்களுடைய கவனத்தைப் புத்தக அடுக்குகளில் தேடுறதுல எப்படிக் கொண்டு வருவது என்று முயற்சிக்கிறாள்.

டெல்ஃபி/ஹெர்மியோன்

வந்த வேலையிலே கவனத்தைச் செலுத்தலாமே.

ஸ்கார்பியஸ்/ஹேரி

நான் சொல்றது என்னன்னா - ஏதோ காரணமிருக்கு - ஆல்பஸ், நாம் நண்பர்களா இருக்கிறோம் - ஒருத்தரை ஒருத்தர் கண்டு பிடிச்சுக்கிட்டதிலே ஏதோ காரணம் இருக்கு. இந்த சாகசச் செயல் எதுவா வேணுமின்னாலும் இருந்துட்டுப் போகட்டும்....

புத்தக அடுக்கில் அவனைக் கோபங் கொள்ளச் செய்கிற புத்தகம் ஒன்றைக் காண்கிறான்

இந்த அடுக்குகள்ல இருக்கிற புத்தகங்களைப் பார்த்தாயா? ஆழமான அர்த்தமுள்ள புத்தகங்களும் இருக்கு, சில தடைசெய்யப்பட்டவை, சில சபிக்கப்பட்டவை.

ஆல்பஸ்/ரோன்

கடினமான, உணர்வெழுச்சியான பிரச்சினைகளிலிருந்து கவனத்தைத் திருப்ப, ஸ்கார்பியஸை நூல் நிலையத்துக்குக் கொண்டு போனால் போதும்.

ஸ்கார்பியஸ்/ஹேரி

இத்தகைய புத்தகங்கள் எல்லாம் தடைசெய்யப்பட்டவை என்கிற பகுதியைச் சேர்ந்தவை. பெருந்தீங்கு விளைவிக்கும் மாயக்கலை, பதினைந்தாம் நூற்றாண்டு பேய்கள், பேய் விரட்டுபவனின் பாடல்கள் -இவை ஹாக்வார்ட்ஸில் கூட அனுமதிக்கப்படுவதில்லை!

ஆல்பஸ்/ரோன்

நிழல்களும் ஆவிகளும், ஆவிகள் மூலம் குறி சொல்வதற்கான வழிகாட்டி நூல்!

டெல்ஃபி/ஹெர்மியோன்

அதெல்லாம் நமக்குச் சம்பந்தமில்லாதவை, இல்லையா?

ஆல்பஸ்/ரோன்

நிறம் மாறும் மணிக்கல் தீயின் உண்மை வரலாறு, அதிகாரச் சாபமும் அதனைக் கெட்டவழியில் பயன்படுத்தும் விதமும்.

ஸ்கார்பியஸ்/ஹேரி

இதோ கார்....சிபில் ட்ரெலானி எழுதிய என் கண்களும் அவைகளுக்கு அப்பால் காணும் விதமும் என்கிற புத்தகம். ஆரூடம் பற்றியது. ஹொமியோன் ஆரூடத்தை வெறுப்பவர். இது விநோதமா இருக்கு. இதுவும் ஒரு கண்டுபிடிப்பு தான்...

அடுக்கிலிருந்து புத்தகத்தை இழுத்தான். அது திறந்தபடி விழுந்தது. பேசத் தொடங்கியது:

புத்தகம்

முதலாவதே நான்காவது, ஒரு ஏமாற்றம் தரும் குறி நிறுத்தப்பட்டதில் காண்பாய், நிறுத்தப்படும் இடத்தில் அல்ல.

ஸ்கார்பியஸ்/ஹேரி

சரி தான்! பேசும் புத்தகம். கொஞ்சம் மாய வித்தை தான்!

புத்தகம்

இரண்டாவது இரண்டு கால்களால் நடப்போரைக் காட்டிலும் குறைந்த அழகுள்ளது.

அழுகக்கடைந்தது, முடி நிறைந்தது, முட்டையின் நோய்.

ஏறுவதற்கான மலை, செல்வதற்கான வழி இரண்டுமே மூன்றாவது.

ஆல்பஸ்/ரோன்

இது ஒரு புதிர். அது நமக்கு ஒரு புதிர் போடுகிறது.

புத்தகம்

நகரத்தில் ஒரு திருப்பம், ஏரி ஒன்றின் ஊடே ஒரு சறுக்கல்.

டெல்ஃபி/ஹெர்மியோன்

என்ன செஞ்சிருக்கீங்க?

ஸ்கார்பியஸ்/ஹேரி

நான் ஒரு புத்தகத்தைத் திறந்தேன். இந்தப் பூமியில் நான் இருந்த இத்தனை ஆண்டுகளில் செய்யாத ஆபத்தான செயலைச் செய்து விட்டேன்.

புத்தகங்கள் வெளியே நீண்டு ஆல்பஸ்/ரோனைப் பிடிக்க முயன்றது. அவற்றினுடைய பிடியிலிருந்து அவன் ஒருவழியாகத் தப்பித்துக் கொண்டான்.

ஆல்பஸ்/ரோன்

என்னது அது?

டெல்ஃபி/ஹெர்மியோன்

அவுங்க இங்கே ஆயுதங்களைப் பொறுத்தி வைச்சிருக்காங்க. அவுங்க தமது நூலகத்தை ஆயுதப்படுத்தியிருக்காங்க. இந்த இடத்தில தான் டைம் டர்னர் இருக்க வேண்டும். புதிரை விடுவித்தால் நாம் அதைக் காணலாம்.

ஆல்பஸ்/ரோன்

முதலாவது தான் நாலாவது. நிறுத்தப்பட்டதில் காண்பாய் நிறுத்தப்பட்ட இடத்தில் அல்ல.

டெல்ஃபியைப் புத்தகங்கள் விழுங்குவதற்கு முயற்சிக்கத் தொடங்குகின்றன

ஸ்கார்பியஸ்/ஹேரி

இரண்டாவது முட்டையின் நோய். இரண்டு கால்களால் நடப்போரைக் காட்டிலும் குறைந்த அழகு....

டெல்ஃபி/ஹெர்மியோன் (உணர்ச்சிப் பெருக்குடன்)

மென் -டெ - மென் -டார்ஸ். பைத்தியக்காரர்கள் பற்றிய புத்தகத்தை நாம் எடுக்க வேண்டும். (அவள் புத்தக அடுக்கை நெருங்குகிறாள். அது அவளை விழுங்க முயற்சிப்பதைக் கண்டு வியப்படைகிறாள். புத்தக அடுக்கு அவளை இழுக்கிறது) ஆல்பஸ்!

ஆல்பஸ்/ரோன் புத்தக அடுக்கை நோக்கி விரைந்து செல்கிறான். ஆனால், அதற்குள் அவள் முழுமையாக விழுங்கப்படுகிறாள்.

ஆலல்பஸ்/ரோன்

டெல்ஃபி, என்ன நடக்கிறது!

ஸ்கார்பியஸ்/ஹேரி

ஆல்பஸ், உற்றுக் கவனி! அவள் சொன்னதைச் செய்! மைபத்தியக்காரர்கள் பற்றிய புத்தகத்தை எடு. ரொம்பக் கவனமாக இரு!

ஆல்பஸ்/ரோன்

இங்கெ இருக்கு, ஆதிக்கம் செய்யும் பைத்தியங்கள்: அஸ்கபான் உண்மை வரலாறு,

அந்தப் புத்தகம் திறந்தவாறு பறக்கிறது. ஸ்கார்பியஸ்/ஹேரி அருகில் ஆபத்து விளைவிக்கும் வகையில் ஊசலாடுகிறது.அவன் அதனிடமிருந்து தாவித் தப்பித்துக் கொள்ள வேண்டியிருக்கிறது. அவன் ஒரு புத்தக அடுக்கின் மீது வலுவாக மோதிக் கொள்கிறான். அந்த அடுக்கு அவனை விழுங்குவதற்கு முயற்சிக்கிறது

புத்தகம்:

நான் ஒரு கூண்டில் பிறந்தேன்
கோபத்தால் அதை சிதைத்தேன்
என்னுள் இருந்த ஒல்லிப் பாச்சான்
என்னைத் தடுத்து நிறுத்திய ஒன்றிலிருந்து
பிரித்தெடுத்து என்னை விடுவித்தான்

ஆல்பஸ்/ரோன்

வோல்டெமோர்ட்.

டெல்ஃபி மறுபடியும் தனது உருவில் புத்தகங்களூடே மூழ்குகிறாள்

டெல்ஃபி

விரைவாக வேலை செய்யுங்கள்!

அவள் மீண்டும் கத்தியபடியே உள்ளே இழுக்கப்படுகிறாள்

ஆல்பஸ்/ரோன்

டெல்ஃபி! டெல்ஃபி!!

அவன் அவளுடைய கையைப் பற்றிக் கொள்ள முயலுகிறான்.ஆனால் அவள் மறைந்துவிட்டாள்

ஸ்கார்பியஸ்/ஹேரி

அவள் தானாகவே மறுபடியும் வந்துவிடுவாள் - கவனித்தாயா?

ஆல்பஸ்/ரோன்

இல்லை!புத்தகஅடுக்குஒன்றால்அவள்தின்னப்பட்டுவிடுவாளோ என்னு நான் ரொம்பக் கவலைப்படுகிறேன். கண்டுபிடி, ஏதாவது. அவனைப் பத்தி ஏதாவது.

அவன் ஒரு புத்தகத்தைக் காண்கிறான்.

ஸ்லைதெரினின் வாரிசு! நீ நினைக்கிறாயா?

அடுக்கிலிருந்து அந்தப் புத்தகத்தை இழுக்கிறான். அது பின்னால் இழுக்கிறது. அவன் நம்பிக்கையற்ற நிலையில் போராடுகிறான், ஆனால் ஆல்பஸ் / ரோன் புத்தக அடுக்கினால் விழுங்கப்படுகிறான்

ஸ்கார்பியஸ்/ஹேரி

ஆல்பஸ்' ஆல்பஸ்!1

ஸ்கார்பியஸ்/ஹேரி அவனைப் பிடிப்பதற்குள் அவன் மறைந்துவிடுகிறான். ஒரு கணம் சிந்திக்கிறான், சந்தேகம் நிரம்புகிறது, இப்பொழுது வேலையை முடிக்க வேண்டியது தனது பொறுப்பு என்பதை உணருகிறான்

சரி, அதுவல்ல. வோல்டெமோர்ட். வோல்டெமோர்ட். வோல்டெமோர்ட்.

அடுக்குகளை ஊடுருவிப் பார்க்கிறான்

மார்வோலோ

உண்மை, இதுவாகத் தான் இருக்க வேண்டும்.

அதனை இழுத்துத் திறக்கிறான். அது மீண்டும் ஊசலாடுகிறது. மிணுக் மிணுக்கென்று ஒளிவிடுகின்றது. முன்பு கேட்டதைக் காட்டிலும் ஆழமான குரல்

புத்தகம்

நீ பார்த்தறியாக படைப்பு நான்
நீயே நான், நானே நான், எதிர் பாராத எதிரொலி
சில சமையங்களில் முன்புறம், பின்புறம் சிலசமையங்களில், நிலைத்ததொரு உறுதுணை, ஏனெனில் நாம் பிணைக்கப்பட்டுள்ளோம்!

ஆல்பஸ் தன்னுடைய உருவத்தில் புத்தகத்திலிருந்து தோன்றுகிறான்

ஸ்கார்பியஸ்/ஹேரி

ஆல்பஸ்...

அவனை அவன் பிடிப்பதற்கு முயலுகிறான். ஆனால், புத்தக அடுக்கு அவனைக் காட்டிலும் வலுவானதாக இருக்கிறது

ஆல்பஸ்

இல்லை. கொஞ்சம்.... யோசி.

ஆல்பஸ் வலிமையுடன் புத்தக அடுக்குக்குள் மறுபடியும் இழுக்கப்படுகிறான்

ஸ்கார்பியஸ்/ஹேரி

ஆனா, என்னால் முடியலை...கண்ணுக்குப் புலப்படாத எதிரொலி, அது என்னது? நான் நல்லவிதமாச் செய்யறதே யோசிக்கறது மட்டும் தான். தேவைப்படும் போது, என்னால யோசிக்க முடியலை...

புத்தகங்கள் அவனை உள்ளே இழுக்கின்றன. அவன் சக்தியற்றவனாகிப் போனான். அச்சுறுத்துவதாக இருக்கிறது.

ஒரே அமைதி! நம்முடைய மூவரும் விழுங்கப்பட்டு விட்டனர். அங்கே எதுவுமில்லை.

பிறகு பேரொலி - புத்தக அடுக்குகளிலிருந்து புத்தகங்கள் மழையென விழுகின்றன - புத்தகங்களை அடித்துத் தள்ளிக் கொண்டு ஸ்கார்பியஸ் மறுபடியும் தோன்றுகிறான்

ஸ்கார்பியஸ்

வேண்டாம்! சிபில் ட்ரெலானி! நீ செய்யாதே!! வேணாம்!

சுற்றிலும் நோட்டமிடுகிறான். ஒடுங்கிப் போனான். ஆனால், ஆற்றல் நிரம்பியுள்ளான்.

இதெல்லாம் தப்பு, ஆல்பஸ்! உன்னால நான் சொல்றதைக் கேட்க முடியுதா? இதெல்லாம் ஒரு கேடு கெட்ட டைம் டர்னருக்காகவா! யோசிடா, ஸ்கார்பியஸ், யோசி!

புத்தகங்கள் அவனைப் பற்றிக் கொள்வதற்கு முயலுகின்றன. அவன் தப்பித்துக் கொள்கிறான்.

நிலையான உறுதுணை. சிலசமையங்களில் முன்புறம், பின்புறம் சிலசமையங்களில்.. பிடித்துக் கொள். நான் இதை நழுவவிட்டுவிட்டேன். நிழல்! இது நிழல்களும் ஆவிகளும் என்கிற புத்தகமாக இருக்கணும்....

அவன் புத்தக அடுக்குகளின் மீது ஏறுகிறான். அது அவனை நோக்கி எழும்பி அச்சுறுத்துகிறது. ஒவ்வொரு படியிலும் அவனைப் பற்றிக் கொள்ள முயலுகிறது. அடுக்கிலிருந்து அந்தப் புத்தகத்தை இழுக்கிறான். அது வெளியே வருகிறது. கூச்சலும் குழப்பமும் திடீரென நின்றுவிடுகிறது.

இதுவா -

திடீரென அடித்துத் தள்ளும் ஓசை. ஆல்பஸும் டெல்ஃபியும் அடுக்குகளிலிருந்து கீழே தரையில் விழுகின்றனர்

தோற்கடிச்சுட்டோம். தோற்கடிச்சுட்டோம். நூல்நிலையத்தைத் தோற்கடிச்சுட்டோம்!

அவன் கட்டை விரலை உயர்த்தி வெற்றிக் குறி காட்டுகிறான். ஆல்பஸ் கவலையுடன் டெல்ஃபியைப் பார்க்கிறான்

ஆல்பஸ்

டெல்ஃபி, நீ வந்துட்டியா...!

டெல்ஃபி

வாவ்! பெரிய வேட்டை தான்!

ஸ்கார்பியஸ் தன்னுடைய மார்புடன் பிடித்திருந்த புத்தகத்தை ஆல்பஸ் காண்கிறான்.

ஆல்பஸ்

அது தானா? ஸ்கார்பியஸ்? அந்தப் புத்தகத்துள்ள என்ன இருக்கு?

டெல்ஃபி

நாம கண்டுபிடிக்கணும்னு நினைக்கிறேன், இல்லையா?

ஸ்கார்பியஸ் புத்தகத்தைத் திறக்கிறான். அதன் மத்தியில் - சுழன்றுகொண்டிருக்கிற டைம் டர்னர்

ஸ்கார்பியஸ்

வாவ்! நாம் டைம் டர்னரைக் கண்டுபிடித்துவிட்டோம் - இந்த அளவு வெற்றி கிடைக்கும்னு நான் நினைக்கவே இல்லை.

ஆல்பஸ்

நண்பா, இப்போ நமக்கு இது கிடைச்சிருச்சு, நம்முடைய அடுத்த நடவடிக்கை செட்ரிக்கைக் காப்பாத்துறது. நம்ம பயணம் இப்பத்தான் துவங்கியிருக்கு.

ஸ்கார்பியஸ்

இப்பத் தான் துவங்கியிருக்கு. அதுக்குள்ள நம்மைப் பாதி கொன்னுருச்சு. நல்லது. இது நல்லதாகத்தான் இருக்கப் போகுது.

முணுமுணுப்புகள் உரத்த கத்தலாகின்றன. திரை விழுகிறது.

இடைவேளை

பகுதி ।

அங்கம் 2

அங்கம் 2 காட்சி 1

கனவு, பிரைவெட் ட்ரைவ், மாடிப்படிகளுக்குக் கீழே, அடுக்குப் பலகை

மாடிப் படிகளுக்குக் கீழே அடுக்குப் பலகையில் உறங்கிக் கொண்டிருந்த இளம் ஹேரி கொடுங்கனவு காண்கிறார். அப்படியும் இப்படியுமாகப் புரண்டவர், திரும்பி தன்னைச் சுற்றிலும் இருள் சூழ்ந்திருக்கக் காண்கிறார்.

பெச்சூனியா அத்தை (மேடைக்கு அப்பால்)

ஹேரி, ஹேரி, இந்தப் பானையெல்லாம் சுத்தமாவே இல்லை. இந்தப் பானைகள் ஒரு அவமானம், ஹேரி பாட்டர். எழுந்திரு!

இளம் ஹேரி விழித்துக் கொள்கிறான். பெச்சூனியா அத்தை தன்னை உலுக்கிக் கொண்டிருப்பதைக் காண்கிறான்

இளம் ஹேரி

பெச்சூனியா அத்தை! இப்ப நேரம் என்ன?

பெச்சூனியா அத்தை

நேரம் கேட்டதெல்லாம் போதும்! உனக்குத் தெரியுமா, உன்னை நாங்க வாங்கிக் கொள்ள ஒத்துக் கொண்ட போது, உன்னைத் திருத்தி, வளர்த்து, பண்பான மனிதனாக ஆக்க முடியும்னு நம்பினோம். இப்போ, எங்களை நாங்களே குற்றஞ் சொல்ல வேண்டியது தான் - இப்படி ஒன்னுக்கும் உதவாத ஏமாற்றமாப் போயிட்டியே!

இளம் ஹேரி

முயற்சி பண்றேன் -

பெச்சூனியா அத்தை

முயற்சி வெற்றியாகாது, ஆகுமோ? கண்ணாடி தம்ளர்களெல்லாம் பிசுக்குப் பிசுக்குன்னு இருக்கு,

பானைகள்ல ஒட்டுன அழுக்கு ஒட்டின படியே இருக்கு. எந்திரி, அடுக்களைக்குப் போயி அதையெல்லாம் தேய்ச்சுக் கழுவு.

அவன் படுக்கையை விட்டு எழுகிறான். அவனுடைய கால்சட்டையின் பின்புறம் ஈரமானதற்கான அடையாளம் தெரிகிறது.

ஓ.இல்லை. ஓ, இல்லை! என்ன செஞ்சிருக்க? மறுபடியும் படுக்கையில ஒன்னுக்குப் போயிட்டியா?

அவள் போர்வையை இழுக்கிறாள்

இதையெல்லாம் சகிக்கவே முடியாது.

இளம் ஹேரி

மன்னிச்சுக்கங்க, கெட்ட கனவு கண்டேன் போலயிருக்கு...

பெச்சூனியா அத்தை

அட, அருவருப்பான பயலே, ஆடு, மாடுக தான்டா தன் மேலே தானே ஒன்னுக்குப் போகும். இல்லாட்டா ஒன்னை மாதிரி அருவருப்பான பயலுக போவானுக...

இளம் ஹேரி

கனவுல என் அப்பா, அம்மா வந்தாங்க. அவுங்க சாகிற மாதிரி கண்டேன்னு நினைக்கிறேன்.

பெச்சூனியா அத்தை

அதைப் பத்தி எனக்குக் கொஞ்சம் கூட அக்கறை இல்ல.

இளம் ஹேரி

அட்கவா அட் - ஏதோ ஒன்னு - அகாப்ரா - அட் -ன்னு ஒரு ஆளு கத்தினா - அப்புறம் பாம்பு சீறுகிற சத்தம். என் அம்மா கூச்சலிட்டாள்.

பெச்சூனியா அத்தை தன்னை ஆசுவாசப் படுத்திக் கொண்டாள்

பெச்சூனியா அத்தை

உண்மையிலேயே நீ அவுங்க சாவை நினைச்சுப் பாத்திருந்தாயானால், திடீர்னு வண்டியை நிறுத்திற கிரீச் சத்தமும் மோதுற அதிர்ச்சியும் தான் கேட்டிருக்கணும். உன்னைப் பெத்தவங்க கார் விபத்துல செத்தாங்க. உனக்குத் தெரியும். உங்கம்மா கூச்சலிடுறதுக்குக் கூட வாய்க்கலை. அதுக்கு மேல ஆண்டவர் தான் உன்னைக் காப்பாத்துனாரு. இப்ப, அந்தப் போர்வைகளை நீக்கிட்டு, அடுக்களையில

தேய்க்கிற வேலையப் பாரு. உனக்கு மறுபடியும் சொல்ல வேண்டியதில்லைன்னு நினைக்கிறேன்.

கதவைச் சாத்தும் சத்தத்துடன் அவள் வெளியேறுகிறாள். இளம் ஹேரி போர்வைகளைக் கையில் பிடித்தபடி தனியே நிற்கிறான்.

மேலும், மேடை கோணலும் மாணலுமாகிறது. மரங்கள் எழுகின்றன. முற்றிலும் வேறுபட்ட ஏதோவொன்றாக கனவு மாறுகிறது.

திடீரென்று, மரங்களிலிருந்து ஆல்பஸ் தோன்றுகிறான். இளம் ஹேரியைப் பார்த்துக் கொண்டு நிற்கிறான். பிறகு, அறையின் பின்பக்கத்திலிருந்து வரும் பார்செல் மொழி அரங்கு முழுவதும் எதிரொலிக்கிறது. அவன் வருகிறான். அவன் வருகிறான். மிகத்தெளிவான குரலில் அந்த வார்த்தைகள் சொல்லப்பட்டன. வோல்டெமோர்ட்டின் குரல்....

ஹேரி பாட்டர்...

அங்கம் 2 காட்சி 2

ஹேரி, ஜின்னி பாட்டர் இல்லம், மாடிப்படிகள்

கருக்கலில் ஹேரி விழித்துக்கொள்கிறார். ஆழமாக மூச்சிழுத்துவிடுகிறார். அவருடைய களைப்பு உணர்ந்து கொள்ளக் கூடியதாகவும், அவருடைய அச்சம் அவரை அமிழ்த்துவதாகவும் இருக்கிறது

ஹேரி
வெளிச்சம்!

ஜின்னி நுழைகிறாள். வெளிச்சத்தைக் கண்டு வியக்கிறாள்

ஜின்னி
நல்லா இருக்கீங்க தானே....?

ஹேரி
நான் தூங்கிக்கிட்டிருந்தேன்.

ஜின்னி
நீங்க தூங்குனீங்க.

ஹேரி
நீ தூங்கலையா? ஏதாவது - செய்தியா? ஏதாவது ஆந்தை கொண்டு வந்ததா...அல்லது...?

அவரை சோர்வுடனும் பயத்துடனும் ஜின்னி பார்க்கிறாள்

ஜின்னி
எதுவுமில்லை.

ஹேரி
நான் கனவு கண்டேன். நான் படிக்கட்டுகளுக்குக் கீழே இருந்தேன். அப்புறம் - அவனுடைய குரலைக் கேட்டேன் - வோல்டெமோர்ட் - தெளிவாக.

ஜின்னி

வோல்டெமோர்ட்டா?

ஹேரி

அப்புறம், ஆல்பஸைப் பார்த்தேன் - சிவப்பு உடையில் - டம்ஸ்ட்ராங் ஆடையை அணிந்திருந்தான்.

ஜின்னி

டம்ஸ்ட்ராங் ஆடைகளா?

ஹேரி யோசிக்கிறார்.

ஹேரி

ஜின்னி, எனக்குத் தெரியும், அவன் எங்க இருக்கான்னு....

அங்கம் 2 காட்சி 3

ஹாக்வார்ட்ஸ், தலைமை ஆசிரியை அலுவலகம்

ஹேரியும் ஜின்னியும் பேராசிரியர் மேக்கோனகல் அலுவலகத்தில் நிற்கின்றனர்

பேராசிரியர். மேக்கோனகல்

ஃபர்பிடன் ஃபாரெஸ்ட் எங்கிருக்குன்னு எங்களுக்குத் தெரியாது.

ஹேரி

இது போல கனவு பல ஆண்டுகளா நான் கண்டதில்லை. ஆனா, ஆல்பஸ் அங்கே தான் இருந்தான். எனக்குத் தெரியும் அவன் அங்கே இருந்தான்னு.

ஜின்னி

முடிந்தவரைக்கும் சீக்கிரமாத் தேடியாகணும்

பேராசிரியர். மேக்கோனகல்

உங்களுக்கு உதவ பேராசிரியர். லாங்பாட்டமை அனுப்புறேன் - அவருடைய தாவர வகை அறிவு பயனுள்ளதா இருக்கலாம் - அப்புறம்-

திடீரென்று புகைபோக்கி நடுங்குகிறது, பேராசிரியர். மேக்கோனகல் கவலையுடன் அதனைப் பார்க்கிறார். பிறகு, ஹெர்மியோன் வெளியில் குதிக்கிறாள்.

ஹெர்மியோன்

அது உண்மையா? நான் உதவலாமா?

பேராசிரியர். மேக்கோனகல்

அமைச்சர்! - கொஞ்சம் கூட எதிர்பார்க்கலை...

ஜின்னி

அது என்னோட தப்பு - டெய்லி ஃப்ரா:ஃபெட் பத்திரிகையின் அவசரப் பதிப்பு வெளியிடும்படி நான் தான்

கேட்டுக்கிட்டேன். தன்னார்வத் தொண்டர்கள் வேணும்னு கேட்டு.

பேராசிரியர். மேக்கோனகல்

சரியானது. ரொம்ப அறிவுப்பூர்வமானது. ஒரு சிலர் வருவாங்கன்னு எதிர்பார்க்கிறேன்.

ரோன் மிகவும் அவசரமாக உள்ளே நுழைகிறார். உடலெங்கும் புகைக்கரி. குழம்புக் கறை படிந்த உணவு நேரத் துண்டுடன்.

ரோன்

எதையாவது தவற விட்டுட்டேனா - எங்கே போறதுன்னு என்னால முடிவு பண்ண முடியலை. ஒருவழியா கடைசியில அடுக்களைக்குள்ள புகுந்திட்டேன். (அவர் தன்னிடமிருந்து துண்டை இழுக்கும் போது ஹெர்மியோன் முறைத்துப் பார்க்கிறாள்.) என்ன?

திடீரென்று புகை போக்கி மீண்டும் ஒருமுறை நடுங்குகிறது. டிராகோ விரைவாக வருகிறார். புகைக்கரியும் புழுதியும் அவருடைய உடலிலிருந்து தூற்றலாக உதிர்கின்றன.

அனைவரும் அவரை வியப்புடன் பார்க்கின்றனர். தன்மீதுள்ள புகைக்கரியைத் துடைத்துக்கொண்டு நிற்கிறார்.

டிராகோ

மினர்வா, நீங்க இருக்கிற இடத்தைப் பத்தி வருத்தப்படுறேன்.

பேராசிரியர். மேக்கோனகல்

புகைபோக்கி வைச்சிருக்கிறது என்னோட தப்பு தான்!

ஹேரி

டிராகோ, உன்னைப் பார்த்ததில் பெரும் வியப்படைகிறேன். நீங்க என்னுடைய கனவை நம்பியிருக்க மாட்டீங்கன்னு நினைச்சேன்.

டிராகோ

நான் நம்பலை, ஆனால், உன்னுடைய நல்ல காலத்தின் மேல எனக்கு நம்பிக்கை உண்டு. செயல்பாடு இருக்கிற இடத்தில எல்லாம் ஹேரி பாட்டர் இருப்பாரு. எனக்கு என் மகன் வேணும். பாதுகாப்பாக வேணும்.

ஜின்னி

அப்படின்னா, ஃபர்பிடன் ஃபாரெஸெட்டுக்குப் போவோம், அவுங்களைப் பார்ப்போம்.

அங்கம் 2 காட்சி 4

ஃபர்பிடன் ஃபாரெஸ்ட்டின் விளிம்புப் பகுதி

ஆல்பஸும் டெல்ஃபியும் மந்திரக்கோலைப் பிடித்தபடி ஒருவரை ஒருவர் பார்த்துக் கொண்டு நிற்கின்றனர்.

ஆல்பஸ்

எக்ஸ்பெல்லியாமஸ்!

டெல்ஃபியினுடைய மந்திரக்கோல் காற்றினூடே பறக்கிறது

டெல்ஃபி

இப்போ, நீ வாங்கிக்கிட்ட. நீ இதுல திறமைசாலி தான்.

அவள் தன்னுடைய மந்திரக்கோலை அவனிடமிருந்து திரும்ப எடுத்துக்கொள்கிறாள். கம்பீரமான குரலில்

'தவறாமல் ஆயுதத்தைப் பறிக்கும் இளைஞன், நீ'

ஆல்பஸ்

எக்ஸ்பெல்லியாமஸ்!

அவளுடைய மந்திரக்கோல் மறுபடியும் பறக்கிறது.

டெல்ஃபி

நமக்கு ஒரு வெற்றியாளன் இருக்கிறான்!

இருவரும் தமது உள்ளங்கைகளை மோதி பாராட்டிக் கொள்கின்றனர்

ஆல்பஸ்

மாயமந்திரத்தில் நான் எப்போதும் வெற்றி பெற்றதில்லை.

மேடையின் பின்புறத்திலிருந்து ஸ்கார்பியஸ் தோன்றுகிறான். தன் நண்பன் ஒரு பெண்ணுடன் பேசிக்கொண்டிருப்பதைக் காண்கிறான். அவனில்

ஒரு பகுதி அதனை விரும்புகிறது, மற்றொரு பகுதி வெறுக்கிறது.

டெல்ஃபி

நான் ஒன்றுக்குமற்றவளாக இருந்தேன் - அப்புறம் ஏதோ பொறி தட்டியது. உனக்கும் அப்படித்தான் ஆகப் போகிறது. நான் பெரிய சூனியக்காரியோ வேறு எதுமோ அல்ல. ஆனால், நீ ஒரு சிறந்த மந்திரவாதியாக வருவாய் என்று நினைக்கிறேன், ஆல்பஸ் பாட்டர்.

ஆல்பஸ்

அப்படியானால் நீ என் கூடவே இருந்து - இன்னும் கூடுதலாகச் சொல்லித் தரணும் -

டெல்ஃபி

உறதியாக, நான் உன் கூடவே இருப்பேன். நாமிருவரும் நண்பர்கள். இல்லையா?

ஆல்பஸ்

ஆமா. ஆமா. உறுதியாக நாம் நண்பர்கள். உறதியாக.

டெல்ஃபி

ரொம்ப நல்லது. விஸ்ஸூ!

ஸ்கார்பியஸ்

விஸ்ஸூன்னா என்ன?

ஸ்கார்பியஸ் தீர்மானமாக முன்னோக்கி அடியெடுத்து வைக்கிறான்

ஆல்பஸ்

அந்த மந்திரத்தை நான் முறிச்சுட்டேன். அதாவது, அது ரொம்பவே அடிப்படையான ஒன்னு. ஆனால், நான் - நல்லது, நான் அதை முறிச்சுட்டேன்.

ஸ்கார்பியஸ்

(ஆர்வமிகுதியாக இணைந்து கொள்ள முயலுகிறான்) பள்ளிக்குச் செல்கின்ற வழியை நான் கண்டுபிடிச்சிட்டேன். கவனி, இது செயல்படும் என்பதில் நாம் உறுதியா இருக்கோமா...

டெல்ஃபி

ஆமா!

ஆல்பஸ்

இது புத்திசாலித்தனமான யோசனை. மந்திரவாதிகளுக்கான மும்முனைப் போட்டிகளில் செட்ரிக் வெற்றி பெறாமல்

இருப்பது தான் அவன் கொல்லப்படாமல் இருப்பதற்கான இரகசியம். வெற்றி பெறவில்லை என்றால் அவன் கொல்லப்பட மாட்டான்

ஸ்கார்பியஸ்

அது எனக்குப் புரிகிறது ஆனால்.....

ஆல்பஸ்

முதலாவது நிகழ்வில் அவருடைய வாய்ப்புகளை முடிந்த அளவுக்கு மோசமானதாகக் குழப்பிவிட வேண்டியது அவசியம். ஒரு டிராகானிடமிருந்து தங்க முட்டையைப் பெறுவது தான் முதலாவது நிகழ்வு. டிராகானின் கவனத்தை செட்ரிக் எப்படி திசை திருப்பியிருப்பார் -

டெல்ஃபி தனது கைகளைக் காற்றில் உயர்த்துகிறாள். ஆல்பஸ் பல்லைக் காட்டியவாறு அவளைச் சுட்டிக் காட்டுகிறான். அவர்கள் இருவரும் இப்போது உண்மையிலேயே நல்லுறவோடு நடந்து கொள்கின்றனர்.

டிக்கோரி.

டெல்ஃபி

----ஒரு கல்லை நாயாக உருமாற்றம் செய்ததன் மூலமாக.

ஆல்பஸ்

---நல்லது, கொஞ்சம் எக்ஸ்பெல்லியாமஸ். அப்புறம் அவனால் அதனைச் செய்ய இயலாது.

டெல்ஃபி-ஆல்பஸின் இரட்டை நாடகத்தை ஸ்கார்பியஸால் சகித்துக்கொள்ள இயலவில்லை

ஸ்கார்பியஸ்

சரி, ரெண்டு கருத்துகள், முதலாவது கருத்து, டிராகான் அவரைக் கொல்லாது என்பதில் உறுதியாக இருக்கிறோம்!

டெல்ஃபி

எப்போதுமே இவனிடம் ரெண்டு கருத்துகள் உள்ளன, இல்லையா? உறுதியா, அது கொல்லாது, இது ஹாக்வார்ட்ஸ். அவர்கள் எந்தவொரு சாம்பியனுக்கும் பாதிப்பு ஏற்படுவதை அனுமதிக்க மாட்டார்கள்.

ஸ்கார்பியஸ்

சரி, ரெண்டாவது கருத்து - மிக, மிக முக்கியத்துவமானது - திரும்பி வருவோமா என்பது தெரியாமலேயே நாம் காலத்தின் பின்நோக்கிப் போகப் போகிறோம். அது

ரொம்பவே பதட்டமாக இருக்குது. அதால, முதலில் ஒரு மணி நேரம் பின்னோக்கிச் செல்ல முயற்சி செய்யலாம் - அதன் பிறகு...

டெல்ஃபி

வேணாம், ஸ்கார்பியஸ், நாம் நேரத்தை வீணடிக்கக் கூடாது. பள்ளிக்கு மிகவும் அருகாமையில் காத்திருப்பதென்பது மிகவும் ஆபத்தானது.. அவங்க தேடிக்கிட்டிருப்பாங்க என்பது உறுதி... உன்னையும்....

ஆல்பஸ்

அவ சொல்றது சரியானது.

டெல்ஃபி

இப்போ, நீங்க இதை அணிந்து கொள்ள வேண்டியது அவசியம்..

அவள் இரண்டு பெரிய காகிதப் பைகளை வெளியே இழுக்கிறாள். அவற்றிலிருந்து பையன்கள் மேலங்கிகளை எடுக்கிறார்கள்

ஆல்பஸ்

ஆனா இவை டம்ஸ்ட்ராங் அங்கிகள்.

டெல்ஃபி

என் பெரியப்பாவோட யோசனை. நீங்க ஹாக்வார்ட்ஸ் அங்கிகளை அணிந்திருந்தா மக்கள் உங்களை அடையாளம் கண்டு கொள்வர். ஆனால், இந்த மந்திரவாதிகளுக்கான மும்முனைப் போட்டிகள்ல வேறு இரண்டு பள்ளிகளும் போட்டியிடுகின்றன. நீங்க டம்ஸ்ட்ராங் அங்கிகள்ல இருந்தா - நல்லது - கூட்டத்திலே மறைஞ்சுக்கலாம். முடியாதா?

ஆல்பஸ்

நல்ல யோசனை! போட்டுக்கோ, உனக்கு அங்கி எங்கே?

டெல்ஃபி

ஆல்பஸ், நான் பெரியவளாத் தெரியிறேன், ஒரு மாணவரா என்னால பாசாங்கு பண்ண முடியும்னு நினைக்கல...நான் பின்னால இருந்துக்கிறேன்..டிராகானை அடக்குகிற ஆளு மாதிரி பாசாங்கு பண்ணிக்கிறேன். எல்லாவிதமான மந்திர சக்திகளையும் நீ பண்றியே.

அவளையும் அதன் பின்னர் ஆல்பஸையும் ஸ்கார்பியஸ் பார்க்கிறான்

ஸ்கார்பியஸ்

நீ வரக்கூடாது.

டெல்ஃபி

என்னது?

ஸ்கார்பியஸ்

நீ சொன்னது சரி தான்! மந்திர சக்தியைப் பயன்படுத்துறதுக்கு எங்களுக்கு நீ தேவையில்லை. நீ மாணவங்க அங்கியைப் போட்டுக்கலைன்னா, அதுல பெரிய ஆபத்து இருக்கு. மன்னுச்சுக்கோ, டெல்ஃபி, நீ வரக்கூடாது.

டெல்ஃபி

ஆனால், நான் வந்தாகணும், அவர் என் பெரியப்பா பிள்ளை, ஆல்பஸ்?

ஆல்பஸ்

அவன் சொல்றது சரின்னு நினைக்கிறேன். மன்னிச்சுக்கோ.

டெல்ஃபி

என்னது?

ஆல்பஸ்

நாங்க குழப்பிற மாட்டோம்.

டெல்ஃபி

நான் இல்லாமல் எப்படி நீங்க டைம் டர்னரை இயக்குவீங்க?

ஸ்கார்பியஸ்

டைம் டர்னரை எப்படி பயன்படுத்துறதுன்னு நீ சொல்லிக் கொடுத்திருக்க.

டெல்ஃபி மிகவும் மனமுடைந்து போனாள்

டெல்ஃபி

இல்லை, நான் உங்களைச் செய்ய விட மாட்டேன்....

ஆல்பஸ்

எங்களை நம்பும்படி நீ தான் உன் பெரியப்பாகிட்ட சொன்ன. இப்ப, நீயே மறுக்கிற. பள்ளி பக்கத்திலே தான் இருக்கு. உன்னை நாங்க இங்கே விட்டுட்டுப் போறோம்.

அவர்கள் இருவரையும் டெல்ஃபி நோட்டமிடுகிறாள். ஆழ்ந்த மூச்சிழுக்கிறாள். தனக்குத் தானே தலையை ஆட்டிக் கொண்டு புன்னகைக்கிறாள்

டெல்ஃபி

அப்படின்னா, போங்க. - இதை ஞாபக வைச்சுக்கோங்க - யாருக்கும் கிடைக்காத வாய்ப்பு இன்னைக்கு உங்களுக்குக் கிடைச்சிருக்கு - இன்னைக்கு நீங்க வரலாற்றையே மாத்தப் போறீங்க - காலத்தின் போக்கையே மாத்தப் போறீங்க. எல்லாத்துக்கும் மேலாக ஒரு கிழவருக்கு அவருடைய மகனைத் திருப்பித் தருகிற வாய்ப்பு உங்களுக்கு இன்னைக்குக் கிடைச்சிருக்கு.

அவள் புன்னகைக்கிறாள். ஆல்பஸைப் பார்க்கிறாள். கீழே குனிந்து அவனுடைய இரண்டு கன்னங்களிலும் அன்பாக முத்தமிடுகிறாள்.

காட்டிற்குள் நடந்து சென்று விடுகிறாள். ஆல்பஸ் அவளைப் பின்னாலிருந்து வெறித்துப் பார்க்கிறான்

ஸ்கார்பியஸ்

அவள் எனக்கு முத்தமிட வில்லை - கவனிச்சியா? (அவன் தன்னுடைய நண்பனைப் பார்க்கிறான்) உனக்கு என்னாச்சு, ஆல்பஸ்? கொஞ்சம் வெளிர் நிறமாத் தெரியிற. சிவப்பாவும். ஒரே சமையத்துல வெளிர் நிறமாகவும் சிவப்பாகவும்.

ஆல்பஸ்

நாம் இதைச் செய்வதற்குப் புறப்படுவோம்.

அங்கம் 2 காட்சி 5

ஃபர்பிடன் ஃபாரெஸ்ட்

காடு மிகப்பெரியதாகவும் அடர்த்தியாகவும் வளர்ந்து விட்டதைப் போல தோன்றுகிறது. மரங்களுக்கிடையே ஆட்கள் தேடிக்கொண்டிருக்கின்றனர் - காணாமல் போன மந்திரவாதிகளைத் தேடுகின்றனர். ஆனால், மெல்ல, மெல்ல ஆட்கள் கரைந்து போகின்றனர். கடைசியில் ஹேரி மட்டும் தனியே விடப்படுகிறார்.

ஏதோ அரவம் கேட்கிறார். தனக்கு வலது பக்கம் திரும்புகிறார்.

ஹேரி

ஆல்பஸ்? ஸ்கார்பியஸ்? ஆல்பஸ்?

அதன் பின்னர், குதிரைக் குளம்புகளின் சத்தம் கேட்கிறார். ஹேரி அச்சமடைகிறார். எங்கிருந்து சத்தம் வருகிறதென்று சுற்றுமுற்றும் நோட்டமிடுகிறார். திடீரென்று பேன் வெளிச்சத்தை நோக்கி வருகிறார். அவர் பிரமாண்டமானதொரு குதிரை மனிதர்.

பேன்

ஹேரி பாட்டர்.

ஹேரி

நல்லது. பேன், இப்பக் கூட என்னை அடையாளம் கண்டுட்டியே.

பேன்

உனக்கு வயசாயிருச்சு.

ஹேரி

உண்மை தான்

பேன்

ஆனால், அறிவு வளரலை. ஏன்னா, எங்க நிலத்துக்குள்ள அத்து மீறி நுழைஞ்சிருக்கே.

ஹேரி

குதிரை மனித இனத்தவரை நான் எப்போதும் மதிக்கிறவன். நாம் எதிரிகள் அல்ல. ஹாக்வார்ட்ஸ் போரிலே நாம் துணிச்சலுடன் சண்டையிட்டோம். உனக்குப் பக்கத்தில் நான் போரிட்டேன்.

பேன்

நான் என்னுடைய பங்கைச் செய்தேன். ஆனால், என் கூட்டத்தினருக்காகவும் எங்களுடைய மதிப்பிற்காகவும். உங்களுக்காக அல்ல. போருக்குப் பிறகு, இந்தக் காடு குதிரை மனித இனத்தவருக்கானது என்று முடிவானது. இப்போ நீ எங்களுடைய நிலத்தில் இருந்தால் - அதுவும் அனுமதி இல்லாமல் - நீ எங்களுடைய எதிரி.

ஹேரி

என்னுடைய மகனைக் காணோம், பேன். அவனைக் கண்டுபிடிக்க உதவி வேணும்.

பேன்

அவன் இங்கேயா இருக்கான்? எங்களுடைய காட்டிலா?

ஹேரி

ஆமா.

பேன்

அப்படின்னா, அவனும் உன்னைப் போலவே முட்டாள் தான்.

ஹேரி

உன்னால் உதவ முடியுமா, பேன்?

சற்றே அமைதி. ஆதிக்க உணர்வுடன் பேன் கீழ் நோக்கி ஹேரியைப் பார்க்கிறார்.

பேன்

எனக்குத் தெரிந்ததை சொல்ல மட்டுமே என்னால் முடியும்... அதுவும் உன்னுடைய நன்மைக்காகச் சொல்லவில்லை, எங்களுடைய கூட்டத்தாரின் நன்மைக்காகச் சொல்கிறேன். குதிரை மனித இனத்தவர் மற்றுமொரு போரினை விரும்பவில்லை.

ஹேரி

நாங்களும் விரும்பவில்லை. உனக்குத் தெரிந்தது என்ன?

பேன்

நான் உன்னுடைய மகனைப் பார்த்தேன், ஹேரி பாட்டர். நட்சத்திரங்களின் இயக்கங்களில் அவனைப் பார்த்தேன்.

ஹேரி

நட்சத்திரங்களின் இயக்கங்களில் நீ அவனைப் பார்த்தாயா?

பேன்

அவன் எங்கிருக்கிறான் என்று என்னால் சொல்ல முடியாது. நீ அவனை எப்படிக் கண்டுபிடிக்கப் போகிறாய் என்பதையும் என்னால் கூற முடியாது.

ஹேரி

ஆனால், நீ எதையோ பார்த்துவிட்டு, எதையோ கற்பனை பண்ணிக்கிட்டாய்?

பேன்

உன் மகனைச் சுற்றி கருமேகம் சூழ்ந்துள்ளது. மிகவும் ஆபத்தான கருமேகம்.

ஹேரி

ஆல்பஸைச் சுற்றியா?

பேன்

நம் எல்லாருக்கும் ஆபத்து விளைவிக்கப் போகிற கருமேகம். ஹேரி பாட்டர், நீ உன் மகனைப் பார்ப்பாய். ஆனால், அதன் பிறகு என்றென்றைக்கும் உன் மகனை நீ இழந்து விடுவாய்.

குதிரை கனைப்பதைப் போல சத்தமிடுகிறார். விரைவாகப் புறப்பட்டுச் சென்றுவிடுகிறார். பீதியடைந்த ஹேரி தனியே விடப்படுகிறார்.

ஹேரி மறுபடியும் தேடத் தொடங்குகிறார் - இப்போது, முன்பை விடப் பதட்டத்துடன்

ஹேரி

ஆல்பஸ்! ஆல்பஸ்!!

அங்கம் 2 காட்சி 6

ஃபர்பிடன் ஃபாரெஸ்ட்டின் விளிம்புப் பகுதி

ஸ்கார்பியஸும் ஆல்பஸும் மரங்களுக்கு இடையேயான இடைவெளியைக் கடக்க வேண்டிய இக்கட்டில் சிக்கிக்கொண்டனர்.

பிறருடைய கண்களில் தென்பட்டுவிடும் வகையிலான இடைவெளி... பேரொளிப் பிரவாகம்....

அதனைக் கண்ட ஆல்பஸ் விழுங்கிவிடுகிறான்

ஸ்கார்பியஸ்

அது தான் சரி....

ஆல்பஸ்

ஹாக்வார்ட்ஸ், முன்னெப்போதும் இந்தக் கோணத்தில் பார்த்ததில்லை.

ஸ்கார்பியஸ்

இப்பக் கூடக் கண் கூசுது, இல்லையா? நீ எப்பப் பார்த்தாய்?

மரங்களினூடே ஹாக்வார்ட்ஸ் தென்படுகிறது.... மிகப்பெரிய கட்டடங்களும் கோபுரங்களும் கண்கவரும் காட்சியளிக்கின்றன.

அதைப் பத்திக் கேள்விப்பட்ட தருணத்திலிருந்தே அங்கே போக வேணும்னு மறுகினேன். அதாவது, அப்பாவுக்கு அதைப் பிடிக்காது. அப்படித்தான் அவர் அதைப் பத்தி விவரிச்சாரு... என்னோட பத்தாவது வயதிலிருந்து தினமும் டெய்லி ஃபிராஃபெட் பத்திரிகையில தேடுவேன். அங்கே ஏதாவது கெட்ட நிகழ்வு நடந்ததாச் சேதி வந்திருக்கும்... அங்கே போக முடியாதுன்னு உறுதியானது.

ஆல்பஸ்

அப்புறம் எப்படியோ உள்ளே போயிட்ட.. இப்போ அதுவே உனக்குப் பயங்கரமானதாத் தோணுது.

ஸ்கார்பியஸ்

எனக்குத் தோணலை

தனது நண்பனை ஆல்பஸ் பார்க்கிறான், அதிர்ச்சியடைகிறான்

நான் எப்போதும் விரும்பியதெல்லாம் ஹாக்வார்ட்ஸுக்குப் போகணும், என்னுடைய ஊனத்திலிருந்து மீண்டு வருகிற அளவுக்கு ஒரு நண்பனைப் பிடிக்கணும்ங்கறது தான். ஹேரி பாட்டரைப் போல. இப்போ அவருடைய மகனைப் பிடிச்சுக்கிட்டேன். அது எவ்வளவு பெரிய அரிய அதிர்ஷ்டம்!

ஆல்பஸ்

ஆனா, நான் கொஞ்சங் கூட எங்கப்பாவைப் போல இல்லையே.

ஸ்கார்பியஸ்

நீ நல்லவன். நீ என்னுடைய மிகச் சிறந்த நண்பன், ஆல்பஸ். இது உச்சபட்ச முடம். - ரொம்பப் பெரிசு, வெற்றியளவிற்கு உயர்ந்தது. - சும்மா தான் - நான் சொல்லியாகணும் - ஒத்துக்கிறதுல எனக்கொண்ணும் பிரச்சினை இல்லை - கொஞ்சமா - ரொம்பக் கொஞ்சமாப் பயப்படுறேன்.

ஸ்கார்பியஸை ஆல்பஸ் பார்த்துப் புன்னகைக்கிறான்

ஆல்பஸ்

நீ என்னுடைய மிகச் சிறந்த நண்பனும் கூட. கவலைப்படாதே - இதைப் பத்தி நான் நல்லவிதமாகத் தான் நினைக்கிறேன்.

தொலைவிலிருந்து ரோன் குரலைக் கேட்கிறோம். அவர் அண்மையில் தான் இருக்கிறார் என்பது தெளிவாகிறது.

ரோன்

ஆல்பஸ்? ஆல்பஸ்?

குரல் வந்த திசை நோக்கி ஆல்பஸ் திரும்புகிறான். அச்சமடைகிறான்

ஆல்பஸ்

நாம போயாகணும் - இப்பவே.

ஸ்கார்பியஸிடமிருந்து டைம் டர்னரை ஆல்பஸ் எடுத்துக் கொள்கிறான் அதன் மீது கீழ் நோக்கி அழுத்துகிறான். டைம் டர்னர் அதிர்வடையத் தொடங்குகிறது. பெருஞ்சத்தத்துடன் புயலாக இயங்குகிறது.

அத்துடன் மேடை மாற்றமடையத் தொடங்குகிறது. இரு பையன்களும் அதனைப் பார்க்கின்றனர்.

பிறகு, பூதம் போல ஒளி பீறிடுகிறது. மோதல் ஒலி ஏற்படுகிறது. காலம் நின்றுவிடுகிறது. அதன் பின்னர் எதிர்த்திசையில் திரும்புகிறது, சற்றே சிந்திக்கிறது, பின்னோக்கிச் சுழலத் தொடங்குகிறது, முதலில் மெதுவாக...

பின்னர் வேகம் அதிகரித்துக் கொண்டிருக்கிறது.

அங்கம் 2 காட்சி 7

மந்திரவாதிகளுக்கான மும்முனைப் போட்டிகள், ஃபர்பிடன் ஃபாரெஸ்ட், 1994

திடீரென்று ஒரே கூச்சலும் குழப்பமும், கூட்ட நெரிசல் ஆல்பஸையும் ஸ்கார்பியஸையும் விழுங்கிவிடுகிறது.

திடீரென்று 'உலகிலேயே மிகப் பெரிய காட்சிசாலை உரிமையாளன்' (இது அவன் சொன்னது, நம்முடைய வார்த்தைகள் அல்ல) மேடையில் தோன்றுகிறான். தன்னுடைய குரலை உரக்கச் செய்வதற்காக ஒலிபெருக்கியைப் பயன்படுத்துகிறான், அத்துடன், அவனிடம் ஒரு பந்து உள்ளது

லுடொ பேக்மேன்

பெரியோர்களே, தாய்மார்களே, சிறுவர்களே, சிறுமியரே, மாபெரும், வியப்பான, ஒரே ஒரு நிகழ்ச்சியான, மந்திரவாதிகளுக்கான மும்முனைப் போட்டிகளை நடத்தப் போகிறேன்

உரத்த ஆரவாரம் எழுகிறது.

ஹாக்வார்ட்ஸில் இருந்து வந்தவர்கள், ஆர்ப்பரியுங்கள்.

மிகப் பெரிய ஆரவாரம் எழுகிறது

டம்ஸ்ட்ராங்கைச் சேர்ந்தவர்கள் ஆராவாரம் செய்யுங்கள்.

மிகவும் உரத்த ஆரவார ஒலி எழுகிறது.

பாக்ஸ்பேடனைச் சேர்ந்தவர்களெல்லாம் ஆர்ப்பரியுங்கள்

மெதுவான ஆரவாரம் விட்டு விட்டுக் கேட்கிறது.

பிரெஞ்சு மக்களிடமிருந்து குறைவான ஆரவாரம் கேட்டது.

ஸ்கார்பியஸ் (சிரித்துக் கொண்டே)

அது வேலை செய்கிறது. அவர் லுடோ பேக்மேன்.

லுடோ பேக்மேன்

மூன்று பேர் களத்தில் இறங்குகிறார்கள், பெரியோர்களே, தாய்மார்களே - சிறுவர்களே, சிறுமியரே - உங்களுக்குச் சொல்லிக் கொள்கிறேன் - நாமெல்லாம் இங்கே எதற்காகக் கூடியுள்ளோம் என்று - சாம்பியன்கள் - டம்ஸ்ட்ராங்கிலிருந்து வந்துள்ள சாம்பியன், என்ன புருவங்கள், என்னவொரு கம்பீரம், எப்படிப்பட்ட பையன், துடைப்பத்தைக் கொண்டு அவன் செய்யாத மாய வித்தைகளே இல்லை, அவனுடைய பெயர், விக்டர் கிரேஸி க்ரம்

ஸ்கார்பியஸும் ஆல்பஸும் (தற்பொழுது டம்ஸ்ட்ராங் மாணவர்களுக்கு ஆதரவாக)

கிரேஸி க்ரம் போங்க, கிரேஸி க்ரம் போங்க, போங்க!

லுடோ பேக்மேன்

பாக்ஸ்பேட்டனிலிருந்து ஃபிலர் டெலாகோர்

மெதுவான கைதட்டல்

ஹாக்வார்ட்ஸிலிருந்து, ஒன்றல்ல, இரண்டு மாணவர்கள், அவன் நம்மை மண்டியிடும் அளவிற்கு மெலிவடையச் செய்கிறான், அவன் பெயர், செட்ரிக் டெலிஸியஸ் டிகோரி!

கட்டுக்கடங்காத கைதட்டலும் ஆரவாரமும்.

மற்றொருவர், 'உயிர் பிழைத்த பையன்' என்று உங்களுக்கெல்லாம் தெரியும், எனக்கு நம்மையெல்லாம் வியப்படையச் செய்கிற பையன் என்று தெரியும்,...

ஆல்பஸ்

என் அப்பா!

லுடோ பேக்மேன்

ஆமா, ஹேரி பிளக்கி பாட்டர்!

ஆரவாரம் எழுகிறது, குறிப்பாக, கூட்டத்தின் ஓரத்தில் பதட்டத்துடன் காணப்படுகின்ற ஒரு பெண்ணிடமிருந்து. அது இளம் ஹெர்மியோன் - ரோஸ் வேடத்தில் நடிக்கும் அதே நடிகை இளம் ஹெர்மியோனாகவும் தோன்றுகிறாள் - ஹேரிக்குக் கிடைத்த உற்சாக வரவேற்பு செட்ரிக்கிற்குக் கிடைத்ததைக் காட்டிலும் குறைவு என்பது குறிப்பிடத்தக்கது.

இப்பொழுது, தயவுசெய்து அனைவரும் அமைதியாக இருங்கள்! முதலாவது நிகழ்வு - ஒரு தங்க முட்டையை

- தாய்மார்களே, பெரியோர்களே, சிறுவர்களே, சிறுமியரே
- டிராகானிடமிருந்து பறித்து வர வேண்டும்

மேலும் கூடுதலாக ஆரவாரம் ஒலிக்கிறது

இளம் ஹெர்மியோன்

இவ்வளவு நெருக்கமாகத்தான் நிற்பாயென்றால், எம்மேல உன் மூச்சினை இவ்வளவு கனமாக விடாதே!

ஸ்கார்பியஸ்

இங்கே என்ன பண்றே, ரோஸ்?

இளம் ஹெர்மியோன்

ரோஸ் யாரு? ஏன் என்னமோ மாதிரி பேசுறே?

ஆல்பஸ் (பேசும் முறையை மாற்றி)

மன்னிச்சுக்கோ, ஹெர்மியோன். உன்னையும் வேரொருத்தரையும் போட்டு குழப்பிக்கிட்டான்.

இளம் ஹெர்மியோன்

என் பேரு உனக்கு எப்படித் தெரியும்?

லுடோ பேக்மேன்

அதிக நேரத்தை வீணாக்காமல் முதல் போட்டிக்கு ஸ்வீடன் நாட்டு ஷார்ட் ஸ்னௌட்டினை எதிர்கொள்ள நான் அழைக்கப் போற சாம்பியன் செட்ரிக் டிகோரி!

ஒரு டிராகானுடைய உறுமல் ஹெர்மியோனுடைய கவனத்தைத் திசைதிருப்புகிறது. ஆல்பஸ் தன்னுடைய மந்திரக்கோலைத் தயாராகப் பிடித்திருக்கிறான்

செட்ரிக் டிகோரி மேடைக்குள் நுழைந்து விட்டார். அவர் தயாராகிவிட்டார். பயப்படுகிறார். அதே சமையம் தயாராகிவிட்டார். இப்படியும் அப்படியுமாக நகரவிடாமல் தடுக்கிறார் அதன் மீது பாய்ந்து விழுந்த போது பெண்கள் அனைவரும் மயங்கிப் போகின்றனர். ஒரே குரலில் அனைவரும் கத்துகின்றனர்: 'திருவாளர். டிராகான், டிகோரியியை கொன்றுவிடாதீர்.'

ஸ்கார்பியஸ் கவலை தோய்ந்து காணப்படுகிறான்

ஸ்கார்பியஸ்

ஆல்பஸ், ஏதோ தப்பாகிவிட்டது. டைம் டர்னர் ஆடுகிறது.

டிக் டிக் என்று ஒலி எழத் தொடங்கியது. இடையறாத, ஆபத்தான டிக் ஒலி. அந்த ஒலி டைம் டர்னரிலிருந்து வருகிறது.

லுடோ பேக்மேன்

செட்ரிக் இடது பக்கம் ஒதுங்குகிறார், நேராகத் தாவுகிறார் - தன்னுடைய மந்திரக்கோலைத் தயார் நிலையில் பிடிக்கிறார் - இந்த இளம், துணிச்சல் மிக்க, அழகிய இளைஞர் தன்னுடைய சட்டையின் கைப்பகுதியை ஏற்றி விடுகிறார் -

ஆல்பஸ் (தன்னுடைய மந்திரக்கோலை நீட்டி)

எக்ஸ்பெல்லியாமஸ்!

செட்ரிக்கின் மந்திரக்கோல் ஆல்பஸினுடைய கைக்குச் சென்றுவிடுகிறது.

லுடோ பேக்மேன்

ஆனால், நடக்கவில்லை, என்னாச்சு? ஏதாவது கருப்பு மாயக்கலையா இல்லைன்னா மொத்தமா ஏதாவது ஆயிடுச்சா - செட்ரிக் டிகொரி ஆயுதமிழந்து விட்டார் ---

ஸ்கார்பியஸ்

ஆல்பஸ், நா நெனைக்கிறேன், - டைம் டர்னர் - ஏதோ தப்பு நடந்திருக்கு...

டைம் டர்னரிலிருந்து வந்த டிக் ஒலி மேலும் உரக்கக் கேட்கிறது

லுடோ பேக்மேன்

டிக்கர்ஸ்க்கு எல்லாமே தப்பா நடந்திட்டிருக்கு. அவரைப் பொறுத்தவரை நிகழ்வினுடைய முடிவாக இருக்கக் கூடும். போட்டியினுடைய முடிவும் கூட.

ஆல்பஸை ஸ்கார்பியஸ் பிடித்துக் கொள்கிறான்.

டிக் ஒலியில் படிப்படியான ஒலிப்பெருக்கம் ஏற்படுகிறது, பளிச்சென்று ஒளிர்கிறது.

டைம் டர்னர் தற்காலத்திற்குத் திரும்புகிறது. கூடவே, ஆல்பஸ் வலியால் அலறுகிறான்

ஸ்கார்பியஸ்

ஆல்பஸ்! அது உன்னைக் கயாப்படுத்தியதா? ஆல்பஸ், நீ ---

ஆல்பஸ்

என்ன நடந்தது?

ஸ்கார்பியஸ்

ஏதாவது கால வரம்பு இருந்திருக்க வேணும் - டைம் டர்னர் ஒரு குறிப்பிட்ட நேரம் தான் வேலை செய்யும்ன்னு, கால வரம்பு இருந்திருக்க வேணும்...

ஆல்பஸ்

நாம செஞ்சு முடிச்சுட்டோம்ன்னு நெனைக்கிறயா? நாம் எதையாவது மாத்தி விட்டோம்ன்னு நெனைக்கிறையா?

திடீரென நாலா பக்கங்களிலிருந்து ஹேரி, ரோன் - அவருக்கு தற்போது வேடிக்கை விலாப்புடைக்கச் செய்கிறது, அவருடைய ஆடைத் தேர்வு கிளர்ச்சியற்றுப் போயிற்று - ஜின்னி, டிராகோ அனைவரும் மேடைக்குள் புகுகின்றனர். ஸ்கார்பியஸ் அவர்கள் அனைவரையும் பார்க்கின்றான். டைம் டர்னரை யாருக்கும் தெரியாமல் பைக்குள் நழுவவிடுகிறான். ஆல்பஸ் அவர்களைக் கண்டு மலங்க, மலங்க விழிக்கிறான். அவனுக்கு அளவுக்கு அதிகமாக வலி எடுக்கிறது.)

ரோன்

நான் சொன்னனுல்ல, அவங்களைப் பார்த்ததாச் சொன்னேன்.

ஸ்கார்பியஸ்

நாங்க கண்டு பிடிக்கிற நிலைமையில இருந்தோம்னு நெனைக்கிறேன்.

ஆல்பஸ்

ஹலோ, அப்பா. என்னாச்சு?

ஹேரி நம்பிக்கையில்லாமல் தனது மகனைப் பார்க்கிறார்

ஹேரி

ஆமா, உன்னால அதைச் சொல்ல முடியும்.

ஆல்பஸ் மயங்கித் தரையில் விழுகிறான். ஹேரியும் ஜின்னியும் அவனுக்கு உதவுவதற்காக விரைகின்றனர்.

அங்கம் 2 காட்சி 8

ஹாக்வார்ட்ஸ், மருத்துவமனைப் பகுதி

மருத்தவமனைப் படுக்கையில் ஆல்பஸ் உறங்கிக் கொண்டிருக்கிறான். ஹேரி கலக்கத்துடன் அவனருகில் அமர்ந்திருக்கிறார். அவர்களுக்கு மேலே அக்கறையுள்ள, கனிவான மனிதருடைய படம் உள்ளது. .அவர்கள் இருவரையும் அக்கறையுடன் கவனிக்கிறது. ஹேரி தனது கண்களைத் தேய்த்துக் கொள்கிறார், நின்று, அறையைச் சுற்றி நடக்கிறார், உடலை வளைத்து முறுக்குகிறார்.

பிறகு, அந்த ஓவியத்தைக் காண்கிறார். தான் கண்டுகொள்ளப்பட்டு விட்டதற்காக அது பதட்டமடைவதாகத் தோன்றுகிறது. ஹேரியும் பதட்டமடைந்தவராகக் காணப்படுகிறார்.

ஹேரி

பேராசிரியர். டம்பிள்டோர்.

டம்பிள்டோர்

மாலை வணக்கம், ஹேரி!

ஹேரி

உங்களை நினைத்துக் கொள்வேன். தலைமை ஆசிரியரைச் சந்திக்க வந்தபோதெல்லாம் உங்களுடைய படமிருக்கும் சட்டம் காலியாக இருந்தது.

டம்பிள்டோர்

அப்படியா, நல்லது, நானும் அப்பப்ப, மற்ற சட்டங்களிலுள்ள படங்களைப் பார்ப்பதற்காகச் சென்றுவிடுவேன். (ஆல்பஸைக் காண்கிறார்) அவனுக்குச் சௌக்கியமாயிடுமா?

ஹேரி

மேடம் பாம்ஃப்ரே அவனுடைய கையை மறுபடியும் சரிப்படுத்துவதற்காக அவன் இருபத்தி நாலு மணி நேரமா

நினைவில்லாம இருக்கான். இது ஒரு புரியாத புதிர் என்று அவுங்க சொல்றாங்க... இருபது ஆண்டுகளுக்கு முன்னால முறிவு ஏற்பட்டதைப் போல இருக்காம்.. ரொம்பவும் முரண்பட்ட திசையில தான் ஒட்ட வைக்க முடிஞ்சதாம். அவன் நல்லா ஆயிடுவான்னு அவுங்க சொல்றாங்க.

டம்ள்டோர்

உன் மகன் வலியால வேதனைப்படுறத பாத்துக்கிட்டிருக்கிறது கஷ்டமான காரியம் என்பதைப் புரிஞ்சுக்க முடியுது.

ஹேரி மேல் நோக்கி டம்பிள்டோரைப் பார்க்கிறார், குனிந்து ஆல்பஸைப் பார்க்கிறார்.

ஹேரி

இவனுக்கு உங்க பேரை வைக்கிறதைப் பத்தி நீங்க என்ன நெனைக்கிறீங்கன்னு உங்களை ஒருபோதும் நான் கேட்டதில்லை, அப்படித் தானே?

டம்பிள்டோர்

நேர்மையாச் சொல்றேன், ஹேரி, இந்த அப்பாவிப் பய மேல மிகப்பெரிய பளுவை வைச்சா மாதிரி இருக்கு.

ஹேரி

எனக்கு உங்க உதவி தேவை. உங்க அறிவுரை தேவை. ஆல்பஸ் ஆபத்தில இருக்கான்னு பேன் சொல்றாரு. என் மகனை எப்படிக் காப்பாத்துறது, டம்பிள்டோர்?

டம்பிள்டோர்

பையன் பயங்கரமான ஆபத்தில இருக்கிற சமையத்தில எப்படிக் காப்பாத்துறதுன்னு, எல்லாரையும் போல, என்னையும் கேக்கிறியா? தீங்கு ஏற்படுறதல இருந்து பிள்ளையைக் காப்பாத்த முடியாது. வலியும் வேதனையும் வரணும், வந்தே தீரும்.

ஹேரி

அப்ப, என்னை நின்னு பாத்துக்கிட்டு இருக்கச் சொல்றீங்களா?

டம்பிள்டோர்

இல்லை, வாழ்க்கையை எப்படி எதிர்கொள்றதுன்னு அவனுக்கு நீ கத்துக் கொடுக்கணும்.

ஹேரி

எப்படி? அவன் தான் கேக்க மாட்டிங்கிறானே?

டம்பிள்டோர்

ஒருவேளை, நீ அவனைத் தெளிவாப் புரிஞ்சுக்கணும்ங்றதுக்காகக் காத்திருக்கலாம்.

அவர் கூறியதை உள்வாங்கிக் கொள்ளும் போது ஹேரி முகத்தைச் சுழிக்கிறார்

(அறிவுக் கூர்மையுடன்) ஓர் ஓவியத்தினுடைய சாபமும் வரமும்.... பேசறதையெல்லாம் கேக்கணும்னு... பள்ளியில, அமைச்சகத்தில, மக்கள் பேசிக்கிறதை நான் கேட்கிறேன்...

ஹேரி

என்னையும் என் மகனையும் பத்தி என்னா புரளி பேசுறாங்க?

டம்பிள்டோர்

புரளி அல்ல. அக்கறை. நீங்க ரெண்டு பேரும் சண்டை போட்டுக்கிறீங்களேன்னு.. அவன் கஷ்டப்படுகிறான்னு. உன்மேல அவன் கோபமா இருக்கான்னு. அவன் மேல நீ வெச்சுருக்கிற அன்பு உன் கண்ணை மறைக்குதோன்னு எனக்கு ஓர் எண்ணம் தோணுது.

ஹேரி

கண்ணை மறைக்குதா?

டம்பிள்டோர்

ஹேரி, அவன் எப்படியிருக்கானோ அப்படி நீ அவனைப் பார். அவனைக் காயப்படுத்துவது எதுன்னு கண்டுபிடி.

ஹேரி

என் மகனை உள்ளது உள்ளபடி பார்க்கலையா? அவனைக் காயப்படுத்துவது எது? (சற்றே யோசிக்கிறார்) அல்லது அது தான் என் மகனைக் காயப்படுத்துதா?

ஆல்பஸ் (உறக்கத்தில் உளறுகிறான்)

அப்பா....

ஹேரி

அந்தக் கருமேகம், அது யாரோ ஒருத்தன், இல்லையா? ஏதோ ஒன்னு அல்ல?

டம்பிள்டோர்

உண்மையிலேயே, இனிமேல் என்னுடைய கருத்துக்கு என்ன மதிப்பிருக்கப் போகுது? நான் ஓவியம், நினைவுச்

சின்னம், ஹேரி, ஓவியமும் நினைவுச்சின்னமும் மட்டுந்தான். அத்தோட எனக்கு மகனே இருந்ததில்லை.

ஹேரி

ஆனா, எனக்கு உங்க அறிவுரை வேணும்.

ஆல்பஸ்

அப்பா!

ஹேரி ஆல்பஸைப் பார்க்கிறார், திரும்பவும் டம்பிள்டோரைப் பார்க்கிறார். டம்பிள்டோர் சென்றுவிட்டார்

ஹேரி

காணாமே, எங்க போயிட்டீங்க?

ஆல்பஸ்

மருத்துவமனையில தானப்பா இருக்கோம்?

ஹேரி மறுபடியும் தனது கவனத்தை ஆல்பஸ் மீது திருப்புகிறார்

ஹேரி (குழப்பத்துடன்)

ஆமா, நீ இங்க தான் இருந்தாய் - உனக்கு நல்லா ஆகிவிடும். பழைய வலிமையை மீளப் பெறுவதற்கு என்ன கொடுக்கனும்னு மேடம் பாம்ஃப்ரேக்கே தெரியலையாம். நீ நெறைய சாக்லேட் சாப்பிடலாமாம். நான் ஏதாவது சொன்னால் கேட்பியா? உனக்குச் சொல்லலாம்ன்னு ஆலோசனை வைச்சிருக்னே. அது உனக்குப் பிடிக்காதுன்னு நெனைக்கிறேன்.

ஆல்பஸ் தன்னுடைய அப்பாவைப் பார்க்கிறான், இவரு என்ன சொல்லிவிடப் போகிறார்? அதைச் சொல்ல வேண்டாமென்று முடிவு செய்கிறான்

ஆல்பஸ்

சரி. நான் நினைக்கிறேன்

ஹேரி சில சாக்லேட்களை எடுக்கிறார். பெரிய துண்டு ஒன்றை அவர் சாப்பிடுகிறார். ஆல்பஸ் தன் அப்பாவைக் குழப்பத்துடன் பார்க்கிறான்

நல்லாயிருக்கா?

ஹேரி

ரொம்ப!

அவர் தன்னுடைய மகனிடம் சாக்லேட்டை நீட்டுகிறார். ஆல்பஸ் ஒரு துண்டை எடுக்கிறான். அப்பாவும் மகனும் சாக்லேட் மெல்கின்றனர்.

கைவலி இப்போ எப்படி இருக்கு?

ஆல்பஸ் தனது கைளை திருகிப் பார்க்கிறான்

ஆல்பஸ்

ரொம்ப நல்லாயிருக்கு!

ஹேரி (மென்மையாக)

எங்கே போயிருந்தே, ஆல்பஸ்? அதனால எங்களுக்கு என்னாச்சுன்னு என்னால சொல்ல முடியலை - அந்தக் கவலையிலேயே உங்கம்மாவுக்கு உடல் நலமில்லாமப் போச்சு...

ஆல்பஸ் நிமிர்ந்து பார்க்கிறான், மிகப்பெரிய பொய்காரன்

ஆல்பஸ்

நாங்க பள்ளிக்குப் போவதில்லை என்று முடிவு செஞ்சோம். மக்ல் உலகத்தில - மறுபடியும் தொடங்கலாம்னு நெனைச்சோம் - நாங்க செய்யறது தப்புன்னு கண்டுக்கிட்டோம். ஹாக்வார்ட்ஸ்க்கு திரும்பி வந்துக்கிட்டிருந்தோம். நீங்க பாத்துட்டீங்க.

ஹேரி

டம்ஸ்ட்ராங் உடையிலா?

ஆல்பஸ்

உடை வந்து... மொத்தமுமே...ஸ்கார்பியஸும் நானும்.. நாங்க நினைக்கலை.

ஹேரி

அப்புறம், ஏன்... ஏன் நீங்க ஓடிப்போனீங்க? என்னாலயா? நான் சொன்னதனாலையா?

ஆல்பஸ்

எனக்குத் தெரியலை. பொருந்தாமப் போயிருச்சுங்ற போது, ஹாக்வார்ட்ஸ் அவ்வளவு இனிமையான இடமா இல்லை.

ஹேரி

போயிடலாம்னு ஸ்கார்பியஸ் உன்னைத் தூண்டிவிட்டானா?

ஆல்பஸ்

ஸ்கார்பியஸா, இல்லையே!

ஆல்பஸை ஹேரி பார்க்கிறார், ஆழ்ந்த சிந்தனையுடன், அவனைச் சுற்றி ஏதேனும் ஆவியின் படலம் தெரிகிறதா என்று காண முயற்சிப்பவரைப் போல.

ஹேரி

ஸ்கார்பியஸ் மால்பாயிடமிருந்து நீ ஒதுங்கியிருக்கணும்ங்கறது என் விருப்பம்.

ஆல்பஸ்

என்னது? ஸ்கார்பியஸா?

ஹேரி

முதலாவது, நீங்க ரெண்டு பேரும் எப்படி நண்பர்களானீங்கன்னே எனக்குத் தெரியலை, ஆனா, எப்படியோ ஆயிட்டீங்க - இப்போ, - வேணாம் -

ஆல்பஸ்

என்னோட சிறந்த நண்பன்? ஒரே நண்பன்?

ஹேரி

அவன் ஆபத்தானவன்.

ஆல்பஸ்

ஸ்கார்பியஸா? ஆபத்தானவனா? நீங்க அவனைச் சந்தித்திருக்கீங்களா? அப்பா, அவன் வோல்டெமோர்ட்டோட பையன்னு நீங்க உண்மையாவே நெனைக்கிறீங்களா? -

ஹேரி

அவன் யாரு பையன்னு எனக்குத் தெரியாது, அவங்கிட்டயிருந்து நீ ஒதுங்கியிருக்கணும்ன்னு மட்டும் எனக்குத் தெரியும். பேன் எனக்குச் சொன்னாரு -

ஆல்பஸ்

பேன் யாரு..?

ஹேரி

ஆரூடம் சொல்வதில் ஆழமான திறமையுள்ள குதிரை மனிதன். உன்னைச் சுற்றிலும் கருமேகம் சூழ்ந்திருக்குன்னு அவர் சொன்னார். -

ஆல்பஸ்

கருமேகம்?

ஹேரி

அப்புறம், கருப்பு மாயக்கலை மறுபடியும் தலைதூக்குதுன்னு நம்பறதுக்கு எங்கிட்ட காரணம் இருக்கு. அதுகிட்டயிருந்து உன்னைக் காப்பாத்த வேண்டியது என் கடமை. அவனிடமிருந்தும் காப்பாத்தணும். ஸ்கார்பியஸிடமிருந்தும் காப்பாத்தணும்.

ஆல்பஸ் ஒரு கணம் தயங்கினான். பிறகு அவனுடைய முகம் வலிமைபெற்றது.

ஆல்பஸ்

அப்படி நான் செய்யலைன்னா? அவங்கிட்டயிருந்து ஒதுங்கியிருக்கலைன்னா?

ஹேரி மகனைப் பார்க்கிறார், வேகமாக யோசித்து

ஹேரி

ஒரு வரைபடம் இருக்கு. அதை உருப்படியில்லாமப் போறதுக்கு விருப்பப்படுறவங்களுக்குப் பயன்படுத்தறது வழக்கம். இப்போ, உன் மேல ஒரு கண்ணு - நிலையான கண் -வைக்கறதுக்காக அதைப் பயன்படுத்தப் போறோம். பேராசிரியர். மேக்கோனகல் உன்னுடைய ஒவ்வொரு நடமாட்டத்தையும் கண்காணிப்பார். நீங்க ரெண்டு பேரும் சேர்ந்திருக்கிறதைக் கண்டால், உடனே அங்கே பறநது வருவார். ஹாக்வார்ட்ஸை விட்டுப் போகணும்னு முயற்சி பண்ணுனீங்கன்னா, அங்கே அவுங்க பறந்து வருவாங்க. உன்னுடைய வகுப்புகளுக்குப் போகணும்னு நான் எதிர்பார்க்கிறேன். ஸ்கார்பியஸ் கூட உனக்கு எந்தத் தொடர்பும் இனிமே இருக்கக் கூடாது. இதற்கிடையில், க்ரிஃபைண்டர் பொது அறையில நீ தங்கிக்கணும்.

ஆல்பஸ்

க்ரிஃபைண்டருக்குப் போகும்படி என்னை வற்புறுத்த முடியாது. நான் ஸ்லைதெரின்!

ஹேரி

விளையாடாதே, ஆல்பஸ், நீ எந்த அணியில இருக்கேன்னு உனக்குத் தெரியும். அவுங்க உன்னை ஸ்கார்பியஸோடப் பாத்தாங்கன்னா, உன்னை மந்திர சக்தியால கட்டிப் போட்டிருவேன் - அது நீ செய்யுற ஒவ்வொரு செயலுக்கும், நீ பேசுற ஒவ்வொரு பேச்சுக்கும் எனக்குக் கண்ணையும் காதையும் கொடுக்கும். அதே நேரத்தில அவனுடைய உண்மையான பெற்றோரைக் கண்டுபிடிக்க, புலன்விசாரணை என்னுடைய துறையில தொடங்கும்.

ஆல்பஸ் (அழுது கொண்டே)

ஆனா, அப்பா - நீங்க செய்யக் கூடாது - அது நியாயமில்லை...

ஹேரி

உனக்கு என்னைப் பிடிக்காததால, போதுமான அளவுக்கு நான் நல்ல அப்பாவா இல்லையோன்னு ரொம்ப நாளா நெனைச்சுக்கிட்டிருந்தேன். இப்போ, நல்லா உணர்ந்துக்கிட்டேன் - உனக்கு என்னைப் பிடிக்கணும்ங்கறது தேவையில்லை. நீ எனக்குப் பணிஞ்சு நடக்கணும்ங்கறது தான் தேவை. ஏன்னா, நான் உன் அப்பா. எனக்குத் தான் நல்லாத் தெரியும். சாரி, ஆல்பஸ். நான் இப்படித்தான் இருந்தாகணும்.

அங்கம் 2 காட்சி 9

ஹாக்வார்ட்ஸ், படிக்கட்டுகள்

மேடையின் குறுக்காக ஆல்பஸ் ஹேரியைப் பின்தொடர்ந்து செல்கிறான்

ஆல்பஸ்

நான் ஓடிப்போனா என்னாவாம்?

ஹேரி

ஆல்பஸ், படுக்கைக்குத் திரும்பிப் போ,

ஆல்பஸ்

நான் திரும்பவும் ஓடிப்போவேன்.

ஹேரி

இல்லை. நீ போகக் கூடாது!

ஆல்பஸ்

நான் போவேன் - இந்த முறை ரோன் எங்களைக் கண்டு பிடிக்க முடியாதபடி பாத்துக்குவேன்.

ரோன்

என் பேரு அடிபடுறாப் போல இருக்கே...

ரோன் படிக்கட்டுகளில் ஒன்றின் மீது தோன்றுகிறார். அவருடைய வெடிச்சிரிப்பு வேடிக்கை கூடுதல் வலுப்பெற்றிருக்கிறது, அவருடைய அங்கி மிகவும் குட்டையானதாவும் ஆடைகள் கண்கவரும் விதத்தில் நேர்த்தியாகவும் உள்ளன.

ஆல்பஸ்

ரோன் மாமா! டம்பிள்டோருக்கு நன்றி. உங்களுடைய நகைச்சுவைத் துணுக்குகள் எப்போதாவது எங்களுக்குத் தேவைப்பட்டிருக்குமானால், அது இப்போது...

ரோன் முகத்தைச் சுளிக்கிறார், குழப்பமடைகிறார்

ரோன்

நகைச்சுவைத்துணுக்கா? எந்தத் துணுக்கும் எனக்குத் தெரியாதே!

ஆல்பஸ்

உங்களுக்கு நிச்சயமாத் தெரியும். நீங்க தான் துணுக்குக் கடையே நடத்துறீங்களே!

ரோன் (இப்பொழுது குழப்பத்தின் உச்சத்தை அடைகிறார்) துணுக்குக் கடையா? அப்பச் சரி தான். எப்படியோ, உன்னைப் பிடிச்சதுல மகிழ்ச்சி தான் ... நான் இப்போ சில இனிப்புகளை கொண்டுவரப் போகிறேன் - எதுக்குன்னா, ஒரு விதத்தில... சீக்கிரம் குணமாகட்டும்னு - உண்மையிலே - பத்மா - ஏராளமா சிந்தனை பண்றாள் - என்னை விட ஆழமாச் சிந்திக்கிறாள் - பள்ளிக்குப் போகிற உனக்குப் பயனுள்ளதா ஏதாவது கொடுத்தா நல்லா இருக்குமுன்னு நெனைச்சாள். ஆகவே ஒரு தொகுதி தூவல் போனா உனக்காக வாங்கியிருக்கோம். ஆமா. ஆமா. ஆமா. இந்தக் கெட்ட பயலுகளைப் பார். உயர்ந்த வகை!

ஆல்பஸ்

பத்மா யாரு?

அல்பஸைப் பார்த்த ஹேரி முகத்தைச் சுளிக்கிறார்

ஹேரி

உன் அத்தை.

ஆல்பஸ்

பத்மான்னு எனக்கு அத்தையா?

ரோன்

(ஹேரியிடம்) அவனுக்குத் தலைக்குள்ள ஏதாவது மாய மந்திரம் போட்டிருக்கா? (ஆல்பஸிடம்) பத்மா என் மனைவி. உனக்கு ஞாபகமிருக்கா. உன் முகத்துக்குப் பக்கத்துல வந்து பேசுவா..மிட்டாய் வாடை அடிக்கும். (குனிந்து) பத்மா. பஞ்சுவோட அம்மா. (ஹேரியிடம்) உண்மையில, அதுக்காகத் தான் நான் இங்கே வந்தேன், பஞ்சு. அவன் மறுபடியும் தொல்லையில் மாட்டிக்கிட்டான். ஆவ்லரை அனுப்பலாம்னு நெனைச்சேன். பத்மா தான் நேரில் போகணும்னு வற்புறுத்தினா. ஏன்னு எனக்குத் தெரியலை. அவன் என்னைப் பார்த்துச் சிரிக்கிறான்.

ஆல்பஸ்

ஆனா, நீங்க ஹெர்மியோனைத் தானே கல்யாணம் பண்ணீங்க...

முரசு ஓசை. ரோனுக்கு அது புரியவே இல்லை

ரோன்

ஹெர்மியோன்? இல்லை. இல்லவே இல்லை... மெர்லின் தாடி.

ஹேரி

ஆல்பஸ் தான் க்ரைஃபைன்டர் அணிக்குத் தேர்ந்தெடுக்கப்பட்டதைக் கூட மறந்துட்டான், ரொம்ப வசதியா.

ரோன்

ஆமா, நீ க்ரைஃபைன்டர் அணி தான்.

ஆல்பஸ்

ஆனா, நான் எப்படி க்ரைஃபைன்டர் அணியில் சேர்க்கப்பட்டேன்?

ரோன்

சார்ட்டிங் ஹேட் கிட்ட நீ வேண்டிக் கேட்டாய். உனக்கு ஞாபகம் இல்லையா? உன் வாழ்க்கை அதைச் சார்ந்தது என்றால், உன்னால் க்ரைஃபைன்டர் அணியில் சேர முடியாது என்று பஞ்சு பந்தயம் போட்டான், அவனைத் தோற்கடிக்கவே நீ அந்த அணியில் சேர்ந்தாய். உன்னைக் குற்றம் சொல்ல முடியாது. (சொரத்தின்றி) கொஞ்ச நாள்ல அவனுடைய முகத்தில சிரிப்பில்லாமல் பண்ணிடலாம், சரியா? (பயந்தவராக) நான் சொன்னேன்னு பத்மாகிட்டச் சொல்லிடாதே.

ஆல்பஸ்

பஞ்சு யாரு?

ஆல்பஸை ஹேரியும் ரோனும் முறைத்துப் பார்க்கின்றனர்.

ரோன்

நாசமாப் போச்சு! நீ நீயாகவே இல்லை. எப்படியோ, என்னையவே ஆவ்லர் கிட்ட அனுப்பபறதுக்கு முன்னால, நீ புறப்படு.

அவன் தடுமாறுகிறான். அவன் முன்பிருந்த மனிதனாகச் சிறிதும் காணப்படவில்லை

ஆல்பஸ்

ஆனாலும், அதிலே அர்த்தமிருக்கிற மாதிரி தெரியலையே.

ஹேரி

ஆல்பஸ், நீ என்னதான் பாசாங்கு செய்தாலும், எடுபடவில்லை. நான் என் மனத்தை மாற்றிக் கொள்ளப் போவதில்லை.

ஆல்பஸ்

அப்பா, உங்களுக்கு ரெண்டு வாய்ப்பு, ஒன்னு என்னைக் கூட்டிட்டுப் போங்க–

ஹேரி

இல்லை, உனக்கு ஒரே ஒரு வாய்ப்பு தான், ஆல்பஸ். சொல்றதைச் செய் அல்லது, இதைக் காட்டிலும் ஆழமான, ரொம்ப ஆழமான தொல்லையிலே மாட்டிக்கோ, புரியுதா?

படிக்கட்டுகளின் மறு பாதிப் பக்கத்தில் ஸ்கார்பியஸ் தோன்றுகிறான். ஆல்பஸைப் பார்த்ததில் மகிழ்ச்சி அடைகிறான்.

ஸ்கார்பியஸ்

ஆல்பஸ், நல்லாயிருக்கியா அற்புதமானது.

ஸ்கார்பியஸைப் புறக்கணித்து விட்டு ஹேரி கடந்து செல்கிறார்

ஹேரி

முழுமையாக் குணமடைஞ்சுட்டான், நாங்க இப்போப் போகணும்.

ஸ்கார்பியஸை நிமிர்ந்து ஆல்பஸ் பார்க்கிறான், மனமுடைந்து போகிறான். கவலையுடன் ஸ்கார்பியஸ் பார்க்கும் போது அதைக் கண்டுகொள்ளாமல் தனது தந்தையைப் பின்தொடர்ந்து நடக்கிறான்

ஸ்கார்பியஸ்

என்னை உனக்குப் பிடிக்கலையா? என்ன நடக்குது?

ஆல்பஸ் நின்று ஸ்கார்பியஸைப் பார்க்கிறான்

ஆல்பஸ்

அது வேலை செஞ்சதா? அதுல ஏதாவது வேலை செஞ்சதா?

ஸ்கார்பியஸ்

இல்லை... ஆனா, ஆல்பஸ் -

ஹேரி

ஆல்பஸ், உருப்பபடியில்லாத பேச்சு எதுவாயிருந்தாலும், இப்பவே நிறுத்திடணும். இது என்னோட கடைசி எச்சரிக்கை.

தன் தந்தைக்கும் நண்பனுக்கும் இடையே கிழிபட்டவனாக ஆல்பஸ் பார்க்கிறான்.

ஆல்பஸ்

என்னால முடியாது, ஓ.கே.?

ஸ்கார்பியஸ்

உன்னால முடியாதா, எது?

ஆல்பஸ்

அவ்வளவு தான் - - ஒருத்தரை ஒருத்தர் பார்க்காமலே நாம் நல்லா இருப்போம், சரியா?

ஆல்பஸ் நடந்து செல்ல, ஸ்கார்பியஸ் மனமுடைந்தவனாக, அவனுக்குப் பின்னால் பார்த்துக்கொண்டிருக்கிறான்.

அங்கம் 2 காட்சி 10

ஹாக்வார்ட்ஸ், தலைமைஆசிரியை அலுவலகம்

பேராசிரியர்.மேக்கோனகல் முற்றிலும் மகிழ்ச்சியற்றவராகக் காணப்படுகிறார், ஹேரி தன்னுடைய நோக்கத்தில் குறியாக இருக்கிறார், ஜின்னி தான் எப்படி இருக்கவேண்டுமென்பதே உறுதிப்படாமல் நிற்கிறாள்.

பேராசிரியர். மேக்கோனகல்

மாராடர் வரைபடம் இந்த நோக்கத்திற்காகத்தான் உருவாக்கப்பட்டது என்பதில் எனக்கு நம்பிக்கையில்லை.

ஹேரி

அவர்கள் ஒன்றாகச் சேர்ந்து இருப்பதைக் காண்பீர்களானால், முடிந்தவரை விரைவாக அவர்களைப் பிரிப்பதற்கு நடவடிக்கை எடுங்கள்.

பேராசிரியர். மேக்கோனகல்

ஹேரி, இது சரியான முடிவு தான் என்று உறுதியாக நம்புறீங்களா? ஏன்னா, குதிரைமனித இனத்தவருடைய அறிவுக்கூர்மையில சந்தேகப்படுவதற்கு எதுவுமில்லை, ஆனால், பேன் அளவுகடந்ததொரு கோபக்காரக் குதிரைமனிதன். மேலும், தன்னுடைய தனிப்பட்ட நலன்களுக்காக வானத்து ராசிகளையே மாத்திச் சொல்ல மாட்டான் என்பதற்கில்ல...

ஹேரி

நான் பேனை நம்பறேன். ஸ்கார்பியஸ் கிட்டயிருந்து ஆல்பஸ் ஒதுங்கித் தான் இருக்கணும். அவனுக்காகவும் மத்தவங்களுக்காகவும்.

ஜின்னி

நான் நினைக்கிறே... ஹேரி சொல்றது என்னான்னா....

ஹேரி (முடிவாக)

நான் என்ன சொல்றேன்னு பேராசிரியருக்குத் தெரியும். (தன்னிடம் இந்த மாதிரி பேசுகிறாரே என்கிற வியப்புடன் ஹேரியை ஜின்னி பார்க்கிறார்)

பேராசிரியர். மேக்கோனகல்

நாட்டிலுள்ள மிகச் சிறந்த மந்திரவாதிகளும் சூனியக்காரிகளும் ஆல்பஸை சோதித்து விட்டனர். அவனிடம் பில்லி, சூனியம் எதுவும் இருப்பதாக ஒருவரும் கண்டு பிடிக்கலை.

ஹேரி

ஆனா, டம்பிள்டோர் - டம்பிள்டோர் சொன்னார்...

பேராசிரியர். மேக்கோனகல்

என்னது?

ஹேரி

அவருடைய ஓவியம். நாங்க பேசிக்கிட்டோம். அவர் அர்த்தமுள்ள சில செய்திகளைச் சொன்னார்...

பேரசிரியர். மேக்கோனகல்

டம்பிள்டோர் செத்துப் போயிட்டார், ஹேரி. ஓவியங்கள் தமக்குரிய ஆட்களைப் பாதியளவு கூடக் குறிப்பிடுவதில்லை'ன்னு உங்களுக்கு முன்பே சொல்லியிருக்கேன்.

ஹேரி

பாசம் என் கண்களை மறைக்குதுன்னு அவர் சொன்னார்.

பேராசிரியர். மேக்கோனகல்

ஒரு தலைமையாசிரியருடைய படம் ஒரு நினைவுச்சின்னம். நான் எடுக்கும் முடிவுகளுக்கு ஆதரவாயிருக்கக் கூடிய கருவின்னு தான் அதை நினைக்கணும். நான் இந்த வேலையை ஏத்துக்கிட்ட போது படத்தையே மனிதனா நினைக்காதேன்னு அறிவுரை சொன்னாங்க. அப்படித்தான் செய்யணும்ன்னு உங்களுக்கு யாரோ நல்ல அறிவுரை கொடுத்திருப்பாங்க போல...

ஹேரி

ஆனாலும், அவரு சொன்னது சரியாத் தானே இருக்கு. இப்போ நான் அதைப் பார்க்கிறேன்.

பேராசிரியர். மேக்கோனகல்

ஹேரி, நீங்க ஏராளமான மன அழுதத்திலே இருக்கீங்க. ஆல்பஸ் காணாமப் போனது, அவனைத் தேடினது, உங்களுடைய தழும்புக்கு என்ன அர்த்தமோங்ற பயம் இப்படி... ஆனாலும், நீங்க சொல்றது தப்புன்னு நான் சொன்னா நம்புங்க...

ஹேரி

ஆல்பஸ் முன்னாடி என்னை விரும்பறது இல்லை. மீண்டும் என்னை விரும்பாமப் போயிடலாம்... ஆனாலும், அவன் பாதுகாப்பா இருப்பான், மினெர்வா - - உங்களுக்குக் குழந்தை இல்லை...

ஜின்னி

ஹேரி!

ஹேரி

--உங்களுக்குப் புரியலை.

பேராசிரியர். மேக்கோனகல் (வெகுவாக மனம் நொந்தவராக)

வாழ்க்கை முழுவதையும் ஆசிரியத்தொழில கழிச்சதனுடைய அர்த்தம் இது தானா - -

ஹேரி

என் மகன் எப்போதும் எங்கே இருப்பான் என்பதை இந்த வரைபடம் காட்டும் - நீங்க இதைப் பயன்படுத்தணும்ன்னு நான் எதிர்பார்க்கிறேன். அப்படி நீங்க செய்யலைன்னா - இந்தப் பள்ளியின் மேலே கடுமையான நடவடிக்கை எடுப்பேன் -- இராணுவத்தைப் பயன்படுத்தி - -புரிஞ்சுதா?

பேராசிரியர். மேக்கோனகல் (அந்த ஆணையால் பீதியடைந்தவராக)

முழுநிறைவாக!

அவருக்கு என்னாச்சு என்பதைப் புரியாதவளாக ஜின்னி விழிக்கிறாள். அவரோ திரும்பிப் பார்க்கவில்லை

அங்கம் 2 காட்சி 11

ஹாக்வார்ட்ஸ், கருப்பு மாயக்கலைகள் வகுப்பிற்கு எதிரான பாதுகாப்பு

சற்றே குழப்பத்துடன், ஆல்பஸ் வகுப்பறைக்குள் நுழைகிறான்

ஹெர்மியோன்

ஆ, ஓகோ. நம்ம தொடர்வண்டி கடத்தின ஆள். ஒருவழியாக நம்மகிட்ட வந்துட்டான்.

ஆல்பஸ்

ஹெர்மியோன்?

அவன் வியப்புடன் விழிக்கிறான். வகுப்பின் முன்பாக ஹெர்மியோன் நிற்கிறார்.

ஹெர்மியோன்

என்னோட பேரு பேராசிரியர். கிரான்ஜெர்ன்னு நினைக்கிறேன், பாட்டர்.

ஆல்பஸ்

நீங்க இங்கே என்ன பண்றீங்க?

ஹெர்மியோன்

பாடம் நடத்துறேன். என்னுடைய பாவிகளுக்காக. இங்கே நீ என்னா பண்றே? படிக்கிறேன்னு நினைக்கிறேன்.

ஆல்பஸ்

ஆனா, நீங்க... நீங்க... மாயக்கலை அமைச்சர்...

ஹெர்மியோன்

பாட்டர், மறுபடியும் அந்தக் கனவுகளையெல்லாம் கண்டாயா? இன்னைக்கு நாம் பேட்ரோனஸ் சார்ம்ஸ் பத்திக் கத்துக்கப் போறோம்.

ஆல்பஸ் (அதிர்ச்சியடைந்தவனாக)

கருப்பு மாயக்கலைகளுக்கு எதிரான பாதுகாப்பு ஆசிரியர் நீங்க தானா எங்களுக்கு?

அடங்கிய நகைப்பொலி எழுகிறது

ஹெர்மியோன் (தற்பொழுது பொறுமை இழந்து)

முட்டாள்தனத்துக்காக க்ரைஃபைண்டர்ஸிலிருந்து பத்துப் புள்ளிகள்.

பாலி சாம்ப்மேன் (கோபம் கொப்பளிக்க எழுந்து)

இல்லை. இல்லை. அவன் வேணுமென்றே செய்றா. அவனுக்கு க்ரைஃபைண்டர்ஸுன்னா வெறுப்பு. எல்லாருக்கும் தெரியும்

ஹெர்மியோன்

பாலி சாம்ப்மேன், இது இன்னமும் மோசமாப் போறதுக்கு முன் உட்காரு. (பாலி பெருமூச்சுவிட்டு, பின் உட்காருகிறாள்) ஆல்பஸ், நீ அவளோட சேர்ந்துக்கோ. அத்தோட, இந்தப் பிரச்சினையை முடிங்க.

ஆல்பஸ்

நீங்க இந்த அளவுக்கு மோசமா இருந்ததில்லை.

ஹெர்மியோன்

நான் இந்த அளவு மோசம்ன்னு ஆல்பஸ் பாட்டர் சொன்னதுக்காக, க்ரைஃபைண்டர்ஸ் அணியில இருந்து இருபது புள்ளிகள்.

யான் ஃபெரெடெரிக்ஸ்

ஆல்பஸ், நீ உடனே உட்காரலைன்னா.....

ஆல்பஸ் உட்காருகிறான்

ஆல்பஸ்

நான் ஒன்னே ஒன்னு சொல்லிக்கட்டுமா..?

ஹெர்மியோன்

வேணாம், நீ எதுவும் சொல்ல முடியாது. பாட்டர், அமைதியா இருந்தாப் போதும். இல்லாட்டா, உனக்கிருக்கிற கொஞ்ச, நஞ்ச நல்ல பேரையும் இழந்துருவ. இப்போ, பேட்ரோனஸ்ன்னா என்னான்னு சொல்லு. தெரியாதா? யாருக்குமே தெரியாதா? சரியான மர மண்டைக.

ஹெர்மியோன் மென்மையாகப் புன்னகைத்துக் கொள்கிறாள். உண்மையிலேயே அவள் மோசம்.

ஆல்பஸ்

இல்லை. இது தான் மடத்தனம். ரோஸ் எங்கே? நீங்க பண்றது கேலிக் கூத்துன்னு அவள் சொல்லுவா.

ஹெர்மியோன்

யாரு ரோஸ்? உன்னோட புலப்படாத தோழியா?

ஆல்பஸ்

ரோஸ் கிரான்ஜெர் வீஸ்லி! உங்களோட மகள்! (உணர்ந்து கொள்கிறான்) உண்மை தான், நீங்களும் ரோனும் தான் கல்யாணமே பண்ணிக்கலையே... ரோஸ் -

எள்ளல் நகைப்பொலி எழுகிறது

ஹெர்மியோன்

எவ்வளவு துணிச்சல் உனக்கு! க்ரை:.பைன்னடர்ஸிலிருந்து ஐம்பது புள்ளிகள். அப்புறம், உறுதியாச் சொல்றே.. யாராவது குறுக்கே பேசுனீங்க இதுவே நூறு புள்ளிகளாயிடும்.

அவள் வகுப்பறையைச் சுற்றிலும் நோட்டமிடுகிறாள். யாருமே மூச்சு விடலை!

நல்லது. பேட்ரோனியஸ்ன்னா, அது ஒருவித மாயக்கலை மயக்குதல். உங்களுடைய மிகச்சிறந்த நேர்மறை உணர்வுகளின் நீட்சி. அது நீங்க ரொம்ப ஆழமாக நேசிக்கிற விலங்கினுடைய உருவம் எடுக்கும். ஒளியினுடைய பரிசு அது. பெட்ரோனியஸ் மாய மந்திரம் போட்டால், இந்த உலகத்திற்கு எதிராக உங்களைக் காப்பாத்திக் கொள்ளலாம். அது நம்முடைய மாணவர்கள்ல சில பேருக்குக் காலங்கடத்தாமல் உடனடியாகச் செய்ய வேண்டிய தேவை இருக்கு.

அங்கம் 2 காட்சி 12

ஹாக்வார்ட்ஸ், படிக்கட்டுகள்

படிக்கட்டு ஒன்றின் மீது ஆல்பஸ் ஏறுகிறான். ஏறும்போது சுற்றுமுற்றும் பார்க்கிறான். எதுவும் தென்படவில்லை. வெளியேறுகிறான். படிக்கட்டுகள் கிட்டத்தட்ட ஒரு நடனம் போல அசைகின்றன.

அவனுக்குப் பின்னால் ஸ்கார்பியஸ் நுழைகிறான். ஆல்பஸைப் பார்தத்துவிட்டதாக நினைக்கிறான். அவன் அங்கே இல்லை என்பதை உணர்ந்து கொள்கிறான்.

படிக்கட்டுகள் வட்டமாகச் சுழற்றியடித்ததால் அவன் ஒடுங்கித் தரையில் விழுகிறான்.

மேடம் ஹூச் நுழைந்து படிக்கட்டுகளில் ஏறுகிறார். உச்சியில் இருந்தவாறு ஏறி வரும்படி ஸ்கார்பியஸுக்கு சைகை காட்டுகிறார். அவனும் செய்கிறான். சரிந்து வெளியேறுகிறான் - அவன் முற்றாகத் தனிமைப்பட்டுவிட்டான் என்பது தெளிவாத் தெரிகிறது.

ஆல்பஸ் நுழைந்து படிக்கட்டு ஒன்றன் மீது ஏறுகிறான்.

ஸ்கார்பியஸ் நுழைந்து மற்றொன்றின் மீது ஏறுகிறான்.

படிக்கட்டுகள் சந்திக்கின்றன. அவர்கள் இருவரும் ஒருவரை ஒருவர் பார்த்துக்கொள்கின்றனர்.

இழப்பும் நம்பிக்கையும் ஒரே சமையத்தில் முகத்தில் பிரதிபலிக்கின்றன.

பிறகு, ஆல்பஸ் முகத்தைத் திருப்பிக் கொள்கிறான். அத்தருணம் உடைபடுகிறது, அத்துடன், நட்பும்.

தற்பொழுது படிக்கட்டுகள் பிரிகின்றன - இருவரும் ஒருவரை ஒருவர் பார்த்துக்கொள்கின்றனர் - குற்ற உணர்வு உறுத்த ஒருவன் - வேதனை ததும்ப மற்றவன் - இருவருமே முற்றாக மகிழ்ச்சி இழந்த நிலையில்!

அங்கம் 2 காட்சி 13

ஹேரி, ஜின்னி பாட்டர் இல்லம், சமையலறை

ஜின்னியும் ஹேரியும் ஒருவரை ஒருவர் மிகவும் கவனத்துடன் பார்த்துக்கொள்கின்றனர். அவர்களுக்கிடையே வாக்குவாதம் நிலுவையில் உள்ளது. அதை இருவருமே அறிவர்.

ஹேரி

இது தான் சரியான முடிவு.

ஜின்னி

உங்களுடைய குரல் ஏற்றுக்கொண்டுவிட்டதைப் போல கேக்குதே.

ஹேரி

அவங்கிட்ட நேர்மையா இருக்கணும்னு நீ தானே சொன்னாய். ஆனால், உண்மையிலே, நான் எனக்கே நேர்மையாக இருக்கணும்ங்கறதை உணர்ந்துக்கிட்டேன், என்னுடைய இதயம் சொல்றதை நம்பணும்னு....

ஜின்னி

ஹேரி, இது வரை வாழ்ந்த எத்தகைய மந்திரவாதிகளுடைய மிகப்பெரிய இதயங்களில் ஒன்னு உங்களுடையதுன்னு எனக்கு நல்லாத் தெரியும். ஆனால், இதைச் செய்யணும்னு உங்க இதயம் சொல்லுச்சிங்றதை நான் நம்பவில்லை.

கதவு தட்டப்படும் ஓசையைக் கேட்கின்றனர்.

கதவால காப்பாத்தப்பட்டேன்.

அவள் வெளியேறுகிறாள்

சற்று நேரத்திற்குப் பிறகு டிராகோ நுழைகிறார். கோபத்தால் விழுங்கப்பட்டுவிட்ட அவர் அதை நன்றாக மறைத்துக்கொண்டிருக்கிறார்.

டிராகோ

நான் ரொம்ப நேரம் இருக்கப் போவதில்லை. நீண்ட நேரம் தேவையுமில்லை.

ஹேரி

என்ன உதவி வேணும்?

டிராகோ

உன்னை எதிர்த்துப் போராட நான் இங்கே வரலை. ஆனால், என் பையன் அழுதுகிட்டே இருக்கான். நான் அவனுக்கு அப்பா. அதனால, ரெண்டு நல்ல நண்பர்களை ஏன் பிரிச்சு வைச்சிருக்கயின்னு கேட்க வந்தேன்.

ஹேரி

நான் பிரிச்சு வைக்கலை.

டிராகோ

பள்ளியில பாடவேளையையெல்லாம் மாத்தியிருக்கிறே, ஆசிரியர்களையும் ஆல்பஸையும் கூட பயமுறுத்தியிருக்கிற, எதுக்காக?

டிராகோவை மிகுந்த எச்சரிக்கையுடன் ஹேரி நோட்டமிடுகிறார். பிறகு முகத்தைத் திருப்பிக் கொள்கிறார்.

ஹேரி

என் மகனை நான் காப்பாத்தியாகணும்.

டிராகோ

ஸ்கார்பியஸ் கிட்ட யிருந்தா!

ஹேரி

என் மகனைச் சுற்றிலும் இருட்டு புலப்பட்டதாக பேன் என்னிடம் சொன்னான். என் மகனுக்குப் பக்கத்திலே.

டிராகோ

இப்ப என்ன சொல்ல வர்ற, பாட்டர்?

ஹேரி திரும்பி டிராகோவை கண்ணில் சவப்பார்வையுடன் பார்க்கிறார்.

ஹேரி

உனக்கு நிச்சயமாத் தெரியுமா... அவன் உன் பையன் தான்னு உண்மையிலேயே நிச்சயமாத் தெரியுமா, டிராகோ?

மயான அமைதி

டிராகோ

நீ சொன்னதைத் திரும்பப் பெறு... இப்பவே.

ஆனால், ஹேரி திரும்பப் பெறவில்லை. ஆகவே, டிராகோ தன்னுடைய மந்திரக்கோலை வெளியே எடுக்கிறார்.

ஹேரி

இதைச் செய்யறதுக்கு உனக்கு விருப்பமில்லை.

டிராகோ

ஆமா, விரும்புறேன்.

ஹேரி

டிராகோ, உன்னைத் துன்புறுத்த விரும்பலை.

டிராகோ

என்ன, ஆச்சரியம், நான் உன்னைத் துன்புறுத்தறதாலயா.

இருவரும் எதிரும் புதிருமாக நிற்கின்றனர். தம்முடைய மந்திரக்கோல்களை ஏவுகின்றனர்.

டிராகோவும் ஹேரியும்

எக்ஸ்பெல்லியார்ம்ஸ்!

அவர்களுடைய மந்திரக்கோல்கள் ஒன்றை மற்றொன்று எதிர்க்கின்றன, பின் தனித்தனியே பிரிகின்றன.

டிராகோ

இன்காசுரஸ்!

டிராகோவின் மந்திரக்கோலிலிருந்து புறப்பட்ட வெடிகுண்டை ஹேரி பக்கவாட்டில் விலகித் தப்பித்துக் கொள்கிறார்

ஹேரி

தரந்தாலெகரா!

டிராகோ அதன் வழியிலிருந்து விலகித் தாவித் தப்பிக்கிறார்.

ஹேரி

பயிற்சியெடுத்துக்கிறயா, டிராகோ.

டிராகோ

ஒழுங்கில்லாத வகையில் ஏவுற, பாட்டர். டென்சாஜியோ!

ஹேரி அதன் பாதையிலிருந்து மயிரிழையில் தப்புகிறார்.

ஹேரி

ரிக்டுசெம்ப்ரா!

அந்த வெடியைத் தடுப்பதற்கு டிராகோ நாற்காலியைப் பயன்படுத்துகிறார்.

டிராகோ

ஃபிலிபென்டோ!

ஹேரி காற்றினூடே சுழற்றி அடிக்கப்படுகிறார். டிராகோ எக்காளமாய்ச் சிரிக்கிறார்

கிழட்டுப் பயல, மேலே தூக்கு!

ஹேரி

நாம ரெண்டு பேரும் ஒரே வயசு தான், டிராகோ!

டிராகோ

நான் உன்னை விட நல்லாவே ஏவுகிறேன்.

ஹேரி

பிராச்சியாபின்டோ!

டிராகோ இறுக்கமாகக் கட்டப்படுகிறார்.

டிராகோ

அதுல நீ கைதேர்ந்தவன் தான்! இமான்சிபேர்!

தனக்குப் போடப்பட்ட கட்டுகளை டிராகோ தானே விடுவிக்கிறார்

லெவிகோர்பஸ்!

ஹேரி அதன் பாதையிலிருந்து விலகித் தாவித் தப்பித்துக்கொள்ள வேண்டியிருந்தது.

மொபிலிகோர்பஸ்!

ஹேரியை டிராகோ மேசையின் மீது மேலும் கீழுமாக பந்தடிக்கிறார். அதன் பின்னர், ஹேரி உருண்டு அப்பால் செல்கிறார். டிராகோ மேசையின் மீது குதிக்கிறார். தன்னுடைய மந்திரக்கோலைத் தயாராகப் பிடிக்கிறார். ஆனால், அவர் அவ்வாறு செய்யும் போது ஹேரி அவரை ஒரு மந்திரத்தால் தாக்குகிறார்...

ஹேரி

அப்ஸ்குரோ!

அது தாக்கிய உடனேயே அவருடைய கண்கட்டிலிருந்து டிராகோ தன்னை விடுவித்துக் கொள்கிறார்.

இருவரும் எதிர்த்து நிற்கின்றனர் - ஹேரி ஒரு நாற்காலியைத் தூக்கி எறிகிறார்.

டிராகோ கீழே குனிந்து, மந்திரக்கோலால் அந்த நாற்காலியின் வேகத்தைத் தணிக்கிறார்

ஜின்னி

மூணு நிமிடத்திற்கு முன்பு தான் இந்த அறையை விட்டுப் போனேன்!

சமையலறையில் ஏற்பட்டுள்ள குளறுபடிகளை அவள் நோட்டமிடுகிறாள். காற்றில் மிதக்கின்ற நாற்காலிகளையும் காண்கிறாள். தன்னுடைய மந்திரக்கோலால் அவற்றைத் தரையில் இறங்குமாறு சைகை காட்டுகிறாள்.

(வறட்சியினும் மிக வறண்ட குரலில்) எதையெல்லாம் காணாமோ?

அங்கம் 2 காட்சி 14

ஹாக்வார்ட்ஸ், படிக்கட்டுகள்

ஸ்கார்பியஸ் படிக்கட்டு ஒன்றில் மகிழ்ச்சியற்றவனாக கீழே இறங்குகிறான். டெல்ஃபி மறுபுறத்திலிருந்து குறுநடை ஓட்டமாக வருகிறாள்.

டெல்ஃபி

ஆக, தொழில்முறைப்படி நான் இங்கே வந்திருக்கக் கூடாது.

ஸ்கார்பியஸ்

டெல்ஃபி!

டெல்ஃபி

உண்மையைச் சொல்றதுன்னா, தொழில்முறைப்படி, நம்முடைய ஒட்டுமொத்த செயலுக்கு நான் ஆபத்து ஏற்படுத்திடுவேன்...அது தான் இல்லை.... உனக்கே தெரியும், இயல்பாகவே நான் ஆபத்தில் ஈடுபடுறவ இல்லை...ஹாக்வார்ட்ஸ்க்குள்ள நான் நுழைஞ்சதே இல்லை. கண்டிப்பு இல்லாத பாதுகாப்பு இங்கே மட்டும் இருக்காதா என்ன? எத்தனை படங்கள், எத்தனை வராந்தைகள், எத்தனை பேய்கள்! இந்த அரைத் தலையில்லாத புதுமையான பேய் தான் நீ இருக்கிற இடத்தை எனக்குச் சொல்லுச்சு, உன்னால நம்ப முடியுதா?

ஸ்கார்பியஸ்

ஹாக்வார்ட்ஸ்க்குள்ள நீ வந்ததே இல்லையா?

டெல்ஃபி

குழந்தையாக இருந்த போது சில வருஷங்கள் நான் உடல்நலமில்லாமல் இருந்தேன். மற்றவர்கள் போனார்கள், நான் போகலை -

ஸ்கார்பியஸ்

ரொம்பவே உடம்புக்கு முடியாம இருந்தியா? வருத்தப்படுறேன். எனக்குத் தெரியாது.

டெல்ஃபி

அதை நான் விளம்பரப்படுத்திக் கொள்ளல - ஒரு சீக்காளியா என்னைப் பாக்கறதை நான் விரும்பலை, தெரியுமா?

இது ஸ்கார்பியஸ் மனத்தில் பதிகிறது. எதையோ சொல்வதற்காக நிமிர்ந்து பார்க்கிறான். ஆனால், டெல்ஃபி, ஒரு மாணவர் கடந்து சென்றதால், பார்வையிலிருந்து மறைந்து கொண்டாள். அந்த மாணவன் கடந்து செல்லும் வரை ஸ்கார்பியஸ் தன்னியல்பாக இருக்க முயன்றான்.

அவுங்க போயிட்டாங்களா?

ஸ்கார்பியஸ்

டெல்ஃபி, நீ இங்கே இருக்கிறது உனக்கு மிகப் பெரிய ஆபத்தாகலாம்–

டெல்ஃபி

பரவாயில்லை - இதைப் பத்தி யாராவது ஏதாவது செய்தாகணும்.

ஸ்கார்பியஸ்

டெல்ஃபி, அது எதுவும் வேலை செய்யலை, டைம் டர்னர் பழுதாயிடுச்சு.

டெல்ஃபி

எனக்குத் தெரியும். ஆல்பஸ் ஆந்தை மூலம் தகவல் அனுப்பியிருந்தான். வரலாற்று ஏடுகள் மாறின ஆனால், போதுமான அளவுக்கு இல்லை - செட்ரிக் இன்னமும் செத்தவனாகவே இருக்கிறான். உண்மையில், முதல் நிகழ்வில் தோற்றதனால், இரண்டாவதில் ஜெயிப்பதற்கு கூடுதல் உறுதிப்பாட்டைக் கொடுத்திருக்கிறது.

ஸ்கார்பியஸ்

அப்புறம், ரோனும் ஹெர்மியோனும் முழுக்க, முழுக்க உண்மைக்குப் புறம்பான விதத்தில் நடந்து கொள்கிறார்கள். இன்னமும் என்னால் ஏனென்று கண்டுபிடிக்க முடியவில்லை.

லெஃபி

அதனால் தான் செட்ரிக் காத்திருக்க வேண்டியதாயிருக்கு. எல்லாமே ரொம்பவே குழப்பமாகிப் போச்சு. டைம் டர்னரை

நீ வச்சிருக்கிறது நல்லதாப் போச்சு. ஆனால், நான் சொல்லவந்தது என்னான்னா, உங்க ரெண்டு பேரையும் ஏதோ செய்யவேண்டிய தேவை யாருக்கோ உள்ளது.

ஸ்கார்பியஸ்

ஓ!

டெல்ஃபி

நீங்க ரெண்டு பேரும் ரொம்ப நல்ல நண்பர்கள். அவன் அனுப்புற ஒவ்வொரு தகவலிலும் நீ இல்லாமல் தவிக்கிறதை உணர முடிகிறது. அதனால் அவன் ரொம்பவே பாதிக்கப்பட்டிருக்கிறான்.

ஸ்கார்பியஸ்

சாய்ந்து அழுவதற்கு அவனுக்கு ஒரு தோள் கிடைத்திருப்பதாகத் தொனிக்கிறது. இது வரை எத்தனைமுறை தகவல் அனுப்பியிருப்பான்?

டெல்ஃபி மென்மையாகச் சிரிக்கிறாள்.

சாரி. அதாவது - அப்படி நினைக்கலை - சும்மா - என்ன நடக்குதுன்னு புரியலை. அவனைக் காண்பதற்கு - அவனோட பேசுறதுக்கு முயன்றேன். ஆனா, ஒவ்வொருமுறையும் அவன் ஓடிப்போயிடுறான்.

டெல்ஃபி

உனக்குத் தெரியுமா, எனக்கு உன் வயது இருந்த போது, எனக்கு நல்ல நண்பன்னு யாருமே இல்லை. ரொம்ப விரும்பினேன், நம்பிக்கையில்லாமலே. நான் இளமையா இருந்த போது, ஒருத்தனைக் கண்டுபிடிச்சேன், ஆனா, --

ஸ்கார்பியஸ்

எனக்கும் கூட அப்படி ஒருத்தன் இருந்தான். ஃப்ளர்ரி அவ பேரு. கோப்ஸ்டோன் கண்டிப்பான விதிகளால நாங்க பிரிஞ்சிட்டோம்.

டெல்ஃபி

ஆல்பஸுக்கு நீ வேணும், ஸ்கார்பியஸ். அவ ஒரு வியப்பான ஆள்.

ஸ்கார்பியஸ்

நான் எதுக்கு அவனுக்குத் தேவை?

டெல்ஃபி

அது தான் பிரச்சினை, இல்லையா? நட்புக்காக. அவனுக்கு என்ன தேவைன்னு உனக்குத் தெரியாது.

அது அவனுக்குத் தேவைன்னு மட்டும் உனக்குத் தெரியும். அவனைப் புரிஞ்சுக்கோ,ஸ்கார்பியஸ். நீங்க ரெண்டு பேரும் - -ஒருவர் மற்றொருவருக்காக!

அங்கம் 2 காட்சி 15

ஹேரி, ஜின்னி பாட்டர் இல்லம், சமையலறை

ஹேரியும் டிராகோவும் தனித்தனியே அமர்ந்திருக்கின்றனர். அவர்களுக்கு இடையே ஜின்னி நிற்கிறாள்.

டிராகோ

உங்களுடைய சமையலறையின் நிலைமைக்கு வருத்தப்படுறேன், ஜின்னி.

ஜின்னி

ஓ, இது என்னுடைய சமையலறை இல்லை. பெரும்பாலான சமையல் வேலையை ஹேரி செய்றார்.

அமைதி நிலவுகிறது

டிராகோ (கடுமையாக)

அவங்கிட்ட நான் பேசறது கூட இல்லை. ஸ்கார்பியஸ். குறிப்பா, அவனுடைய அம்மா செத்ததுக்குப் பிறகு - அவளுடைய இழப்பு அவனை எவ்வளவு பாதிச்சிருக்குன்னு என்னால பேசக் கூட முடியலை. எவ்வளவு முயற்சி பண்ணாலும் இவனைப் புரிஞ்சுக்க முடியலை. நீங்க ஆல்பஸ் கூடப் பேச முடியாது. நான் ஸ்கார்பியஸ் கிட்ட பேச முடியாது. இது தான் நிலைமை. என்னுடைய பையன் தீயவன் என்பதற்கில்லை. ஏன்னா, எவ்வளவுக் கெவ்வளவு ஒரு முரட்டுக் குதிரைமனிதனுடைய வார்த்தையை நம்புறீங்களோ, அவ்வளவுக்குத் தான் உங்களுக்கு நட்பின் வலிமை தெரியும்.

ஹேரி

டிராகோ, நீ என்ன வேணும்னா நினைச்சுக்கோ -

டிராகோ

நான் எப்பவுமே உன்னையும் அவுங்களையும் - வீஸ்லியும் கிரான்ஜெரும் - பொறாமைப்பட்டிருக்கேன். ஆமா -

ஜின்னி

கிரேபேயும் கோய்லேயும்.

டிராகோ

துடைப்பத்தின் ஒரு முனையிலிருந்து மறு நுனி வரைக்கும் தெரியாத ரெண்டு மடையர்கள். நீங்க - நீங்க மூணு பேரும் - ஜொலிச்சிங்க தெரியுமா? ஒருத்தர் மேல ஒருத்தர் பிரியமாயிருந்தீங்க - கேளிக்கை - அப்படிப்பட்ட நட்பு நான் மத்ததெதைக் காட்டிலும் கூடுதலாப் பொறாமைப் பட்டேன்.

ஜின்னி

அவங்களைப்பார்த்து நானும் பொறாமைப்பட்டிருக்கேன்.

ஜின்னியை ஹேரி வியப்புடன் பார்க்கிறார்.

ஹேரி

நான் அவனைப் பாதுகாத்தாகணும் -

அவர் எவ்வளவு தான் தடை செய்ய முயன்ற போதும் அந்த வார்த்தைகள் அவருக்குள் எதிரொலித்துக் கொண்டிருக்கின்றன.

டிராகோ

நெறையப் பேரு சொல்றாங்க, பிள்ளைகளை வளர்க்கறது தான் உலகத்திலேயே மிகக் கடுமையான வேலைன்னு - அவுங்க சொல்றது தப்பு - வளர்றது தான். அது எவ்வளவு கடினமா இருந்துச்சுன்னு நாமெல்லாம் மறந்துடறோம். பெரும்பாலான நேரம் என் அப்பா நெனைச்சார் அவரு என்னைப் பாதுகாத்ததா. ஒரு கட்டத்தில, நீங்க எப்படியிருக்க விரும்புறீங்க என்பதை முடிவு பண்ணிக்க வேண்டி வரும். அந்தச் சமையத்திலே பெற்றோரோ நண்பரோ தேவைப்படும். அந்த சமையத்தில, நீங்க உங்க பெற்றேரையும் வெறுத்து ஒதுக்கிட்டு, நண்பர்களும் இல்லாமல் இருந்தீங்கன்னா,... அப்புறம் நீங்க தன்னந் தனி தான். தனிமையா இருப்பது ரொம்பக் கொடுமை நான் தனியா இருந்தேன். அது என்னை ஒரு இருண்ட இடத்திற்குக் கொண்டு போனது. ரொம்பக் காலத்துக்கு. டாம் ரிட்ல்

கூட தனிமைப்பட்ட குழந்தை தான். உன்னால அதைப் புரிஞ்சுக்க முடியாது, ஹேரி. ஆனால், என்னால முடியும். ஜின்னியால கூட முடியும்னு நெனைக்கிறேன்.

ஜின்னி

அவரு சொல்றது சரி தான்.

ஜின்னியைப் பார்த்து ஹேரி விழிக்கிறார்.

டிராகோ

டாம் ரிட்ல் இருண்ட இடத்திலிருந்து வெளியேறவே இல்லை. அதனால, டாம் ரிட்ல், லார்ட் வோடெமோர்ட் ஆனான். பேன் பார்த்த கறுப்பு மேகம் ஆல்பஸினுடைய தனிமையாக இருக்கலாம். அவனுடைய வலியாக - வெறுப்பாக இருக்கலாம். பையனை இழந்துடாதீங்க. ரொம்ப வருத்தப்படுவீங்க. அதேபோல அவனும் வருத்தப்படுவான். ஏன்னா, அவனுக்கு நீங்க தேவை, ஸ்கார்பியஸும். அதை அவன் உணர்ந்திருக்கானோ இல்லையோ!

டிராகோவை ஹேரி பார்க்கிறார், யோசிக்கிறார். பேசுவதற்கு வாயைத் திறக்கிறார். யோசிக்கிறார்.

ஜின்னி

ஹேரி, தரை கழுவுற பொடியை நீங்க எடுத்துட்டு வர்றீங்களா, நான் எடுத்துக்கட்டுமா?

ஹேரி நிமிர்ந்து தன் மனைவியைப் பார்க்கிறார்

அங்கம் 2 காட்சி 16

ஹாக்வார்ட்ஸ், நூலகம்

ஸ்கார்பிஸ் நூலகத்திற்கு வருகிறான். இடது பக்கமும் வலது பக்கமும் பார்க்கிறான். அதன் பின்னர், ஆல்பஸைப் பார்க்கிறான். ஆல்பஸ் அவனைப் பார்க்கிறான்.

ஸ்கார்பியஸ்

ஹாய்!

ஆல்பஸ்

ஸ்கார்பியஸ், என்னால முடியாது....

ஸ்கார்பியஸ்

எனக்குத் தெரியும். நீ இப்போ க்ரை∴பைண்டர் அணியில இருக்க. இப்பெல்லாம் என்னை நீ பார்க்கக் கூட விரும்புறதில்லை. ஆனா, எது எப்படியிருந்தாலும், நான் உன்கிட்ட பேசிக்கிட்டுதான் இருக்கேன்.

ஆல்பஸ்

ஆமா, நான் உங்கிட்ட பேச முடியாது, அதுனால --

ஸ்கார்பியஸ்

நீ செய்தாகணும். நடந்த எல்லாத்தையும் அப்படியே அலட்சியப் படுத்திற முடியும்னு நினைக்கிறியா? உலகமே பைத்தியம் பிடிச்சு அலையுது, கவனிச்சியா?

ஆல்பஸ்

எனக்குத் தெரியும், சரியா? ரோன் புரியாத புதிராயிட்டாரு. ஹெர்மியோன் பேராசிரியராம்? எல்லாமே தப்புதான், ஆனா- -

ஸ்கார்பியஸ்

ரோஸ் இருக்காலான்னே தெரியலை -

ஆல்பஸ்

எனக்குத் தெரியும். இதோ பார், ஒவ்வொன்னையும் என்னால புரிஞ்சுக்க முடியலை. ஆனா, நீ இங்கே இருக்கக் கூடாது.

ஸ்கார்பியஸ்

-நாம அப்படி செஞ்சதால, ரோஸ் பிறக்கவே இல்லை. மந்திரவாதிகளுக்கான மும்முனைப் போட்டி யூல் பால் பத்தி பேசிக்கிட்டிருந்தது ஞாபகம் இருக்கா? மும்முனைப் போட்டி சாம்பியன்கள் நாலு பேரும் ஆளுக்கொரு தோழியை தோந்தெடுத்துக்கிட்டாங்க. உங்கப்பாவுக்கு பார்வதி பட்டேல். விக்டர் க்ரம்க்கு -

ஆல்பஸ்

ஹெர்மியோன். ரோனுக்குப் பொறாமை. பைத்தியக்காரனைப்போல நடந்துக்கிட்டாரு.

ஸ்கார்பியஸ்

அவரு மட்டும் தான் செய்யலை. ரீட்டா ஸ்கீட்டர் புத்தகத்திலே அவங்களைப் பத்தி கண்டுபிடிச்சேன். அதுல ரொம்ப வித்தியாசமா இருக்குது. ஹெர்மியோனை ரோன் பால் நடனத்தக்குக் கூட்டிட்டுப் போனாரு.

ஆல்பஸ்

என்னது?

பாலி சாப்மேன்

உஷ்ஷ்ஷ்ஷ்!

பாலியை ஸ்கார்பியஸ் பார்க்கிறான். தன்னுடைய குரலைத் தாழ்த்திக் கொள்கிறான்.

ஸ்கார்பியஸ்

நண்பர்களைப் போல. அவர்கள் நட்பு முறையில் தான் நடனமாடினாங்க. அது நல்லா இருந்துச்சு. அப்புறம் அவர் பத்மா பட்டேலுடன் நடனமாடினார். அது இன்னும் ரொம்ப நல்லா இருந்துச்சு. அப்புறம், அவர்கள் ஊர் சுத்த ஆரம்பிச்சாங்க, அவரு கொஞ்சம் மாறினாரு. அப்பறம், அவுங்க கல்யாணம் பண்ணிக்கிட்டாங்க. அதே சமையத்தில ஹெர்மியோன் --

ஆல்பஸ்

--மனநோயாளி ஆயிட்டாங்க.

ஸ்கார்பியஸ்

ஹெர்மியோன் அந்த பால் நடனத்துக்கு க்ரம் கூடப் போறதா இருந்தது. அவுங்க போகலை. ஏன்னு தெரியுமா? ஏன்னா, முதலாவது நிகழ்வுக்கு முன்னால அவுங்க சந்திச்ச வித்தியாசமான ரெண்டு டம்ஸ்ட்ராங் பசங்க செட்ரிக் மந்திரக்கோல் மறைஞ்சதுல ஏதாவது ஒரு விதத்தில சம்பந்தப் பட்டிருப்பாங்களோன்னு சந்தேகப்படுறாங்க. விக்டரோட தூண்டுதலால தான் செட்ரிக் முதலாவது நிகழ்வுல தோத்துப் போயிட்டாருன்னு அவுங்க நம்புறாங்க...

ஆல்பஸ்

வாவ்!

ஸ்கார்பியஸ்

க்ரம் இல்லைன்னா, ரோன்கிட்ட பொறாமையே இருந்திருக்காது. அந்தப் பொறாமை தான் முக்கியம். அப்புறம், ரோனும் ஹெர்மியோனும் ரொம்ப நல்ல நண்பர்களா இருந்தாங்க, காதலிச்சதே கிடையாது. கல்யாணம் பண்ணிக்கவும் இல்லை. ரோஸும் இல்லை.

ஆல்பஸ் வெகு விரைவாகக் கணக்கிட்டுப் பார்க்கிறான்.

ஆல்பஸ்

ஆதனால தான் அப்பா அப்படி - அவரும் மாறினாரா?

ஸ்கார்பியஸ்

எனக்கு நல்லாத் தெரியும், உன் அப்பாவும் அதே போலத் தான். மாயக்கலை சட்டம் அமலாக்கத் துறைத் தலைவர் - ஜின்னியைக் கல்யாணம் பண்ணிக்கிட்டார். மூணு குழந்தைகள்.

ஆல்பஸ்

அதனால தான் அவரு இப்படி ஒரு -

நூலகர் ஒருவர் அறையின் பின்பக்கம் நுழைகிறார்.

ஸ்கார்பியஸ்

என்னைப் பத்திக் கேள்விப்பட்டிருக்கியா, ஆல்பஸ்? உன்னோடது, உங்கப்பாவோடது எல்லாத்தையும் காட்டிலும் பெரிசு. பேராசிரியர். குரோக்கர்ஸ் விதி - பயணப்படுகிறவங்களுக்கோ, காலத்திற்கோ கடுமையான பாதிப்பு ஏற்படாம நாம் பின்னோக்கிச் செல்லக் கூடிய அதிகபட்ச நேரம் அஞ்சு மணி. நாம் ஆண்டுக்கணக்கில்

பின்னால போயிருக்கோம். குறைந்த பட்ச காலம், மாற்றம் கூட அலைகளை உருவாக்குது. நாமலோ கெட்ட அலைகளை உருவாக்கியிருக்கோம். நாம செஞ்ச காரியத்தால ரோஸ் பிறக்கவே இல்லை. ரோஸ்.

நூலகர்

உஷ்ஷ்ஷ்!

ஆல்பஸுக்கு பளீர் என்று யோசனை தோன்றியது.

ஆல்பஸ்

நல்லது. பின்னோக்கிப் போவோம் - பொருத்து. செட்ரிக்கையும் ரோஸையும் திரும்பக் கொண்டு வா.

ஸ்கார்பியஸ்,

...தப்பான பதில்.

ஆல்பஸ்

டைம் டர்னரை இன்னமும் நீ தான் வைச்சிருக்க, இல்லையா? யாரும் பார்க்கலையே?

ஸ்கார்பியஸ் அதைப் பையிலிருந்து எடுக்கிறான்

ஸ்கார்பியஸ்

ஆமா, ஆனா...

அவன் கையிலிருந்து ஆல்பஸ் அதைப் பறித்துக் கொள்கிறான்

ஆல்பஸ், வேணாம்,.. செய்யாதே....எவ்வளவு கெட்டதெல்லாம் நடக்கும்னு உனக்குப் புரியலையா?

டைம் டர்னரை விடாமல் பற்றிக் கொள்வதற்கு ஸ்கார்பியஸ் முயலுகிறான். ஆல்பஸ் அவனைப் பின்னால் தள்ளுகிறான். கத்துக்குட்டிகளாக மல்யுத்தம் புரிகின்றனர்.

ஆல்பஸ்

ஸ்கார்பியஸ், நாம செய்ய வேண்டியதைச் செய்தே ஆகணும். செட்ரிக்கை இன்னமும் காப்பாத்தியாக வேண்டியிருக்கு. ரோஸைத் திரும்பக் கொண்டு வர வேண்டியிருக்கு. நாம் கூடுதல் கவனமா இருப்போம். குரோக்கர் சொன்னது எதுவா இருந்தாலும், என்னை நம்பு, நம்மை நம்பு. இப்பவே அதை நாம் செய்து முடிச்சுருவோம்.

ஸ்கார்பியஸ்

இல்லை, நம்மால முடியாது. அதைக் கொடுத்திரு, ஆல்பஸ்! அதைக் கொடுத்திரு!

ஆல்பஸ்

கொடுக்க முடியாது, இது ரொம்ப முக்கியமானது.

ஸ்கார்பியஸ்

ஆமா, ரொம்பவும் முக்கியமானது தான் - நமக்கு. இதை இயக்குறதுல நமக்குப் பழக்கமில்லை. தப்பாக்கிடுவோம்.

ஆல்பஸ்

நாம தப்பாக்கிடுவோம்னு சொன்னது யாரு?

ஸ்கார்பியஸ்

நான் சொல்றேன். ஏன்னா, அதைத் தான் நாம் செய்கிறோம். குழப்பிவிட்டுர்றோம். தோற்கிறோம். தோல்வியடைந்தவர்கள். உண்மையா, மொத்தமா தோல்வி அடைஞ்சவங்க. நீ அதை உணரவே இல்லையா?

கடைசியில் ஆல்பஸுடைய கை மேலோங்குகிறது. ஸ்கார்பியஸைத் தரையில் தள்ளிவிடுகிறான்.

ஆல்பஸ்

நல்லது. உன்னைப் பாக்கறதுக்கு முன்னாடி நான் தோல்வியடைஞ்சவனா இருந்ததில்லை.

ஸ்கார்பியஸ்

ஆல்பஸ், உங்கப்பாகிட்ட நீ எதை நிரூபிச்சுக் காட்டணும்னு நினைச்சாலும், அதுக்கு இது வழியல்ல....

ஆல்பஸ்

என்னுடைய அப்பாவுக்கு நான் நிரூபிச்சுக் காட்ட வேண்டியது எதுவுமில்லை. செட்ரிக்கைக் காப்பாத்தியாகணும், ரோஸைக் காப்பாத்தியாகணும். ஒருவேளை நீ என்னைத் தடுத்து நிறுத்தலைன்னா, அதைச் சரியா என்னால செஞ்சு முடிக்க முடியும்.

ஸ்கார்பியஸ்

நானில்லாமலா? ஓ, அப்பாவி ஆல்பஸ் பாட்டர். (மற்போர் குறிமுறையை அவனது தோள்களில் காட்டிக் கொண்டு) பாவம், ஆல்பஸ் பாட்டர். ரொம்ப வருத்தமாயிருக்கு!

ஆல்பஸ்

என்ன சொல்ற?

ஸ்கார்பியஸ் (வெடிக்கிறான்)

என் வாழ்க்கைக்கே குறி வைக்கிறியா? உங்கப்பா பிரபலமான ஹேரி பாட்டர், மாயக்கலை உலகத்தினுடைய பாதுகாவலர் என்கிற முறையில உன்னை எல்லாரும் மதிப்போட பாக்குறாங்க. என்னை எதுக்குப் பாக்குறாங்கன்னா, என் அப்பா வோல்டெமோர்ட்ன்னு அவங்க நினைக்கிறாங்க. வோல்டெமோர்ட்.

ஆல்பஸ்

கொஞ்சம் கூட---

ஸ்கார்பியஸ்

அது எப்படியிருக்கும்னு உன்னால கொஞ்சமாவது கற்பனைப் பண்ணிப் பார்க்க முடியுமா? எப்பவாவது முயற்சி பண்ணிப் பார்த்திருக்கியா? இல்லை. ஏன்னா, உன்னால உ ன்னோட மூக்கின் நுனிக்கு அப்பால பார்க்க முடியாது. உங்கப்பாகிட்ட நீ முட்டாள்தனமாப் போட்டுக்கிட்டிருக்கிற சண்டைக்கு அப்பால பார்க்க முடியாது. அவரு எப்போதும் ஹேரி பாட்டராவே இருப்பாரு, அது உனக்குத் தெரியும், சரியா? நீயும் எப்பவும் அவருடைய மகனாவே இருப்ப. அது கஷ்டமானதுன்னு எனக்குத் தெரியும், மற்ற பசங்களெல்லாம் அதிர்ச்சியடையிறாங்க, ஆனா, நீ அதோட ஒத்துப் போகக் கத்துக்கணும், ஏன்னா, அவை மோசமானவை, சரியா?

முரசு ஒலிக்கிறது

காலம் வித்தியாசமாக இருந்ததையும், அந்தக் காலத்தில் என் அம்மா நோயில்லாம இருந்ததையும் உணர்ந்த போது. அந்தத் தருணம் அளவு கடந்த உற்சாகமாத் தான் இருந்தது. என்னோட அம்மா சாகாமக் கூட இருந்திருக்கலாம். அப்பக் கூட நிலைமை மாறவில்லை. நான் இன்னமும் வோல்டெமோர்ட்டோட மகனாகத் தான் இருக்கேன், அம்மா இல்லாம, எதையுமே திருப்பிக் கொடுக்காத ஒரு பையன் மேல இரக்கம் காட்டிக்கிட்டு. எனவே, உன்னோட வாழ்க்கையை கெடுத்திருந்தேன்னா அதுக்காக வருத்தப்படுறேன். ஆனா, என்னோட வாழ்க்கையை கெடுக்கறதுக்கு உனக்கு வாய்ப்பில்லை - அது ஏற்கெனவே கெட்டுப் போயிடுச்சு. உன்னால அதை நல்லதாக்க முடியலை. ஏன்னா. நீயொரு பயங்கரமான, படுபயங்கரமான, நண்பன்.

ஆல்பஸ் அதை உணர்ந்து உள்வாங்கிக் கொள்கிறான். ஸ்கார்பியஸுக்கு நேர்ந்ததைப் புரிந்து கொள்கிறான்.

ரோசிரியர். மேக்கோனகல்

ஆல்பஸ்! ஆல்பஸ் பாட்டர், ஸ்கார்பியஸ் மால்ஃபாய்! நீங்க அங்கே ஒன்னாவா இருக்கீங்க? நான் சொல்றே, சேர்ந்திருக்க வேணாம்.

ஸ்கார்பியஸை ஆல்பஸ் பார்க்கிறான், தன்னுடைய பையிலிருந்து ஓர் அங்கியை உருவுகிறான்

ஆல்பஸ்

சீக்கிரம்! நாம உடனே மறைச்சாகணும்,

ஸ்கார்பியஸ்

என்னது?

ஆல்பஸ்

ஸ்கார்பியஸ், என்னைப் பார்.

ஸ்கார்பியஸ்

அது கண்கட்டி அங்கியில்ல? ஜேம்ஸ்ஸோடது இல்ல?

ஆல்பஸ்

அந்த அம்மா பார்த்துட்டாங்கன்னா, நம்மல ஒரேயடியாப் பிரிச்சுடுவாங்க. தயவு பண்ணு. என்னால் புரிஞ்சுக்க முடியலை. தயவு பண்ணு.

பேராசிரியர். மேக்கோனகல் (தொலைவிலிருந்து, அவர்களுக்கு அனைத்து வாய்ப்புகளையும் அளிக்க முயற்சிக்கும் விதத்தில்)

நான் உள்ளே நுழையப் போறேன்!

பேராசிரியர். மேகோனகல் அறைக்குள் நுழைகிறார். மாரடார் வரைபடம் அவருடைய கையில் உள்ளது. பையன்கள் மேலங்கிக்குள் மறைந்து உள்ளனர். களைப்படைந்தவராக சுற்றுமுற்றும் பார்க்கிறார்.

என்னாச்சு. எங்கே போயிட்டேங்க - இந்த வேலையே வேண்டாமுன்னு நினைச்சேன். இப்ப அவங்க கண்ணாமூச்சு விளையாடுறேங்க.

அவர் யோசிக்கிறார். வரைபடத்தை மறுபடியும் பார்க்கிறார். அவர்கள் எங்கிருக்கக் கூடும் என்பதைத் தீர்மானிக்கிறார். அறையைச் சுற்றி நோட்டமிடுகிறார். பிறர் கண்ணுக்குப் புலப்படாதபடி பையன்கள் நகரும்

போது பொருட்கள் அசைகின்றன. அவர்கள் எங்கே செல்கிறார்கள் என்பதைக் கண்டு கொள்கிறார். அவர்களைத் தடுக்கிறார். ஆனால் அவர்கள் அவரைச் சுற்றி வட்டமடிக்கின்றனர்.

கடைசியாக விழுந்த புத்தகம் அவர்களைக் காட்டிக் கொடுத்துவிடுகிறது. யோசிக்கிறார். வரைபடத்தைப் பார்க்கிறார். பையன்களைக் கண்டு கொள்கிறார். தனக்குள் நகைக்கிறார்.

நல்லது. நான் உங்களைப் பார்க்கக் கூடாதுன்னா, நான் பார்க்கலை.

அவர் வெளியேறுகிறார். இரண்டு பையன்களும் மேலங்கியை நீக்குகின்றனர். ஒரு கணம் அமைதியாக அமருகின்றனர்.

ஆல்பஸ்

ஆமா, ஜேம்ஸ் அங்கியைத் தான் திருடினேன். அவங்கிட்டயிருந்து திருடுவது ரொம்ப எளிது. அவனுடைய பெட்டி அவன் முதல்ல வாங்கின துடைப்பத்தோட காலத்தது. எதிர்ப்புகளையெல்லாம் எளிதாகத் தவிர்த்துவிட்டு இந்த அங்கியை எடுத்துட்டேன்.

ஸ்கார்பியஸ் தலையை ஆட்டுகிறான்

வருத்தப்படுறேன், உன் அம்மாவுக்காக. அவுங்களைப் பத்தி நாம போதுமான அளவு பேசினது கிடையாது - ஆனா, உனக்குத் தெரியும்னு நம்புறேன் - மன்னிச்சுக்கோ - அது அர்த்தமில்லாதது - உன் அம்மாவுக்கு - உனக்கு - என்ன நடந்ததுன்னு.

ஸ்கார்பியஸ்

நன்றி!

ஆல்பஸ்

என் அப்பா சொன்னார் - என்னைச் சுத்தி இருக்கிற இருட்டு மேகம் நீதான்னு - என் அப்பா நெனைக்கத் தொடங்கிட்டாரு - நானும் ஒதுங்கி இருக்கணும்னு தெரிஞ்சுக்கிட்டேன். அப்படி நான் செய்யலைன்னா, அப்பா சொன்னாரு அவரு ---

ஸ்கார்பியஸ்

புரளியெல்லாம் உண்மைன்னு உன் அப்பா சொல்றாரா - நான் வோல்டெமோர்ட்டோட பையன் தானா?

ஆல்பஸ் (தலையை ஆட்டிக்கொண்டு)

அவருடைய துறையில இப்போ அதைத் துப்புத் துலக்கிக்கிட்டிருக்காங்க.

ஸ்கார்பியஸ்

நல்லது. செய்யட்டும். சில சமையங்களில் - சிலசமையங்களில் நானே நினைக்கிறது உண்டு - இவர்கள் சொல்றதும் உண்மையாக் கூட இருக்கலாம்னு.

ஆல்பஸ்

இல்லை. அவர்கள் சொல்றது உண்மையல்ல. ஏன்னு நான் சொல்றேன். ஏன்னா, வோல்டெமோர்ட்டால அன்புமிக்க மகனைப் பெற முடியாது. நீயோ அன்பானவன். ஸ்கார்பியஸ், உன்னோட வயிற்றின் ஆழம் வரைக்கும், உன்னோட விரல்களின் நுனி வரைக்கும், நான் உண்மையாகவே நம்புகிறேன் - உன்னைப் போல ஒரு குழந்தை வோல்டெமோர்ட்டுக்கு இருக்க முடியாது.

முரசு ஒலிக்கிறது. இவ்வார்த்தைகளால் ஸ்கார்பியஸ் நெகிழ்ந்து போகிறான்

ஸ்கார்பியஸ்

ரொம்ப நல்லது - அப்படிச் சொன்னது அருமையானது.

ஆல்பஸ்

இதை நான் ரொம்ப நாளைக்கு முன்னாலேயே சொல்லியிருக்கணும். உண்மையிலேயே, எனக்குத் தெரிஞ்சதிலேயே ரொம்ப நல்ல ஆளு நீயாத்தான் இருக்கணும். என்னைத் தடுத்து நிறுத்தறதை - நீ செய்யலை - செய்ய முடியாது - என்னை வலுவானாக்கின - அப்பா நம்மை வலுக்கட்டாயமாகப் பிரித்த போது - நீ இல்லாம ---

ஸ்கார்பியஸ்

எனக்கும் நீ இல்லாமல் வாழ்க்கையே வெறுத்துப் போச்சு...

ஆல்பஸ்

எனக்குத் தெரியும் நான் எப்பவுமே ஹேரி பாட்டருக்கு மகனாகவே இருப்பேன்னு - அதை நானே என் புத்தியப் பயன்படுத்தித் தீர்த்துக்கிறேன். உன்னோட ஒப்பிட்டுப் பார்க்கும் போது உண்மையில் என்னோட வாழ்க்கை நல்லா இருக்குன்னு எனக்குத் தெரியும் - அவரும் நானும் கூட ஒப்பிடும் போது அதிர்ஷ்டசாலிகள் -

ஸ்கார்பியஸ் (குறுக்கிட்டு)

ஆல்பஸ், மன்னிப்புக் கேட்பதெல்லாம் ஒருபுறமிருக்க, இது ஆச்சரியப்படுற விதத்தில முழுமையானதாக இருக்கு. ஆனா, நீ மறுபடியும் என்னைக் காட்டிலும் உன்னைப் பத்தி அதிகமாப் பேச ஆரம்பிச்சிட்ட. ஆக, நீ முந்திக்கிட்டிருக்கும் போதே வெளியேறிக்கறது நல்லது.

ஆல்பஸ் புன்னகைக்கிறான், ஒரு கையை நீட்டுகிறான்

ஆல்பஸ்

நண்பர்கள்?

ஸ்கார்பியஸ்

எப்போதும்.

ஸ்கார்பியஸ் கையை நீட்டுகிறான். ஆல்பஸ் அவனை இழுத்துக் கட்டியணைத்துக் கொள்கிறான்

ரெண்டாவது முறையா இதனை நீ செஞ்சிருக்கிற.

இரண்டு பையன்களும் தனியே பிரிந்து நகைத்துக்கொள்கின்றனர்.

ஆல்பஸ்

ஆனா, இப்படியொரு ஒப்பந்தத்துக்கு நாம வந்ததுல எனக்கு மகிழ்ச்சி, ஏன்னா, இது எனக்கு ஒரு நல்ல யோசனையைக் கொடுத்திருக்கு.

ஸ்கார்பியஸ்

எதைப்பத்தி!

ஆல்பஸ்

ரெண்டாவது நிகழ்வு பத்தி! அத்தோட மதிப்பைக் கெடுப்பது!

ஸ்கார்பியஸ்

நீ இன்னமும் காலத்தால பின்னோக்கிப் போறதைப் பத்தித்தான் பேசிக்கிட்டிருக்கியா? இதுவரைக்கும் அந்த உரையாடல்ல தான் இருந்தோமா?

ஆல்பஸ்

நீ சொல்றது சரி. நாம் தோற்றவர்கள். நாம தோற்கிறதுல கெட்டிக்காரங்க. நம்முடைய அந்த அறிவை இங்கே நாம் பயன்படுத்தப் போறோம். நமக்குள்ள சக்தி. தோற்பவர்கள் தோற்பவர்களாக இருப்பதற்குக் கத்துக்கொடுக்கப்படுறாங்க. தோற்றவங்களுக்குக் கத்துக்கொடுக்க ஒரே ஒரு வழி

தான் இருக்கு. அது மத்தவங்களைக் காட்டிலும் நமக்கு நல்லாத் தெரியும். அவமானப்படுத்துவது. நாம் அவரை அவமானப்படுத்தணும். ஆக, ரெண்டாவது நிகழ்வுல நாம் அதைத்தான் செய்யப் போறோம்.

ஸ்கார்பியஸ் யோசிக்கிறான் - ரொம்ப நேரமா - அதன் பின் புன்னகைக்கிறான்

ஸ்கார்பியஸ்

அது உண்மையிலேயே நல்ல யுக்தி தான்.

ஆல்பஸ்

எனக்குத் தெரியும்.

ஸ்கார்பியஸ்

அதாவது, ரொம்பவே அற்புதமானது. செட்ரிக்கைக் காப்பாத்துறதுக்கு செட்ரிக்கை அவமானப்படுத்து. புத்திசாலி. அப்புறம், ரோஸ்?

ஆல்பஸ்

மின்னல்வெட்ற மாதிரியான அதிசயமாக அவளை நான் காப்பத்துவேன். நீ இல்லாமலே இதை நான் செய்வேன். ஆனா, நீ அங்கே இருக்கணும். ஏன்னா, இதை நாம சேர்ந்து செய்யணும்னு விரும்புறேன். சேர்நதே எல்லாத்தையும் சரி பண்ணிடலாம். நீ வருவியா?

ஸ்கார்பியஸ்

ஆனா, ஒரு நிமிடம் பொறு. ரெண்டாவது நிகழ்வு ஏரியில இல்ல நடந்தது. உன்னைத் தான் பள்ளிக்கூடக் கட்டடத்தை விட்டு வெளியே போக அனுமதிக்க மாட்டாங்களே?

ஆல்பஸ் பல்லிளிக்கிறான்

ஆல்பஸ்

ஆமா. அதைப் பொறுத்தவரை நாம முதல் தளத்தில இருக்கிற பெண்கள் குளியலறையைப் பார்க்க வேண்டிய தேவையிருக்கு.

அங்கம் 2 காட்சி 17

ஹாக்வார்ட்ஸ், படிக்கட்டுகள்

ரோன் படிக்கட்டுகளில் இறங்கி வருகிறார், குடித்திருக்கிறார், ஹெர்மியோனைப் பார்க்கிறார். அவருடைய முகபாவங்கள் முற்றிலும் மாறுகின்றன.

ரோன்

பேராசிரியர். கிரான்ஜெர்.

ஹெர்மியோன் ஏறிட்டுப் பார்க்கிறார். அவருடைய இதயம் சற்றே தாவுகிறது. ஆனாலும் அவர் அதை அனுமதிக்க வில்லை.

ஹெர்மியோன்

ரோன், இங்கே என்ன செய்றீங்க?

ரோன்

பஞ்சு மாய மருந்து வகுப்பிலே கொஞ்சம் பிரச்சினை பண்ணிக்கிட்டாம் போல. பெரிசா எதையோ காட்றதா நினைச்சக்கிட்டு தப்பானதை தப்பானதோட சேர்த்துட்டாம் போல. இப்ப, அவனுக்குப் புருவங்கள் இல்லை, ரொம்பப் பெரிய மீசை நீட்டிக்கிட்டிருக்கு. அவனுக்கு அது பொருந்தவே இல்லை. நான் வருவதற்கு விரும்பலை. ஆனா, பத்மா தான் சொன்னா முகத்திலே வளர்ச்சியிருந்ததுன்னா பசங்களுக்கு அப்பா தான் தேவைப்படும்னு. நீங்க கூட உங்க தலைமுடியை என்னமோ பண்ணியிருக்கீங்க போல!

ஹெர்மியோன்

சும்மா, சீவியிருக்கேன்னு நினைக்கிறேன்.

ரோன்

அப்படியா... சீவியிருக்கிறது உங்களுக்குப் பொருத்தமா இருக்கு.

ரோனை ஹெர்மியோன் சற்றே விநோதமாகப் பார்க்கிறார்.

ஹெர்மியோன்

ரோன், அப்படிப் பார்க்கிறதை நிறுத்துறீங்களா?

ரோன் (நம்பிக்கையை வரவழைத்துக் கொண்டு)

ஹேரியினுடைய பையன் ஆல்பஸைத் தெரியுமா - அன்னைக்கு அவன் ஏங்கிட்டச் சொல்றா - நீயும் நானும் கல்யாணம் பண்ணிக்கிட்டமுன்னு நெனைச்சானாம். ஹா, ஹா, ஹா, ஹா. கேலிக்கூத்து இலலையா?

ஹெர்மியோன்

ரொம்ப நக்கலானது.

ரோன்

நமக்கு ஒரு பொண்ணு இருக்கிறதாக் கூட நினைச்சானாம். அது விநோதமானது, இல்லையா?

இருவருடைய பார்வைகளும் சிக்கிக்கொள்கின்றன. ஹெர்மியோன் தான் முதலில் விடுவித்துக் கொள்கிறார்.

ஹெர்மியோன்

விநோதத்திற்கும் மேலே!

ரோன்

ரொம்பச் சரியாச் சொன்னீங்க! நாம் நண்பர்கள் அவ்வளவு தான்.

ஹெர்மியோன்

முழுக்க, முழுக்க உண்மை. நண்பர்கள் - மட்டும்.

ரோன்

நண்பர்கள் - மட்டும். வேடிக்கையான வார்த்தை - நண்பர்கள். அவ்வளவு வேடிக்கையானது இல்லை தான். உண்மையிலே, ஒரு வார்த்தை அவ்வளவு தான். நண்பர்கள். நண்பர். வேடிக்கையான வார்த்தை. நீங்க என்னோட வேடிக்கையான நண்பர், என்னோட ஹெர்மியோன். அப்படியில்லை, என்னோட ஹெர்மியோன் இல்லை, உங்களுக்குப் புரியுதா - என்னுடைய ஹெர்மியோன் இல்லை - என்னுடையது இல்லை - உங்களுக்குத் தெரியும், ஆனா -

ஹெர்மியோன்

எனக்குத்தெரியும்.

அங்கே அசைவில்லை. அவர்களுள் ஒருவரும் கொஞ்சங்கூட அசையவில்லை. அசைய வேண்டியது மிகவும் முக்கியம் என்று ஒவ்வொன்றும் உணருகிறது. ஒருவழியாக, ரோன் செருமினார்.

ரோன்

பரவாயில்லை. நடக்கிறது நடக்கட்டும். பஞ்சுவைப் பாத்துக்கங்க. மீசையை நறுக்கறது பத்திய நுட்பங்களைச் சொல்லிக் கொடுங்க.

அவர் நடக்கிறார். திரும்புகிறார். ஹெர்மியோனைப் பார்க்கிறார். அவளும் பதிலுக்குப் பார்க்கிறாள். அவர் மறுபடியும் பரபரப்படைகிறார்.

உங்களுடைய தலைமுடி உண்மையிலேயே உங்களுக்கு ரொம்ப நல்லாப் பொருந்தியிருக்குது.

அங்கம் 2 காட்சி 18

ஹாக்வார்ட்ஸ், தலைமைஆசிரியை அலுலவலகம்

பேராசிரியர். மேக்கோனகல் தனது அறையில் இருப்பதாக மேடையில் தோன்றுகிறார். வரைபடத்தைப் பார்க்கிறார். தனக்குத் தானே வருத்தப்பட்டுக் கொள்கிறார். தன்னுடைய மந்திரக்கோலால் அதனைத் தட்டுகிறார். நல்லதொரு முடிவினை எட்டியதற்காக தனக்குத் தானே புன்னகைக்கிறார்.

பேராசிரியர். மேக்கோனகல்

தொல்லையைச் சமாளிச்சாச்சு.

பேரதிர்வு ஏற்படுகிறது.

ஒட்டுமொத்த மேடையும் அதிர்கிறது.

கணப்பு அடுப்பிலிருந்து முதலில் ஜின்னி தோன்றுகிறார். அதன் பின் ஹேரி

ஜின்னி

பேராசிரியர், கொஞ்சம் கூடச் சீர்ப்படலை.

பேராசிரியர். மேக்கோனகல்

பாட்டர், திரும்பவும் வந்துட்டீங்களா ஒருவழியாக என்னுடைய கம்பளத்தைச் சீர்குலைச்சுட்டீங்க.

ஹேரி

எனக்கு என் மகனைப் பார்க்கணும். பார்த்தே ஆகணும்.

பேராசிரியர். மேக்கோனகல்

ஹேரி, நான் இந்த விஷயத்தை யோசித்துப் பார்த்தேன். அதுல ஈடுபடுவதில்லைன்னு முடிவெடுத்துட்டேன். நீங்க எப்படிப் பயமுறுத்தினாலும், நான் -

ஹேரி

மினெர்வா, நான் அமைதிக்காக வந்திருக்கேன், போருக்காக

அல்ல... நான் உங்க கிட்ட அப்படிப் பேசியிருக்கவே கூடாது.

பேராசிரியர். மேக்கோனகல்

நட்பிலே தலையிட முடியும்னு எனக்குத் தோணலை. மேலும் நான் நம்புறேன்....

ஹேரி

நான் உங்ககிட்ட மன்னிப்புக் கேட்டாகணும், ஆல்பஸ் கிட்டயும்....வாய்ப்புத் தருவீங்களா?

அவர்களுக்குப் பின்னால் முழுவதும் புகைக்கரியுடன் டிராகோ வந்து சேருகிறார்

பேராசிரியர். மேக்கோனகல்

டிராகோ?

டிராகோ

அவருக்கு அவருடைய மகனைப் பார்த்தாகணும். எனக்கு என்னுடைய மகனை.

ஹேரி

நான் சொன்னதைப் போல, சமாதானமாக, போர் அல்ல.

பேராசிரியர். மேக்கோனகல் அவருடைய முகத்தை ஆய்வு செய்கிறார். அவர் காண விரும்பிய அக்கறையைக் காண்கிறார். தன்னுடைய பையிலிருந்து அந்த வரைபடத்தை மறுபடியும் எடுக்கிறார். அதனை விரிக்கிறார்

பேராசிரியர். மேக்கோனகல்

அப்படியா, சமாதானம் நான் பங்கெடுக்கக் கூடிய ஒன்று தான்.

தன்னுடைய மந்திரக்கோலால் அதனைத் தட்டுகிறார். பெருமூச்சுவிடுகிறார்.

நான் சொன்னது சரியில்லைன்னு நானே ஒத்துக்கிறேன்.

வரைபடம் செயல்படத் தொடங்குகிறது.

உண்மைதான் அவர்கள் சேர்ந்தே இருக்கிறார்கள்.

டிராகோ

முதல் தளத்திலுள்ள பெண்கள் குளியலறையில்! அங்கே என்ன செஞ்சுக்கிட்டிருக்கேங்க?

அங்கம் 2 காட்சி 19

ஹாக்வார்ட்ஸ், பெண்கள் குளியலறை

ஸ்கார்பியஸும் ஆல்பஸும் குளியலறைக்குள் நுழைகின்றனர். அதன் மையத்தில் விக்டோரியா காலத்திய மிகப்பெரிய தொட்டி இருக்கிறது.

ஸ்கார்பியஸ்

ஆக, இதைச் சரிப்படுத்த எனக்கு உதவு - - திட்டம் என்னன்னா என்கோர்ஜ்மென்ட்....

ஆல்பஸ்

ஆமா, ஸ்கார்பியஸ் அந்த சோப்பை முயற்சி பண்ணு..

தொட்டியில் கைவிட்டு ஸ்கார்பியஸ் சோப்பை எடுக்கிறான்.

என்கோர்ஜியோ!

தனது மந்திரக்கோலிலிருந்து அறையினூடே ஒரு வெடியை வெடிக்கிறான். சோப்பு தன்னுடைய அளவில் நான்கு மடங்காகப் உருப்பெருக்கமடைகிறது.

ஸ்கார்பியஸ்

நல்லது, நானே மிகப்பெரிதாகிவிட்டதாக நினைக்கிறேன்.

ஆல்பஸ்

ரெண்டாவது நிகழ்வு ஏரிப் பந்தயம். அவர்கள் தம்மிடமிருந்து திருடப்பட்டதை மீட்க வேண்டும். அது எதுவாக இருக்க வேண்டுமென்றால்---

ஸ்கார்பியஸ்

---அவாகள் நேசித்த ஆட்கள்.

ஆல்பஸ்

செட்ரிக் தலைக்கு மேல் குமிழ்கள்விடுகிற மாயவித்தையை ஏரியில் நீந்துவதற்குப் பயன்படுத்தினார். நாம் செய்யப்போறதெல்லாம் அங்கே அவருக்குப் பின்னால் சென்று பெரிதாக்குகின்ற வித்தையைப் பயன்படுத்தி மிகப்பெரிதான ஏதோ ஒன்றாக மாற்றிவிட வேணும். டைம் டர்னர் நமக்குக் கூடுதலான கால அவகாசம் கொடுப்பதில்லை, அதனால வேகமாகச் செயல்படப் போகிறோம். அவர்கிட்ட போ, அவருடைய தலையைப் பெரிதாக்கு, ஏரிக்கு வெளியே மிதந்து வருவதைக் கவனி. பந்தையத்துக்கு வெளியே என்றால் போட்டிகளிலிருந்து வெளியேறியதாக அர்த்தம்...

ஸ்கார்பியஸ்

ஆனால், அந்த ஏரிக்கு நாம் எப்படிப் போகப் போகிறோம்ன்னு இன்னமும் எனக்குச் சொல்லவில்லை....

பின்னர், திடீரென தொட்டியிலிருந்து நீர் பீறிடுகிறது. அதிலிருந்து முழுவதும் நனைந்த மோனிங் மிர்ட்ல் மேலெழும்புகிறது.

மோனிங் மிர்ட்ல்

வாவ். இது ரொம்ப நல்லாயிருக்கு. இதுபோல அனுபவிச்சதே இல்லை. ஆனா, நீங்க என் வயதை அடையும் போது முடிந்ததை எடுத்துக் கொள்ளுங்கள்..

ஸ்கார்பியஸ்

உண்மை தான் - நீ அறிவாளி - மோனிங் மிர்ட்ல்

ஸ்கார்பியஸ் மீது மோனிங் மிர்ட்ல் பாய்கிறது.

மோனிங் மிர்ட்ல்

என்னை எப்படிக் கூப்பிட்ட? நான் என்ன புலம்புகிறேனா? இப்பப் புலம்பிக்கிட்டிருக்கேனா? இருக்கேனா? இருக்கேனா?

ஸ்கார்பியஸ்

இல்ல, நான் அப்படிச் சொல்லலை.

மோனிங் மிர்ட்ல்

எம் பேரு என்ன?

ஸ்கார்பியஸ்

மிர்ட்ல்.

மோனிங் மிர்ட்ல்

ரொம்பச் சரியா சொன்ன - மிர்ட்ல், மிர்ட்ல் எலிசபெத் வேரென் - ரொம்ப அழகான பெயர் - என் பெயர் - மோனிங் தேவையில்லை.

ஸ்கார்பியஸ்

நல்லது...

மோனிங் மிர்ட்ல் (அவள் நகைக்கிறாள்)

நேரமாச்சு, பசங்களா. என்னுடைய குளியலறையில். பெண்ணுகளோட குளியலறையில. இது சரியில்லை. ஆனாலும், பாட்டர் குடும்பத்து ஆளுக மேல எனக்குப் பாசம் உண்டு. மால்பாய்க்கும் கூட ஓரளவு. இப்ப, நான் உங்களுக்கு என்ன உதவி செய்யணும்?

ஆல்பஸ்

நீங்க அந்த ஏரியில இருந்தீங்கல்ல மிர்ட்ல், அவுங்க உங்களைப் பத்தி எழுதியிருக்காங்க. இந்தக் குழாய்கள் மூலமாக அங்கே போறதுக்கு ஒரு வழியிருக்கணும்.

மோனிங் மிர்ட்ல்

நான் எல்லா இடத்திலும் இருப்பேன். நீங்க எந்த இடத்தை நினைக்கிறீங்க?

ஆல்பஸ்

ரெண்டாவது போட்டி. ஏரிப் போட்டி. மந்திரவாதிகளுக்கான மும்முனைப் போட்டிகள் - இருபது வருஷத்துக்கு முன்பு - ஹேரியும் செட்ரிக்கும்.

மோனிங் மிர்ட்ல்

அழகான பையன் செத்தானே அந்தக் கேவலமான போட்டியா? உன் அப்பா கூட அந்த அளவு அழகு இல்லை - ஆனா செட்ரிக் டிக்கோரி - நீயெல்லாம் அசந்து போயிருவ - இதே குளியலறையில அவன் மேல காதல் வசப்பட்டு எத்தனை பொண்ணுக பேசுனதைக் கேட்டேன் - அவன் செத்த பிறகு அழுதவுங்களையும்...

ஆல்பஸ்

எங்களுக்கு உதவுங்க மிர்ட்ல், அதே ஏரிக்குப் போறதுக்கு எங்களுக்கு உதவுங்க.

மோனிங் மிர்ட்ல்

காலத்ததால பயணம் செய்யறதுக்கு உங்களுக்கு என்னால உதவ முடியும்னு நினைக்கிறீங்களா?

ஆல்பஸ்

ஒரு விஷயத்தை நீங்க இரகசியமா வைச்சுக்கணும்.

மோனிங் மிர்ட்ல்

இரகசியங்கள் எனக்கு ரொம்பப் பிடிக்கும். ஒருத்தருகிட்டயும் சொல்ல மாட்டேன். என் இதயத்தைக் கடந்ததுன்னா, செத்துப் போவேன். அல்லது அதுக்குச் சமமான ஒன்னு. ஏன்னா பேய்கள், உனக்குத் தெரியும்.

ஸ்கார்பியஸைப் பார்த்து ஆல்பஸ் தலையை ஆட்டுகிறான். அவன் டைம் டர்னரைக் காட்டுகிறான்

ஆல்பஸ்

காலத்தை எதிர்த்து நம்மால பயணிக்க முடியும். குழாய்கள் வழியாக அந்தக் குளத்திற்குப் போக நீங்க உதவப் போறீங்க. நாம் செட்ரிக் டிகோரியைக் காப்பாத்தப் போறோம்.

மோனிங் மிர்ட்ல்

நல்லது. ரொம்ப வேடிக்கையா இருக்கு.

ஆல்பஸ்

நாம் காலங்கடத்தக் கூடாது.

மோனிங் மிர்ட்ல்

இந்தத் தொட்டியே போதும். இந்தத் தொட்டியே நேரா அந்த ஏரிக்குத் தான் போகுது. இது எல்லா விதிகளையும் மீறிவிடும். ஆனா, இந்தப் பள்ளி ரொம்பவே காலங்கடந்தது. உள்ளே குதிங்க. நேரா அங்கேயே கொண்டு போய்விடும்.

ஆல்பஸ் தன்னுடைய அங்கியைச் கழற்றி விட்டு தொட்டிக்குள் தன்னை இழுக்குமாறு செய்கிறான். ஸ்கார்பியஸ் அதை அப்படியே தானும் செய்கிறான். ஒரு பையில் சில தழைகளை ஆல்பஸ் ஸ்கார்பியஸிடம் கொடுக்கிறான்.

ஆல்பஸ்

கொஞ்சம் எனக்கு. கொஞ்சம் உனக்கு.

ஸ்கார்பியஸ்

இஞ்சித் தழைகளா? நாம் இஞ்சித் தழைகளைப் பயன்படுத்தப் போகிறோம். தண்ணிக்குக் கீழே சுவாசிக்கறதுக்கு?

ஆல்பஸ்

என் அப்பா செய்ததைப் போல. இப்போ, நீ தயாரா?

ஸ்கார்பியஸ்

ஞாபகம் வைச்சுக்கோ, இந்தமுறை நேரத்துல நாம கவனமாயிருக்கணும்...

ஆல்பஸ்

அஞ்சே நிமிடம். அவ்வளவு தான் நாம அனுமதிக்கிற நேரம். அதுக்குள்ள தற்காலத்துக்குத் திரும்பி வந்திடுவோம்.

ஸ்கார்பியஸ்

இது எல்லாமே நல்லா நடந்து முடிஞ்சுடும், இல்லையா?

ஆல்பஸ் (பல்லைக் காட்டியவாறு)

எல்லாம் முழுக்க, முழுக்க நல்லாவே நடந்திடும். தயாரா?

ஆல்பஸ் இஞ்சித் தழையை எடுத்துக் கொண்டு நீருக்குள் மறைந்து விடுகிறான்.

ஸ்கார்பியஸ்

வேணாம், ஆல்பஸ் - ஆல்பஸ் -

அவன் நிமிர்ந்து பார்க்கிறான். அவனும் மோனிங் மிர்ட்ல்லும் தனியே இருக்கின்றனர்.

மோனிங் மிர்ட்ல்

துணிச்சல்மிக்க பையன்களைப் போல நான் செய்வேன்.

ஸ்கார்பியஸ் (சற்றே பயத்துடனும் சற்றே துணிவுடனும்)

அப்படின்னா, நானும் முழுக்கத் தயாராயிட்டேன், என்ன ஆனாலும் ஆகட்டும்!

அவன் இஞ்சி தழைகளை எடுத்துக் கொண்டு நீருக்குள் மறைந்துவிடுகிறான்.

மோனிங் மிர்ட்ல் மேடையில் தனியே விடப்படுகிறாள்.

பூதாகரமான ஒளியும் மோதிக் கொள்கிற பேரொலியும் நிகழ்கின்றன.

காலம் நிற்கிறது. அதன் பின்னர். பின்னோக்கித் திரும்புகிறது, சற்றே சிந்திக்கிறது, பின்னர், பின்னோக்கி விரையத் தொடங்குகிறது...

பையன்கள் போய்விட்டனர்.

ஹேரி ஓடிக் கொண்டு இருப்பதாகத் தோன்றுகிறார். அவருடைய முகத்தில் ஆழ்ந்த வேதனை புலப்படுகிறது. அவருக்குப் பின்னால் டிராகோ, ஜின்னி, பேராசிரியர். மேக்கோனகல் ஓடுகின்றனர்.

ஹேரி

ஆல்பஸ்! ஆல்பஸ்!

ஜின்னி

அவன் போயிட்டான்!

பையன்களுடைய அங்கிகளைத் தரையில் காண்கின்றனர்.

பேராசிரியர். மேக்கோனகல் (வரைபடத்தை ஆய்வு செய்கிறார்)

அவன் மறைந்துவிட்டான். இல்லை, அவன் ஹாக்வார்ட்ஸ் தரைக்கு அடியில் போய்க்கிட்டிருக்கான். இல்லை, அவன் மறைந்து விட்டான் -

டிராகோ

அவனால் எப்படி இதையெல்லாம் செய்ய முடிகிறது?

மோனிங் மிர்ட்ல்

அவன் ரொம்ப அழகான டரிங்கட் டின்கியைப் பயன்படுத்துறான்.

ஹேரி

மிர்ட்ல்!

மோனிங் மிர்ட்ல்

ஓ, பாத்துட்டியா! ரொம்பக் கஷ்டப்பட்டு மறைஞ்சுக்கிட்டிருந்தேன். ஹலோ, ஹேரி. ஹலோ, டிராகோ. மறுபடியும் ரெண்டு பேரும் கெட்ட பயலுக ஆயிட்டீங்களா?

ஹேரி

அவன் எந்த டிங்கெட்டைப் பயன்படுத்தினான்?

மோனிங் மிர்ட்ல்

அது ஒரு இரகசியம்ன்னு நினைக்கிறேன். ஆனாலும், ஹேரி, உங்கிட்ட இருந்து நான் எதையும் மறைக்க முடியாது. வயசு ஏற,ஏற ரொம்ப அழகானவனா ஆயிருக்கிறே எப்படி? உயரமாக் கூட இருக்கே!

ஹேரி

என் மகன் ஆபத்தில் உள்ளான். உன்னுடைய உதவி வேணும். அவனுக என்ன செய்றேங்க மிர்ட்ல்?

மோனிங் மிர்ட்ல்

செட்ரிக் டிகோரிங்ற பையனைக் காப்பாத்துணும்னு அலைகிறான்.

உடனே ஹேரி என்ன நடந்தது என்பதை உணர்ந்து கொள்கிறார். பீதியடைகிறார்.

பேராசிரியர். மேக்கோனகல்

ஆனா, செட்ரிக் பல ஆண்டுகளுக்கு முன் செத்துப் போயிட்டானே...

மோனிங் மிர்ட்ல்

அந்த உண்மையை அவனால் கண்டுபிடிச்சுட முடியும்ங்ற நம்பிக்கை அவனுக்கு நெறைய இருந்தது. ஹேரி, அவன் உன்னைப் போலவே ரொம்பத் தன்னம்பிக்கை உள்ளவன்

ஹேரி

அவன் நான் பேசியதைக் கேட்டான் -அமோஸ் டிகோரிகிட்ட - அமைச்சகத்தில இருந்த டைம் டர்னரை அவன் எடுத்திருப்பானோ.... இல்லை, அது சாத்தியமில்லை.

பேராசிரியர். மேக்கோனகல்

அமைச்சகத்தில டைம் டர்னர் இருந்துச்சா? எல்லாத்தையும் அழிச்சிட்டதாக நினைச்சேன்?

மோனிங் மிர்ட்ல்

ஒவ்வொருத்தரும் சுட்டித்தனமாத்தான் நடந்துக்கிறீங்களா?

டிராகோ

யாராவது என்ன நடந்துகிட்டிருக்குன்னு வெவரமாச் சொல்றீங்களா?

ஹேரி

ஸ்கார்பியஸும் ஆல்பஸும் காணாமல் போய், மறுபடியும் கிடைக்க வில்லை - அவர்கள் பயணிக்கிறார்கள். காலத்தில் பயணம் செய்கிறார்கள்.

அங்கம் 2 காட்சி 20

மந்திரவாதிகளுக்கான மும்முனைப் போட்டிகள், ஏரி, 1995

லுடோ பேக்மேன்

பெரியோர்களே, தாய்மார்களே, சிறுவர்களே, சிறுமியரே, மாபெரும், அற்புதமான, தனித்துவம் வாய்ந்த, மந்திரவாதிகளுக்கான மும்முனைப் போட்டிகள் நடைபெற உள்ளன.

ஹாக்வார்ட்ஸைச் சேர்ந்தவர்கள் கைதட்டி ஆரவாரம் செய்யுங்கள்!

உரத்த ஆரவாரப் பேரொலி எழுகிறது.

ஆல்பஸும் ஸ்கார்பியஸும் ஏரியில் நீந்தி வருகின்றனர். நீருக்குள் மூழ்கி எழிலார்ந்த இலகுவுடன் நீந்துகின்றனர்.

டம்ஸ்ட்ராங்கிலிருந்து வந்துள்ளவர்கள் ஆரவாரியுங்கள்!

பலத்த கை தட்டல் எழுகிறது

பாக்ஸ்பேட்டன்ஸ் ஆரவாரம் செய்யுங்கள்!

மெல்லிய ஆர்ப்பரிப்பு விட்டு விட்டுக் கேட்கிறது.

இந்தப் போட்டியில் பிரெஞ்சுக்காரர்கள் கலந்து கொள்கின்றனர்.

அவர்கள் அங்கே உள்ளனர்... விக்டர் ஒரு சுறா, ஆமாம் அவன் அப்படித்தான், ஃப்ளெர் அற்புதமாகத் தோன்றுகிறான், என்றென்றைக்கும் துணிவூக்கமுள்ள ஹேரி இஞ்சித்தலைகளுடன் நிற்கிறார். புத்திசாலி ஹேரி, அதிபுத்திசாலி - செட்ரிக் - நல்லது - ஆடவருக்கும் மகளிருக்கும் கண்கவர் விருந்தான செட்ரிக் எரிக்குள் நீந்திச் செல்ல ஏதுவாக குமிழி வித்தையைக் கையாளுகிறார்.

செட்ரிக் டிகோரி நீர் வழியாக அவர்களை நோக்கிச் சொல்கிறார். அவருடைய தலைக்கு மேலே குமிழி தோன்றுகிறது. ஸ்கார்பியஸும் ஆல்பஸும் தமது மந்திரக்கோல்களை ஒன்றாக உயர்த்துகிறார்கள். நீர் வழியாக உருப்பெருக்க மாய வித்தையை ஏவுகின்றனர்.

அவர் திரும்பி அவர்களைக் குழம்பிப் போய்ப் பார்க்கிறார்.. மந்திரம் அவரைத் தாக்குகிறது, அவரைச் சுற்றிலும் நீர் பொன்னாகச் ஜொலிக்கிறது.

அதன் பிறகு செட்ரிக் உருப்பெருக்கமடையத் தொடங்குகிறார் - மென்மேலும் உருவம் பெருக்கமடைகிறது -

தன்னைச் சுற்றிலும் நோட்டமிடுகிறார் - முழுமையாகக் குழப்பமடைகிறார். உதவுவாரின்றி நீருக்கு மேலே அவர் எழும்புவதைப் பையன்கள் காண்கின்றனர்.

ஆனால், இல்லை. என்ன இது... செட்ரிக் டிகோரி நீரை விட்டு வெளியே எழும்புகிறார். அப்படியானால் அவர் போட்டியை விட்டு வெளியேறுவது வெளிப்படையாகத் தெரிகிறது. ஓ, பெரியோர்களே, தாய்மார்களே, நமக்கு வெற்றியாளராக அவர் இல்லை, தோல்வியடைந்தவராகிவிட்டார். செட்ரிக் டிகோரி பலூனாக மாறிவிட்டார். அந்தப் பலூன் பறப்பதற்கு விரும்புகிறது. பறக்கிறது, பெரியோர்களே, தாய்மார்களே, பறக்கிறது. பந்தயத்திலிருந்தும் போட்டியிலிருந்தும் பறக்கிறது. ஓ, அது மேலும் கொடூரமாகிறது, செட்ரிக்கைச் சுற்றி வாணவேடிக்கை நடக்கிறது. அது ‘ஹெர்மியோனை ரோன் காதலிக்கிறார்’ என்று முழங்குகிறது. - அதனைக் கூட்டத்தினர் ரசிக்கின்றனர் - ஓ. பெரியோர்களே, தாய்மார்களே, செட்ரிக் முகத்தை அண்ணாந்து பாருங்கள்! ஒரு விதத்தில் ஓவியம் போல் தெரிகிறது, அதைச் சொல்வதற்கு வேறு வார்த்தை இல்லை. ஒருவிதத்தில் கண்கொள்ளாக் காட்சியாகிறது, ஒரு விதத்தில் அவலமாகவும் இருக்கிறது. இது ஒரு அவமதிப்பு,

ஆல்பஸ் வாய் காது வரை விரிய சிரிக்கிறான், ஸ்கார்பியஸுடன் கைக்குக் கை மோதி வெற்றியைக் கொண்டாடுகிறான்.

ஆல்பஸ் மேல்நோக்கிச் சுட்டிக் காட்டுகிறான். ஸ்கார்பியஸ் தலையை ஆட்டுகிறான். அவர்கள் நீரிலிருந்து மேல்நோக்கி நீந்தத் தொடங்குகின்றனர். செட்ரிக் மேலெழுந்து பறந்த போது மக்கள் நகைக்கின்றனர். அத்துடன் ஒவ்வொன்றும் மாறுகிறது.

உலகம் இருளடைகிறது. உலகம் உண்மையில் கிட்டத்தட்ட கறுப்பாகிவிடுகிறது.

பளிச்சென்று ஒளி மின்னலடிக்கிறது. பேரொலி. டைம் டர்னில் டிக் ஒலி நிற்கிறது. நாமனைவரும் தற்காலத்திற்குத் திரும்புகிறோம். ஸ்கார்பியஸ் திடீரென்று நீருக்குள்ளிருந்து மேலெழும்பித் தோன்றுகிறான். அவன் முகத்தில் வெற்றிக் களிப்பு.

ஸ்கார்பியஸ்

ஊஉஉஉஉஉஉஉஉஉஉஉஉ.... ஹூஹுஹுஹு.........!

சுற்றுமுற்றும் நோட்டமிடுகிறான். ஆல்பஸ் எங்கே? காற்றில் கையால் துழாவுகிறான்...

நாம் செய்து முடிச்சுட்டோம்!

அடுத்தொரு கணம் காத்திருக்கிறான்.

ஆல்பஸ்?

ஆல்பஸ் இன்னும் வெளிவரவில்லை. ஸ்கார்பியஸ் தண்ணீரில் காலால் துழாவித் தேடுகிறான். யோசிக்கிறான் மறுபடியும் நீருக்குள் மூழ்கிச் செல்கிறான். மீண்டும் மேலே வருகிறான். இப்போது முற்றாகக் கலக்கமடைந்திருக்கிறான். சுற்றிலும் மலங்க, மலங்க விழிக்கிறான்.

ஆல்பஸ்... ஆல்பஸ்... ஆல்பஸ்!

பார்செல் மொழியில் முணுமுணுப்புக் கேட்கிறது. அது பார்வையாளர்களைச் சுற்றி வருகிறது. அவன் வந்துகொண்டிருக்கிறான். அவன் வந்துகொண்டிருக்கிறான். அவன் வந்து கொண்டிருக்கிறான்.

டொலோரெஸ் அம்பிரிட்ஜ்

ஸ்கார்பியஸ் மால்பாய், ஏரியை விட்டு வெளியே வா, ஏரியை விட்டு வெளியே வா. உடனே.

அவனை அவள் நீருக்கு வெளியே இழுக்கிறாள்.

ஸ்கார்பியஸ்

மிஸ், உதவுங்கள்! தயவுசெய்து மிஸ்.

டொலோரெஸ் அம்பிரிட்ஜ்

மிஸ்ஸா? நான் பேராசிரியர். டொலோரெஸ் அம்பிரிட்ஜ், உன்னுடைய பள்ளியின் தலைமை ஆசிரியை. நான் மிஸ்ஸில்லை!

ஸ்கார்பியஸ்

நீங்க தலைமை ஆசிரியையா? ஆனால், நான்....

டொலோரெஸ் அம்பிரிட்ஜ்

நான் தான் தலைமைஆசிரியை. உங்க குடும்பத்தினர் எவ்வளவு முக்கியமானவங்களா இருந்தாலும், முறையில்லாம நடந்துக்கிறதுக்கும் குழறுபடி செய்யறதுக்கு அனுமதி கிடைக்காது.

ஸ்கார்பியஸ்

ஏரிக்குள்ள ஒரு பையன் இருக்கான். உதவிக்கு ஆளைக் கூப்பிடுங்க. நான் என் நண்பனைத் தேடிக்கிட்டிருக்கேன், மிஸ், பேராசிரியர், தலைமை ஆசிரியை. ஹாக்வார்ட்ஸ் மாணவர்கள்ல ஒருத்தன், மிஸ். ஆல்பஸ் பாட்டரைத் தேடிக்கிட்டிருக்கேன்.

டொலோரெஸ் அம்பிரிட்ஜ்

பாட்டர்? ஆல்பஸ் பாட்டர்? அப்படியொரு மாணவனே இல்லை. உண்மையிலேயே, ஹாக்வார்ட்ஸில் பல ஆண்டுகளா அப்படியொரு மாணவனே இல்லை... அப்படியிருந்தவனும் உருப்படலை. ஹேரி பாட்டரும் மன அமைதியோட சாகவில்லை. ஹேரி பாட்டர் இடையறாத வேதனையிலே இருந்தாரு. ஒட்டு மொத்தத் தொந்தரவுப் பயல்.

ஸ்கார்பியஸ்

ஹேரி பாட்டர் செத்துட்டாரா?

திடீரென்று அரங்கைச் சுற்றிலும் காற்று மூச்சுவிடுகின்ற உணர்வு. பார்வையாளர்களைச் சுற்றிலும் ஒருவிதமான கறுப்பு ஆடைகள், அவை கறுப்பு உருவங்களாக மாறுகின்றன. அவை பைத்தியங்களாகின்றன.

அரங்கிலே பறக்கும் பைத்தியங்கள். அத்தகைய கறுப்பு உருவங்கள், பயங்கரமான கறுப்பு சக்திகள்,

எல்லாமே அச்சுறுத்துவனவாக இருக்கின்றன. அறையிலிருக்கின்ற ஆவியை உறிஞ்சுகின்றன.

காற்று தொடர்ந்து வீசுகிறது. அது நரகமாகிறது. அறையின் பின்புறமிருந்தும் ஒவ்வொருவரையும் சுற்றிலும் முணுமுணுக்கும் ஓசை. வார்த்தைகள் மிகத்தெளிவான குரலில் ஒலிக்கின்றன. வோல்டெமோர்ட்டின் குரல்.

வோல்டெமோர்ட்......

ஹே.....ரி பா..ட்டர்......

ஹேரியின் கனவு நனவாகிறது.)

டொலோரெஸ் அம்பிரிட்ஜ்

அங்கே ஏதாவது விநோதமானதை விழுங்கிட்டியா? யாருமே கவனிக்காமலே மட்பிளட்டா மாறுகிறாயா? ஹேரி பாட்டர் இருபது வருஷத்துக்கு முன்னாலே பள்ளியில் சதி வேலை செஞ்சதுனால செத்துட்டாரு.. ஹாக்வார்ட்ஸ் சண்டையிலே நாங்க தோற்கடிச்ச டம்பிள்டோர் பயங்கரவாதிகள்ல அவரும் ஒருத்தர். இப்போ எங்கூட வா, நீ என்ன விளையாட்டு ஆடுறேன்னு தெரியலை. ஆனால் பைத்தியங்களெல்லாம் செயலிழக்க வைச்சுட்டே..வோல்டெமோர்ட் தினத்தையும் முழுசாப் பாழடுச்சுட்டே!

பார்செல் மொழி முணுமுணுப்பு மென்மேலும் உரத்த குரலில் ஒலிக்கிறது. பூதாகரமான பேரொலியாக மாறுகிறது. பாம்புச் சின்னங்கள் பொறிக்கப்பட்ட மிகப்பெரிய பதாகைகள் மேடையில் இறங்குகின்றன

ஸ்கார்பியஸின் இதயம் பீதியின் உச்சத்தில் உறைகிறது

ஸ்கார்பியஸ்

வோல்டெமோர்ட் தினமா?

இருட்டில் விடப்படுகிறோம்!

பகுதி । நிறைவடைகிறது

பகுதி II

பகுதி II

அங்கம் 3

அங்கம் 3 காட்சி 1

ஹாக்வார்ட்ஸ், தலைமைஆசிரியர் அலுவலகம்

நாம் இப்பொழுது மறுஉருவாக்கம் செய்யப்பட்ட உலகத்தில் இருக்கிறோம். இந்த உலகம் இருளடர்ந்தது. பூமியின் மீது சாம்பல் பூசப்பட்டுள்ளது. அது உறுதியற்றதும் பயங்கரமானதுமான தோற்றத்தை அதற்குத் தருகிறது. மேடை அமைப்புமுறையிலும், இசை அமைப்பிலும், அனைத்திற்கும் மேலாக நாம் எழுப்பக் கூடிய விருப்பத் தொனிகளிலும் அது பிரதிபலிக்கிறது. ஹேரி இறந்து போனார். வோல்டெமோர்ட் உயிருடன் இருக்கிறார், ஆட்சி செலுத்துகிறார். எதுவும் இருக்க வேண்டிய விதத்தில் இல்லை. டொலோரெஸ் அம்பிரிட்ஜ் அலுவலகத்திற்குள் ஸ்கார்பியஸ் நுழைகிறான். அவன் இருளடர்ந்த, கறுப்பான அங்கியை அணிந்திருக்கிறான். எதையோ ஆழ்ந்து சிந்தித்துக் கொண்டிருப்பவனைப் போல அவனுடைய முகபாவம் தோன்றுகிறது. அவன் குழப்பமடைந்தவனாகவும், எச்சரிக்கை உணர்வுடையவனாகவும் தோன்றுகிறான். நாலா பக்கங்களிலிருந்தும் ஆபத்துள்ளது என்பதை அறிந்திருந்தமையால் குழப்பமாகவும் எச்சரிக்கையாகவும் காட்சி முழுவதும் காணப்படுகிறான்.

டொலோரெஸ் அம்பிரிட்ஜ்

ஸ்கார்பியஸ், என்னைக் காண வந்ததற்கு மிகவும் நன்றி.

ஸ்கார்பியஸ்

தலைமை ஆசிரியை, அவர்களே!

டொலோரெஸ் அம்பிரிட்ஜ்

ஸ்கார்பியஸ் உங்கிட்ட தலைமை மாணவனுக்கான தகுதி இருப்பதாக நீண்ட காலமாக நான் எண்ணி

வந்திருக்கேன். நல்ல குடும்பத்தில பிறந்தவன், இயற்கையான தலைவன், அற்புதமான விளையாட்டு வீரன்.

ஸ்கார்ப்பியஸ்

விளையாட்டு வீரனா?

டொலோரெஸ் அம்பிரிட்ஜ்

பணிவு தேவையில்லை, ஸ்கார்ப்பியஸ். நீ குய்டிட்ச் மைதானத்தில விளையாடியதை நான் பார்த்திருக்கேன். ஒரு பந்தைக் கூட நீ பிடிக்காமல் தவற விட்டதில்லை. மிக உயர்வாக மதிக்கப்படுகின்ற மாணவன் நீ. ஆசிரியர்களால் மதிப்பிடப்பட்டவன். குறிப்பாக, என்னாலும் மதிப்பிடப்பட்டவன். அகுரேவுக்கு அனுப்பப்படுகின்ற அறிக்கைகளில் உன்னைப் பற்றி மிகச் சிறப்பாகக் குறிப்பிட்டிருக்கிறேன். நாங்க ஒன்றுசேர்ந்து உழைத்து, அறிவுக்கூர்மையான மாணவர்களை வெளியே அனுப்பறதாலத் தான் இந்தப் பள்ளி பாதுகாப்பான தூய இடத்தை எட்டியிருக்கிறது..

ஸ்கார்ப்பியஸ்

அப்படியா?

தொலைவில் கூச்சலிடுகின்ற சத்தம் கேட்கிறது. ஸ்கார்ப்பியஸ் அதை நோக்கித் திரும்புகிறான். ஆனால், தன்னுடைய எண்ணத்தைக் கைவிடுகிறான். அவன் தன்னைக் கட்டுப்படுத்திக்கொள்ள வேண்டும், கொள்கிறான்.

டொலோரெஸ் அம்பிரிட்ஜ்

ஆனால், வோல்டெமோர்ட் தினத்தன்று உன்னை நான் ஏரியில பாத்த மூன்று நாட்களா நீ வித்தியாசமா, ரொம்ப வித்தியாசமா மாறிட்ட.... குறிப்பா, ஹேரி பாட்டரைப் பத்திய நினைவால தான் இப்படி திடீர்னு மனம் ஒடிஞ்சுட்ட...

ஸ்கார்ப்பியஸ்

அப்படியெல்லாம் ஒன்னுமில்லை....

டொலோரெஸ் அம்பிரிட்ஜ்

ஹாக்வார்ட்ஸ் போரைப் பத்தி உன்னால முடிஞ்ச வரை எல்லாரு கிட்டயும் கேட்டுப் பாரு. பாட்டர் எப்படி இறந்தார்? ஏன் இறந்தார்? செட்ரிக் டிகோரி மேல

இப்படியொரு முட்டாள்தனமான கவர்ச்சி. ஸ்கார்பியஸ் - உன் மேல பில்லி சூனியம் ஏவப்பட்டிருக்கான்னு சோதனை பண்ணிட்டோம். அப்படி எதையும் பார்க்க முடியலை. ஆகவே, உன்னை முன்னைப் போல மறுபடியும் கொண்டு வர்றதுக்கு நான் ஏதாவது செய்யனும்னாச் சொல்லு...

ஸ்கார்பியஸ்

இல்லை. இல்லை. நான் நல்லா இருக்கிறதாகவே நினைக்கலாம். வெறும் மன உளைச்சல். அவ்வளவு தான்.

டொலோரெஸ் அம்பிரிட்ஜ்

ஆக, நாம ஒன்னாச் சேர்ந்து வேலையைத் தொடங்கலாமுல்ல?

ஸ்கார்பியஸ்

தாராளமாச் செய்யலாம்!

தன் இதயத்தின் மீது கையை வைக்கிறார். கணுக்கைகளை ஒன்றாகச் சேர்த்துத் தொடுகிறார்.

டொலோரெஸ் அம்பிரிட்ஜ்

வோல்டெமோர்ட்டுக்காகவும் வீரத்திற்காகவும்

ஸ்கார்பியஸ் (அவளைப் போலவே செய்வதற்கு முயன்றவனாக)

உம் - க்காக - சரி.

அங்கம் 3 காட்சி 2

ஹாக்வார்ட்ஸ், மைதானம்

மேடை சுழலத் தொடங்குகிறது. அதனுடன் ஸ்கார்பியஸும் சுழலுகிறான். தன்னுடைய குழப்ப நிலைமைக்கு விடை சொல்லும் வகையில் யாராவது, ஏதாவது கிடைக்குமா என்று தேடுகிறான். கார்ல்லும் யானும் மன ஊக்கமும் உடல் உறுதியும் நிரம்பப் பெற்றுள்ளனர். அவர்கள் முரட்டுத்தனமாக ஸ்கார்பியஸை நெருங்குகின்றனர்.

கார்ல் ஜென்னிக்ஸ்

ஹை, ஸ்கார்பியன் கிங்.

ஸ்கார்பியஸுடன் கைக்குக் கை மோதி தமது கிளர்ச்சியை வெளிப்படுத்துகின்றனர். அவனுக்கு வலிக்கிறது, பொறுத்துக் கொள்கிறான்.

யான் ஃபெரெடெரிக்ஸ்

இன்னமும் நாங்க தயாராகத் தான் இருக்கோம், நாளை இரவு?

கார்ல் ஜென்கின்ஸ்

ஏன்னா, மட்பிளட் குடலைக் கொஞ்சம் வெளியேத்த நாங்க தயாரா இருக்கோம்.

அவர்கள் வெளியேறுகிறார்கள்.

பாலி சாப்மேன்

ஸ்கார்பியஸ்.

பாலி சாப்மேன் படிக்கட்டுகள் மேலே நிற்கிறாள், ஸ்கார்பியஸ் திரும்புகிறான். தனது பெயரை அவள் சொல்வதைக் கேட்டு வியந்தவனாக, அவளை நோக்கி சுழலுகிறான்.

ஸ்கார்பியஸ்

பாலி சாப்மேன்!

பாலி சாப்மேன்

நேரா விஷயத்துக்குப் போகலாமா? நீ யாரைக் கேக்கப் போறேன்னு தெரிஞ்சுக்கிறதுக்கு எல்லாரும் காத்துக்கிட்டிருக்காங்கன்னு எனக்குத் தெரியும். ஏன்னா, நீ யாரையாவது கேட்டாகணும். என்கிட்ட மூணு பேரு கேட்டாங்க. அவுங்க எல்லாரையும் வேணாம்னு மறுத்தது நான் மட்டுமே அல்ல. ஒருவேளை, நீ என்னைக் கேட்டிருந்தா?

ஸ்கார்பியஸ்

சரி.

பாலி சாப்மேன்

மிகப்பெரியதாக இருந்திருக்கும். உனக்கு ஆர்வமிருந்தால், அந்தப் புரளியில் தான் நீ இருக்க. நானும் தெளிவாச் சொல்ல விரும்புறேன். இந்தக் கணத்தில் - நானும் ஆர்வமாக இருக்கேன். அது புரளி அல்ல. உ-ண்-மை - உண்மை.

ஸ்கார்பியஸ்

உம்... அது பெரிய விஷயம் தான். ஆனால், இப்போ எதைப் பத்திப் பேசிக்கிட்டிருந்தே...?

பாலி சாப்மேன்

ப்ளட் பாலைப் பத்தித் தான். நீ - ஸ்கார்பியன் கிங் - ப்ளட் பால் கூடத் தான் பேசிக்கிட்டிருக்கே.

ஸ்கார்பியஸ்

நீ - பாலி சாப்மேன் - உன்னை நான் பால் நடனத்துக்குக் கூட்டிட்டுப் போகணும்னு விரும்புறியா?

பின்புறமிருந்து கூச்சலிடும் சத்தம் கேட்கிறது

கூச்சல் போடுதே அது என்ன?

பாலி சாப்மேன்

மட்பிளட்ஸ் தான்! பழைய சாமான்களுக்கு இடையில். உனக்கு அப்படிப்பட்ட யோசனை இல்லையா? உனக்குள்ள என்னதான் நடக்குது? ஓ, பாட்டர், என்னுடைய காலணியில மறுபடியும் ரத்தம்....

அவள் குனிந்து தனது காலணியில் ஒட்டியிருந்த ரத்தக்கறையைத் துடைக்கிறாள்

அகுரே வற்புறுத்துவதைப் போல, - எதிர்காலத்தை உருவாக்க வேண்டியது நம்ம கையில தான் இருக்கு - ஆகவே நான் - எதிர்காலத்தை உருவாக்குறேன் - உன்னோட. வோல்டெமோர்ட்டுக்காகவும் வீரத்துக்காகவும்!

ஸ்கார்பியஸ்

இது வோல்டெமோர்ட்டுக்காகவா?

பாலி நடந்து செல்கிறாள். ஸ்கார்பியஸ் அவளுக்குப் பின்னால் வேதனையுடன் பார்க்கிறான். இந்த உலகம் என்ன மாதிரி, அதுக்குள்ள அவன் என்னவாக இருக்கிறான்?

தொடர்ந்தும் உள்நோக்கியும் அவன் சுழல்கிறான்

அங்கம் 3 காட்சி 3

மாயக்கலை அலுவலகம், மாயக்கலைச் சட்டத்தை அமலாக்கும் துறையின் தலைவர் அலுவலகம்

டிராகோ முன்னெப்பொழுதும் கண்டிராத விதத்தில் காண்போர் மனத்தில் ஆழ்ந்த பாதிப்பு ஏற்படுத்துபவராக இருக்கிறார். அவரைச் சுற்றிலும் அதிகார மணம் கமழுகிறது. அகுரே கொடிகள் அறையின் இரு பக்கங்களிலும் பறக்கின்றன. அப்பறவைகள் வல்லாண்மை ஆட்சிமுறையைப் பறைசாற்றும் வகையில் பொறிக்கப்பட்டுள்ளன. அவரும் அதிகாரத்தை முழுமையாகத் தரித்திருக்கிறார்.

டிராகோ

நீ காலந்தாழ்த்தி வந்திருக்கிறாய்.

ஸ்கார்பியஸ்

இது உங்களுடைய அலுவலகமா?

டிராகோ

காலந்தாழ்த்தி வந்ததுமில்லாமல் அதற்கு மன்னிப்புக் கேட்காமலும் இருக்கிறாயா? பிரச்சினை உண்டுபண்றதுங்ற தீர்மானத்தோட வந்திருக்க போல.

ஸ்கார்பியஸ்

மாயக்கலை சட்ட அமலாக்கத் துறைத் தலைவர் நீங்களா?

டிராகோ

என்ன துணிச்சல்! என்ன துணிச்சலிருந்தா என்னைக் காக்க வைத்து அவமானப்படுத்துவே? அதுக்காக மன்னிப்புக் கேட்காமலும் இருப்பாய்?

ஸ்கார்பியஸ்

மன்னிச்சுக்கங்கோ!

டிராகோ

சொல்லுங்க!

ஸ்கார்பியஸ் நிமிர்ந்து தன் தந்தைக்கு என்ன ஆயிற்று என்று நோட்டமிடுகிறான்

ஸ்கார்பியஸ்

மன்னிச்சுக்கங்க, ஐயா!

டிராகோ

நீ இப்படி சொதப்பலா நடந்துக்கிறதுக்காக உன்னை நான் வளர்க்கலை, ஸ்கார்பியஸ். ஹாக்வார்ட்ஸில் என்னை அசிங்கப்படுத்துறதுக்காக உன்னை நான் வளர்க்கலை.

ஸ்கார்பியஸ்

அசிங்கப்படுத்தினேனா?

டிராகோ

ஹேரி பாட்டர், ஹேரி பாட்டரைப் பத்திக் கேள்வி கேட்கிறாயாம்?. அது தான் அசிங்கத்துக்கெல்லாம் அசிங்கம். மால்பாய் குடும்பத்துக்கு அவமானம் தேடிக் கொடுக்க உனக்கு என்ன துணிச்சல்.

ஸ்கார்பியஸின் தலைக்குள் ஒரு கறுப்பு எண்ணம் மின்னலடிக்கிறது.

ஸ்கார்பியஸ்

ஓ, இருக்காது! நீங்களா பொறுப்பு? இல்லை. இலலை. இருக்க முடியாது.

டிராகோ

ஸ்கார்பியஸ்....

ஸ்கார்பியஸ்

இன்றைய டெய்லி ஃபிரா.பெட் பத்திரிகையில் - ஒரு வெடியில் எத்தனை மக்ல்ஸைக் கொல்ல முடியும்ன்னு பார்ப்பதற்காக ஒரு பாலத்தை வெடி வைத்துத் தகர்த்தது - அது நீங்கதானா?

டிராகோ

ஸ்கார்பியஸ், எச்சரிக்கையா இரு...

ஸ்கார்பியஸ் ஒவ்வொரு அடியிலும் தந்தையைக் குற்றம் சுமத்தியவாறு அவரை நெருங்குகிறான்.

ஸ்கார்பியஸ்

மட்பிளட் மரண முகாம்கள், தன்னை எதிர்த்தவர்களை சித்திரவதை செய்தல், உயிரோடு எரித்தல்.

அதிலெல்லாம் உங்களுக்கு எவ்வளவு பங்கு? நான் புரிஞ்சுக்கிட்டதைக் காட்டிலும் நீங்க நல்லவர்ன்னு அம்மா சொல்லியிருக்காங்க. ஆனால், இது தான் நீங்க, இல்லையா? கொலைகாரன், சித்தரவதை செய்றவர் -

டிராகோ எழுந்து ஸ்கார்பியஸை மேசையை நோக்கி முரட்டுத்தனமாக இழுக்கிறார். அந்த வன்முறை அதிர்ச்சியாகவும் பயங்கரமாகவும் உள்ளது

டிராகோ

தேவையில்லாமல் அவளுடைய பெயரைப் பயன்படுத்தாதே, ஸ்கார்பியஸ். அந்த விதத்தில் உனக்கு ஆதரவு தேடாதே. அதற்கும் மேலாக அவள் தகுதி உள்ளவள்.

ஸ்கார்பியஸ் எதுவும் பேசவில்லை. பீதியடைந்து பயந்து கொண்டிருந்தான். டிராகோ அதனைக் கவனித்துவிடுகிறார். ஸ்கார்பியஸை விட்டுவிடுகிறார். தன் மகனைத் துன்புறுத்தவதை விரும்பவில்லை

இல்லை, அந்த முட்டாள்கள் மக்ல்ஸ்க்கு வெடிவைத்தார்கள். அதை நான் செய்யவில்லை, ஆனாலும், மக்ல்ஸ் பிரதம அமைச்சருக்கு தங்கத்தைக் கையூட்டுக் கொடுக்கும்படி கேட்டுக்கிட்ட ஆகுரே வேணுமானா நானா இருக்கலாம். அப்படி ஏதாவது உன் அம்மா உங்கிட்ட சொன்னாளா?

ஸ்கார்பியஸ்

தாத்தா அவுங்களை அவ்வளவா விரும்பலைன்னு சொன்னாங்க - நீங்க ரெண்டு பேரும் கல்யாணம் பண்ணிக்கிறதை எதிர்த்தார்ன்னும் - அம்மா மக்ல்ஸை விரும்புறவங்கன்னு நினைச்சாருன்னும் - ஆனா, நீங்க அவரை எதிர்த்தீங்கன்னும் சொன்னாங்க. அவுங்களுக்குத் தெரிந்தது வரை அது தான் மிகவும் துணிச்சலானதுன்னும் சொன்னாங்க.

டிராகோ

உன் அம்மாவால துணிச்சல் எனக்கு ரொம்பவே எளிதாயிடுச்சு.

ஸ்கார்பியஸ்

ஆனால், அப்போ நீங்க அப்படியிருந்தீங்க, அது உங்களுடைய மற்றொரு முகம்.

அவன் தன் தந்தையை நோட்டமிடுகிறான். அவர் அவனை எரிச்சலுடன் திரும்பிப் பார்க்கிறார்.

நான் தப்புப் பண்ணியிருக்கிறேன். நீங்க ரொம்ப மோசமானதையெல்லாம் செய்றீங்க. நமக்கு என்ன ஆச்சு'ப்பா?

டிராகோ

நமக்கு ஒன்னும் ஆகலை. நாம இருந்தபடியே தான் இருக்கோம்.

ஸ்கார்பியஸ்

மால்பாய் குடும்பம். உலகத்தை இருளடர்ந்ததாக ஆக்குறதுக்குத் தான் நீங்க மால்பாய் குடும்பத்தைப் பெருமையாப் பேசுறீங்களோ?

இது டிராகோவின் குடும்பத்தைத் தாக்குவதாக இருந்தது. ஸ்கார்பியஸைக் கவனமாகப் பார்க்கிறார்.

டிராகோ

இதெல்லாம் பள்ளியிலா - எது தூண்டியது உன்னை?

ஸ்கார்பியஸ்

நான் இப்படியிருக்க விரும்பவில்லை.

டிராகோ

அந்த முடிவுக்கு வரக் காரணமென்ன?

ஸ்கார்பியஸ் தனது கதையை விவரிப்பதற்கான வழியை நம்பிக்கையில்லாமல் யோசிக்கிறான்.

ஸ்கார்பியஸ்

நானாகவே வித்தியாசமான விதத்தில் சிந்தித்தேன்.

டிராகோ

உன் அம்மாவை எதுக்காக நான் ரொம்ப விரும்பினேன்னு உனக்குத் தெரியும். எப்போதும் அவள் எனக்கு இருட்டில வெளிச்சத்தைக் காட்டினா. நீ பயன்படுத்தினாயே ஒரு வார்த்தை - இருள் - என்னுடைய உலகத்தில அது குறைவா இருக்கச் செய்தாள்.

ஸ்கார்பியஸ்

அப்படியா?

டிராகோ தன் மகனை ஏற, இறங்கப் பார்க்கிறார்.

டிராகோ

நான் நினைத்ததைக் காட்டிலும் கூடுதலாக அவளுடைய மனப்பான்மை இருக்கு.

முரசு அதிர்கிறது. அவர் ஸ்கார்பியஸைக் கவனமாகப் பார்க்கிறார்

நீ செய்வது எதுவாக இருந்தாலும் பாதுகாப்பாகச் செய். உன்னையும் நான் இழந்துவிட முடியாது.

ஸ்கார்பியஸ்

ஆகட்டும்.

டிராகோ தன் மகனை அவனுடைய தலைக்குள் இருப்பதைப் புரிந்து கொள்ள முயல்பவராக, கடைசியாக ஒருமுறை பார்க்கிறார். தற்போது நன்கு பழகிப்போன முறையில் தனது கையை மணிக்கட்டுகளின் மீது நகர்த்துகிறார்.

டிராகோ

வோல்டெமோர்ட்டுக்கும் வீரத்திற்கும்!

ஸ்கார்பியஸ் பின்னால் நகர்ந்து அறையை விட்டு வெளியேறுகிறான்.

ஸ்கார்பியஸ்

வோல்டெமோர்ட்டுக்கும் வீரத்திற்குமாக!

அங்கம் 3 காட்சி 4

ஹாக்வார்ட்ஸ், நூலகம்

ஸ்கார்பியஸ் நூலகத்திற்குள் நுழைகிறான். நம்பிக்கையின்றி புத்தகங்களை நோட்டமிடுகிறான். வரலாற்றுப் புத்தகம் ஒன்று கண்ணில் படுகிறது.

ஸ்கார்பியஸ்

செட்ரிக் எப்படி பிணந்தின்னியாக மாறினார்? எதை நான் தவறவிட்டேன்? இருளின் ஒளியே - சில காரணங்களைக் கண்டுபிடித்துச் சொல்வாயாக.

கிரெய்க் பௌக்கர் ஜூனியர்

நீ ஏன் இங்கிருக்கிறாய்?

ஸ்கார்பியஸ் திரும்பி நம்பிக்கையற்றவனாகத் தோன்றிய கிரெய்க்கைப் பார்க்கிறான். அவனுடைய ஆடைகள் கந்தலாகப் பழைமையானவையாக உள்ளன.

ஸ்கார்பியஸ்

ஏன் நான் இங்கே இருக்கக் கூடாது?

கிரெய்க் பௌக்கர் ஜூனியர்

இன்னமும் தயாராகவில்லை. என்னால முடிஞ்சவரைக்கும் வேகமாகச் செய்துகொண்டிருக்கிறேன். ஆனால், பேராசிரியர். ஸ்னேப் ரொம்பவே கலைத்துப் போட்டுவிடுகிறார். ஒரு கட்டுரையை ரெண்டு விதமா எழுதுறாரு. நான் புகார் சொல்லலை... சாரி.

ஸ்கார்பியஸ்

மறுபடியும் தொடங்கு. துவக்கத்திலிருந்து. எது தயாரா இல்லை?

கிரெய்க் பௌக்கர் ஜூனியர்

உன்னுடைய மாய மருந்துகள் வீட்டுப்பாடம். அதை நான் மகிழ்ச்சியோடு செய்கிறேன் - நன்றியோடு கூட - உனக்கு வீட்டுப்பாடங்களோ, புத்தகங்களோ பிடிக்காது என்பது எனக்குத் தெரியும். உன்னை நான் கைவிட்டதே இல்லை, அதுவும் உனக்குத் தெரியும்.

ஸ்கார்பியஸ்

நான் வீட்டுப்பாடத்தை வெறுக்கிறேனா?

கிரெய்க் பௌக்கர் ஜூனியர்

நீ தானே ஸ்கார்பியன் கிங்? நீ வீட்டுப் பாடத்தை வெறுப்பது உண்மை தான். 'மாயக்கலையின் வரலாறு'ங்ற புத்தகத்தை ஏதுக்கு எடுத்தாய்? அந்த வேலையையும் என்னால செய்ய முடியும்.

அமைதி. கிரெய்க்கை ஸ்கார்பியஸ் ஒரு கணம் நோட்டமிடுகிறான், புத்தகத்தை அவன் மீது எறிந்து விட்டு வெளியே செல்கிறான். அதனைப் பிடித்தவாறு கிரெய்க் வெளியேறுகிறான்.

ஒரு கணத்திற்குப் பிறகு அவன் திரும்புகிறான், ஓர் எண்ணம் தோன்றியவுடன் முகத்தைச் சுழிக்கிறான்.

ஸ்கார்பியஸ்

'ஸ்னேப்'ன்னா சொன்னாய்?

அங்கம் 3 காட்சி 5

ஹாக்வார்ட்ஸ், மாயமருந்துகள் வகுப்பறை

ஸ்கார்பியஸ் மாய மருந்துகள் வகுப்பறைக்குள் கதவைப் பின்னால் அறைந்து சாத்திவிட்டு ஓடிவருகிறான். செவெரஸ் ஸ்னேப் அவனை ஏறிட்டுப் பார்க்கிறார்.

ஸ்னேப்

கதவைத் தட்டிட்டு உள்ளே வருவதற்கு உனக்கு யாரும் சொல்லித் தரவில்லையா?

ஸ்கார்பியஸ் நிமிர்ந்து ஸ்னேப்பைப் பார்க்கிறான். சற்றே மூச்சுவிட மறந்தவனாக, சற்றே நம்பிக்கையற்றவனாக, சற்றே பெருமகிழ்ச்சியில் திளைத்தவனாக.

ஸ்கார்பியஸ்

செவெரஸ் ஸ்னேப். இது பெருமைக்குரியது.

ஸ்னேப்

பேராசிரியர். ஸ்னேப் நன்றாகத்தான் இருக்கிறார். நீ ஒரு அரசரைப் போல இந்தப் பள்ளியில் நடந்து கொள்ளலாம் மால்பாய்! ஆனால் அதனால் நாங்களெல்லாம் உன்னுடைய குடிமக்கள் ஆகிவிட மாட்டோம்.

ஸ்கார்பியஸ்

ஆனாலும் நீங்கள் தான் பதில்.....

ஸ்னேப் எப்போதும் போல வார்த்தெடுத்த சிலையாக இருக்கிறார்.

ஸ்னேப்

சொல்வதற்கு உன்னிடம் ஏதேனும் இருக்குமானால், எனக்கு மிகவும் மகிழ்ச்சி. தயவுசெய்து சொல்... இல்லாவிட்டால், கதவை மூடிவிட்டு வெளியே போ.

ஸ்கார்பியஸ்

எனக்கு உங்களுடைய உதவி வேணும்.

ஸ்னேப்

அதுக்குத் தானே நானே இருக்கிறேன்

ஸ்கார்பியஸ்

எனக்கு என்ன உதவி தேவைங்கிறது தெரியலை. நீங்க இன்னமும் தலைமறைவாகத்தானே செயல்படுறீங்க? இன்னமும் டம்பிள்டோருக்காக இரகசியமா வேலை செய்றீங்க தானே?

ஸ்னேப்

டம்பிள்டோர்? டம்பிள்டோர் செத்துப் போயிட்டாரே. அவருக்காக நான் வெளிப்படையாகத் தான் வேலை செய்தேன். இதே பள்ளியில் பாடம் நட த்தினேன்.

ஸ்கார்பியஸ்

இல்லை. நீங்க அதை மட்டுமே செய்யலை. அவருக்காக நீங்கள் பிணந்தின்னிகளைக் கண்காணிச்சீங்க. அவருக்கு ஆலோசனை சொன்னீங்க. அவரை நீங்க தான் கொன்னீங்கன்னு எல்லாரும் நினைச்சாங்க. ஆனால், நீங்க அவரை ஆதரிக்கிற மாதிரி ஆயுடுச்சு. நீங்க உலகத்தைக் காப்பாத்திட்டீங்க.

ஸ்னேப் பயத்தாலும் கோபத்தாலும் உறுமினார்.

ஸ்னேப்

இதெல்லாம் ரொம்ப ஆபத்தான குற்றச்சாட்டுகள். மால்பாய் பையனாக இருப்பதால் தண்டனை கொடுக்க மாட்டேனென்னு நினைக்காதே.

ஸ்கார்பியஸ்

இன்னுமொரு உலகம் இருக்குன்னு நான் சொல்றதால என்ன ஆயிடப் போகுது - அந்த உலகத்தில ஹாக்வார்ட்ஸ் போரில் வோல்டெமோர்ட் தோற்கடிக்கப்பட்டு, ஹேரி பாட்டரும்டம்பிள்டோரும் வெற்றியடைஞ்சாங்க - அப்போ உங்க உணர்வு எப்படியிருக்கும்...

ஸ்னேப்

ஹாக்வார்ட்ஸின் அன்பிற்குரிய ஸ்கார்பியான் கிங் பைத்தியமாயிட்டாங்கிற புரளி அடிப்படையுள்ளதுன்னு சொல்வேன்.

ஸ்கார்பியஸ்

திருடப்பட்ட டைம் டர்னர் இருந்தது. ஒரு டைம் டர்னரை நான் திருடினேன். ஆல்பஸுடன். சாவிலிருந்து செட்ரிக் டிகோரியை மீட்டுக் கொண்டு வர நாங்க முயற்சி செய்தோம். மந்திரவாதிகளுக்கான மும்முனைப் போட்டிகளில் அவர் வெல்றதை நிறுத்துவதற்கு முயற்சித்தோம். ஆனால், அப்படிச் செய்த போது அவரை மொத்தமா வேறொரு ஆளா மாத்திட்டோம்.

ஸ்னேப்

மும்முனைப் போட்டியில ஹேரி பாட்டர் வென்றார்.

ஸ்கார்பியஸ்

அதை அவர் தனியாகச் செய்ய வேண்டுமென்று எதிர்பார்க்கப்படவில்லை. அவருடன் செட்ரிக் வெல்ல வேண்டுமென்று எதிர்பார்க்கப்பட்டார். ஆனால், நாங்கள் அவரை அவமானப்படுத்தி போட்டியை விட்டு வெளியேற்றினோம். அந்த அவமானத்தின் காரணமாக அவர் பிணந்தின்னியாகிவிட்டார். ஹாக்வார்ட்ஸ் போரில் அவர் என்ன செய்தார் என்று என்னால் கணிக்க முடியவில்லை. அவர் யாரையாவது கொன்னாரா, இல்லை ஏதாவது செய்தாரா, அதனால எல்லாமே மாறிடுச்சா?

ஸ்னேப்

செட்ரிக் டிகோரி ஒரே ஒரு மந்திரவாதியைக் கொன்னார். அவரு அவ்வளவு முக்கியமானவர் இல்லை - நெவெல்லி லாங்பாட்டம்.

ஸ்கார்பியஸ்

ஓ, உண்மை அது தான்! பேராசிரியர். லாங்பாட்டம் வோல்டெமோர்ட்டோட பாம்பு நாகினியைக் கொன்னார். வோல்டெமோர்ட் சாகறதுக்கு முன்னாடியே நாகினி சாக வேண்டியிருந்தது. அது தான்! அதை நீங்க தீர்த்து வைச்சீங்க! செட்ரிக்கை நாங்க சீரழிச்சோம். அவரு நாகினியைக் கொன்னாரு. வோல்டெமோர்ட் சண்டையில வென்றாரு. புரியுதா? உங்களால அதைப் புரிஞ்சுக்க முடியுதா?

ஸ்னேப்

இதெல்லாம் ஒரு மால்பாய் விளையாட்டுன்னு என்னால புரிஞ்சுக்க முடியுது. உன் அப்பாவைக்

கூப்பிட்டுச் சொல்லி, உன்னை கடுமையான துன்பத்தில மாட்டிவிடறதுக்க முன்னாடி போயிரு.

ஸ்கார்பியஸ் சற்றே யோசிக்கிறான், தனது கடைசி துருப்புச் சீட்டைப் போடுகிறான்.

ஸ்கார்பியஸ்

நீங்க அவருடைய அம்மாவை விரும்புனீங்க. எனக்கு எல்லாமே ஞாபகமில்லை. ஹேரியின் அம்மா. லிலி. யாருக்கும் தெரியாம பல வருஷங்களைக் கழிச்சீங்க, எனக்குத் தெரியும். மற்றொரு உலகத்தைப் பார்த்ததில்லைன்னா, இதெல்லாம் எனக்கு எப்படித் தெரியும்...?

ஸ்னேப் எதுவும் சொல்லவில்லை. தோற்கடிக்கப்பட்டார்.

டம்பிள்டோருக்கு மட்டும் தெரியும். நான் சொல்றது சரியா? அவரை இழந்த பிறகு நீங்க தனிமையில இருக்கிறதா உணர்ந்திருப்பீங்க. நீங்க நல்லவர் எனக்குத் தெரியும். மிகப்பெரிய மனிதர் என்று ஹேரி பாட்டர் தன்னுடைய மகனிடம் சொல்லியிருக்கார்.

அங்கே நடப்பது என்னவென்ற புரிந்து கொள்ள இயலாதவராக ஸ்னேப், ஸ்கார்பியஸைப் பார்க்கிறார். இதில் ஏதேனும் சூழ்ச்சி இருக்குமா? முற்றிலும் செய்வதறியாதவராகிப் போனார்.

ஸ்னேப்

ஹேரி பாட்டர் செத்துப் போனார்.

ஸ்கார்பியஸ்

என்னுடைய உலகத்தில் அல்ல. அவர் சந்ததித்ததிலேயே மிகவும் துணிச்சலான மனிதர் நீங்க தான்னு சொன்னார். அவருக்குத் தெரியும் - இதோ பாருங்க, அவருக்கு உங்களுடைய இரகசியம் தெரியும். டம்பிள்டோருக்கு நீங்க என்ன செய்தீங்கன்னு தெரியும். அதற்காக உங்களைப் போற்றுகிறார் - மிகப் பெரிதாக. அதனால தான் தன் மகனுக்கு உங்களுடைய பெயரை வைச்சார் - என் சிறந்த நண்பன் - உங்க ரெண்டு பேருடைய பெயரையும் சேர்த்து ஆல்பஸ் செவெரஸ் பாட்டர்.

ஸ்னேப் நிறுத்திக் கொண்டார். மிகவும் நெகிழ்ந்து போனார்.

தயவுசெய்யுங்க - லிலிக்காக, இந்த உலகத்துக்காக, எனக்கு உதவி பண்ணுங்க.

ஸ்னேப் யோசிக்கிறார், ஸ்கார்பியஸை நோக்கி தனது மந்திரக்கோலை எடுத்தவாறு நடக்கிறார். ஸ்கார்பியஸ் பயந்தவனாகப் பின்வாங்குகிறான். ஸ்னேப் கதவில் தனது மந்திரக்கோலிலிருந்து வெடிக்கிறார்.

ஸ்னேப்

கொல்லோபோர்ட்டஸ்!

கண்ணுக்குத் தெரியாத பூட்டு ஒன்று உரிய இடத்தில் பொருத்திக் கொள்கிறது.வகுப்பறையின் பின்புறம் ஸ்னேப் ஒரு தாழ்ப்பாளைத் திறக்கிறார்.

சரி, அப்போ, வா....

ஸ்கார்பியஸ்

ஒரே ஒரு கேள்வி, ஆனா, எங்கே - போகிறோம்?

ஸ்னேப்

பல முறை நாங்கள் இடம்பெயர வேண்டி இருந்தது. நாங்கள் குடியமர்ந்த இடங்களையெல்லாம் அவர்கள் அழித்தார்கள். இந்தப் பாதை வோம்ப்பிங் வில்லோவின் வேர்களில் மறைக்கப்பட்டுள்ள அறைக்கு நம்மைக் கொண்டு செல்லும்.

ஸ்கார்பியஸ்

அது சரி, நாங்கன்னீங்களே, அவுங்க யாரு?

ஸ்னேப்

ஓ, நீயே காண்பாய்!

அங்கம் 3 காட்சி 6

நடவடிக்கைகளைத் திட்டமிடும் அறை

நிலவறை. மண்ணும் பழுதியுமான சூழல். நம்பிக்கையற்ற ஆனால் தேவையான பெருமுயற்சி

கம்பீரமாகக் காட்சியளித்த ஹெர்மியோனைக் கண்டு ஸ்கார்பியஸ் மேஜையுடன் ஆணி அறையப்பட்டவனைப் போல உறைந்து நிற்கிறான். அவளுடைய ஆடைகள் வண்ணமிழந்தவையாக இருக்கலாம், அவளுடைய கண்களில் ஒளி வெள்ளம், முழுக்க, முழுக்கப் போர்க்கோலத்தில் இருக்கிறாள், அது அவளுக்குப் பொருந்துகிறது.

ஹெர்மியோன்

நீ மறுபடியும் ஒரு முயற்சி பண்ணின. உன்னுடைய மூளை தவளையாப் போச்சு, உன்னுடைய கைகள் ரப்பர் துண்டுகளாப் போச்சு.

ஸ்கார்பியஸுக்குப் பின்னால் அறைக்குள் ஸ்னேப் நுழைகிறார்.

ஸ்னேப்

பாதுகாப்பா இருக்கான்! அவன் பாதுகாப்பா இருக்கான். (முரசு ஒலிக்கிறது) நீ எப்பவுமே கவனிக்க மாட்ட, உனக்கே தெரியும். நீ மாணவியா இருந்தாலும், வேறு யாராக இருந்த போதும் பயங்கரமாச் சலிப்புத் தட்டுவாய்.

ஹெர்மியோன்

நான் மிகச் சிறந்த மாணவி

ஸ்னேப்

பரவாயில்லை'ங்றதுல இருந்து சராசரி தான். அவன் நம்ம பக்கம்!

ஸ்கார்பியஸ்

ஆமா, ஹெர்மியோன்.

ஸ்கார்பியஸை இன்னும் நம்ப முடியாதவனாக ஹெர்மியோன் பார்க்கிறாள்

ஹெர்மியோன்

நெறையப் பேருக்கு என்னை கிரான்ஜெர்ன்னு தான் தெரியும். அத்தோட, நீ சொல்றதுல ஒரு வார்த்தையைக் கூட நான் நம்புறதில்லை, மால்பாய்.

ஸ்கார்பியஸ்

அது எல்லாம் என் தப்பு. என் தப்பு. ஆல்பஸுடையது.

ஹெர்மியோன்

ஆல்பஸ்! ஆல்பஸ் டம்பிள்டோர்! இதுக்கும் ஆல்பஸ் டம்பிள்டோருக்கும் என்ன தொடர்பு?

ஸ்னேப்

அவன் டம்பிள்டோரைச் சொல்லலை. நீ கொஞ்சம் உட்காரு.

ரோன் உள்ளே ஓடி வருகிறார். அவருடைய தலைமுடி முள்ளாக அமைக்கப்பட்டுள்ளது. அவருடைய ஆடைகள் அருவருப்பூட்டும் வகையில் அழுக்காக உள்ளன. போராளியின் தோற்றத்தில் ஹெர்மியோனைக் காட்டிலும் சற்றே தொய்வாகக் காணப்படுகிறார்.

ரோன்

ஸ்னேப், அரச மரியாதையான பயணம் - (ஸ்கார்பியஸைப் பார்த்துவிட்டு எச்சரிக்கை அடைகிறார்) இவன் இங்கே என்ன செய்கிறான்?

அவர் தனது மந்திரக்கோலை வெளியே எடுக்கிறார்.

நான் ஆயுதம் வைச்சிருக்கேன் - ரொம்ப ஆபத்தானவன், கடுமையா எச்சரிக்கிறேன் -

தனது மந்திரக்கோல் முற்றிலும் தவறாகப் பிடிக்கப்பட்டிருப்பதை உணருகிறார். அதனைத் திருப்பிச் சரி செய்கிறார்.

-ரொம்ப எச்சரிக்கையா இருந்துக்கோ -

ஸ்னேப்

அவன் பாதுகாப்பானவன், ரோன்.

ஹெர்மியோனை ரோன் பார்க்கிறார். அவள் தலையை ஆட்டுகிறாள்.

ரோன்

அதற்காக டம்பிள்டோருக்கு நன்றி.

அங்கம் 3 காட்சி 7

நடவடிக்கைகளைத் திட்டமிடும் அறை

ஹெர்மியோன் டைம் டர்னரை ஆய்வு செய்தவாறு அமர்ந்திருக்கிறார். ரோன் அவை அனைத்தையும் உள்வாங்கிக் கொள்ள முயலுகிறார்.

ரோன்

ஆக, ஒட்டு மொத்த வரலாறும் நெவில்லே லாங்பாட்டம் கிட்டத் தான் இருக்குன்னு சொல்றியா? இது ரொம்பக் கொடுமையானது.

ஹெர்மியோன்

அது தான் உண்மை, ரோன்.

ரோன்

சரி. நீ உறுதியாச் சொல்ற, ஏன்னா....

ஹெர்மியோன்

ஸ்னேப்பைப் பத்தித் தெரிஞ்சிருக்கான்... நம்மை எல்லாத்தையும்.... அவன் தெரிஞ்சுக்கறதுக்கு வேற வழியே இல்லையே....

ரோன்

ஒருவேளை, அவன் நல்லா யூகிக்கக் கூடியவனா இருக்கலாம்.

ஸ்கார்பியஸ்

நான் அப்படியில்ல. உங்களால உதவ முடியுமா?

ரோன்

அது எங்களால மட்டும் தான் முடியும். உச்சத்தில இருந்த டம்பிள்டோர் படை இப்போ உண்மையிலேயே ரொம்பச் சுருங்கிப் போச்சு. (அவர் ஒரு கணம் அமைதி காக்கிறார்.

தன்னை மறைத்துக்கொண்டிருப்பது அவருக்கு வலியெடுக்கிறது) இதோ நாங்க மட்டும் தான் மிச்சமிருக்கிறோம், இருந்தும், போராடிக்கொண்டிருக்கிறோம். அவர்களுடைய மூக்கு முடியைப் பறிக்க ஆன அனைத்தையும் செய்து கொண்டிருக்கிறோம். கிரான்ஜெர் மிகவும் தேவைப்படுகின்ற பெண். ரோனும் தேவைப்படுகிற ஆள்.

ஸ்னேப்

மிகவும் குறைவாகத் தேவைப்படுகிற ஆள்.

ஹெர்மியோன்

மிகவும் தெளிவாகச் சொல்ல வேண்டுமானால், இந்த உலகத்தில் -நீ குறுக்கிடறதுக்கு முன்னால வரைக்கும்...

ஸ்கார்பியஸ்

வோல்டெமோர்ட் இறந்துட்டார். ஹாக்வார்ட்ஸ் போரில் கொல்லப்பட்டார். மாயக்கலை சட்ட அமலாக்கத்துறை தலைவராக ஹேரி இருந்தார். நீங்க மாயக்கலை அமைச்சர்.

இதனால் வியப்படைந்த ஹெர்மியோன் நிறுத்துகிறார். ஒரு புன்னகையுடன் நிமிர்ந்து பார்க்கிறார்.

ஹெர்மிர்யோன்

மாயக்கலை அமைச்சர் நானா?

ரோன் (அந்த வேடிக்கையில் கலந்து கொள்ளக் காத்திருந்தவராக)

அற்புதம்! நான் என்னவாக இருந்தேன்?

ஸ்கார்பியஸ்

வீஸ்லேஸ் விசார்ட் வீஸெஸ் நடத்திக்கிட்டிருந்தீங்க.

ரோன் தலை தொங்கிப் போயிற்று.

ரோன்

சரி, அவ மாயக்கலை அமைச்சராக இருக்கிறாள், நான் நகைச்சுவைத் துணுக்குக் கடை நடத்துகிறேனா?

ஸ்கார்பியஸ் மனம் புண்பட்ட ரோனினுடைய முகத்தைப் பார்க்கிறான்.

ஸ்கார்பியஸ்

உங்களுடைய கவனம் பெரும்பாலும் பிள்ளைகளை வளர்க்கிறதுல இருந்தது.

ரோன்

மிகப்பெரிய விஷயம். அவுங்களோட அம்மா ரொம்பச் சூடா இருப்பாங்கன்னு நினைக்கிறேன்.

ஸ்கார்பியஸ் (வெட்கப்பட்டுக் கொண்டு)

நல்லது...உம்....நீங்க எப்படி நினைக்கிறீங்களோ அப்படி... அதாவது உங்க ரெண்டு பேருக்கும் பிள்ளைகள் இருக்காங்க ...உங்க ரெண்டு பேருக்கும் பிறந்த. ஒரு மகனும் ஒரு மகளும்.

அவர்கள் இருவரும் அதிர்ச்சியுடன் ஒருவரை ஒருவர் பார்த்துக் கொள்கின்றனர்.

காதலிச்சு கல்யாணம் பண்ணிக்கிட்டு. முன்பு ஒரு தடவை கூட நீங்க ரெண்டு பேரும் அதிர்ச்சியடைஞ்சீங்க. நீங்க கறுப்புக் கலைகளுக்கு எதிரான பாதுகாப்பு ஆசிரியராகவும், ரோன் பத்மாவைக் திருமணம் செய்து கொண்டும் இருந்த போது. இதைக் கேட்கும் பேதெல்லாம் அதிர்ச்சி அடையிறீங்க.

ஹெர்மியோனும் ரோனும் ஒருவரை ஒருவர் பார்த்துக் கொள்கிறார்கள். பிறகு முகத்தைத் திருப்பிக் கொள்கின்றனர். அதன் பின்னர், ரோன் மறுபடியும் பார்க்கிறார். அடிக்கடி இங்கிதமில்லாமல் செருமிக்கொள்கிறார்.

ஹெர்மியோன்

என்னைப் பார்க்கிற போது வாயை மூடிக்கங்க, வீஸ்லி

ரோன் தொடர்ந்து குழப்பத்தில் இருந்த போதிலும், சொன்னதைச் செய்கிறார்.

அப்புறம், ஸ்னேப்? இன்னொரு உலகத்தில ஸ்னேப் என்ன செய்கிறார்?

ஸ்னேப்

நான் செத்துப்போயிடுறேன்.

அவர் ஸ்கார்பியஸைப் பார்க்கிறார். ஸ்கார்பியஸ் முகம் தொங்குகிறது. ஸ்னேப் மெல்லிதாகப் புன்னகைத்துக் கொள்கிறார். அவர் நம்பிக்யைற்றவராக உண்மையை மறைத்துக் கொள்ள முயலுகிறார். முடியவில்லை. அவருடைய முகம் பிரதிபலிக்கிறது

என்னைப் பார்த்த போது கொஞ்சம் வியப்படைந்த மாதிரி இருந்தாயே, எப்படி?

ஸ்கார்பியஸ்

துணிச்சலாக.

ஸ்னேப்

யார்?

ஸ்கார்பியஸ்

வோல்டெமோர்ட்.

ஸ்னேப்

எவ்வளவு எரிச்சலானது.

அதை ஸ்னேப் உள்வாங்கும் போது அமைதி.

இருந்தாலும், இருளரசரால் தோற்கடிக்கப்படுவதில் கூட பெருமை இருக்கிறது என்று நினைக்கிறேன்.

ஹெர்மியோன்

செவெரஸ், நான் வருத்தப்படுகிறேன்.

ஸ்னேப் அவளைப் பார்க்கிறார், வலியைத் தாங்கிக் கொள்கிறார். தலையைச் சற்றே குலுக்கி ரோனைச் சுட்டிக் காட்டுகிறார்.

ஸ்னேப்

நல்லவேளை, குறைந்தது நான் அவனுக்கு அடிமையாகலையே,

ஹெர்மியோன்

எந்த மந்திரங்களைப் பயன்படுத்துனீங்க?

ஸ்கார்பியஸ்

முதல் பந்தயத்தில் எக்ஸ்பெல்லியாம்ஸ், என்கோர்ஜியோ இரண்டாவது பந்தயத்தில்.

ரோன்

எளிமையான கவச மந்திரங்கள் அவை ரெண்டையும் சரிப்படுத்திவிடும்.

ஸ்னேப்

அதுக்கப்புறம் நீ அங்கிருந்து போயிட்டியா?

ஸ்கார்பியஸ்

டைம் டர்னர் எங்களை மறுபடியும் தற்காலத்துக்குக் கொண்டு வந்தது. இது தான் அது. இந்த டைம் டர்னர், நீங்க கடந்த காலத்தில ஐந்து நிமிடம் இருக்கலாம்.

ஹெர்மியோன்

அப்பக் கூட நீங்க காலத்தால தான் நகருறீங்க, இடத்தால அல்ல?

ஸ்கார்பியஸ்

ஆமா, ஆமா, அதான், உம், நீங்க இருந்த அதே இடத்துக்குத் தான் திரும்பி வருவீங்க...

ஹெர்மியோன்

ஆர்வமூட்டுது!

அதற்கு அர்த்தம் என்னன்னு ஸ்னேப்புக்கும் ஹெர்மியோனுக்கும் தெரியும்.

ஸ்னேப்

அப்படின்னா, இது இந்தப் பையனுக்கும் எனக்குமானது.

ஹெர்மியோன்

தப்பில்லை, ஸ்னேப், ஆனால், இதை நான் யாரிடமும் ஒப்படைப்பதாக இல்லை...இது ரொம்ப முக்கியமானது.

ஸ்னேப்

ஹெர்மியோன், மந்திரக்கலை உலகத்துக்கே நீ ரொம்பவும் தேவைப்படுகிற போராளி. இதைச் செய்யணும்னா நீ வெளியே போகணும். கடைசியா எப்ப நீ வெளியிலே போனாய்?

ஹெர்மியோன்

ரொம்பக் காலமாப் போகலை ஆனால் -

ஸ்னேப்

உன்னை வெளியிலே பார்த்தா, டெமென்டார்ஸ் உன்னை முத்தமிடுவாங்க, உன்னுடைய ஆவியை உறிஞ்சிடுவாங்க...

ஹெர்மியோன்

செவெரஸ், எடுத்த முயற்சிகளிலெல்லாம் தோல்வியடைஞ்சு இப்படி ஓட்டை உடைசல்களிலேயே வாழ்ந்து வெறுத்துப் போச்சு... உலகத்தை மீட்டமைக்கிறதுக்கு இது நல்ல வாய்ப்பு.

அவள் ரோனைப் பார்த்து தலையாட்டுகிறாள், அவர் ஒரு வரைபடத்தை விரிக்கிறார்

போட்டிகளின் முதலாவது பந்தயம் ஃபர்பிடன் ஃபாரெஸ்ட்டின் விளிம்பில் நடந்தது. நாம் காலத்தைத் திருப்பி போட்டிகள் நடந்த இடத்துக்குப் போயிடுவோம். மாயமந்திரத்தை வேலை செய்ய விடாமல் தடுத்துட்டு தற்காலத்துக்குத் திரும்பிடுவோம். துல்லியமாச் செய்வோம் - நமக்கிருக்கிற நேரத்துக்குள்ள வெளியில முகத்தைக் காட்டுற தேவையே ஏற்படாது. அதன் பின் காலத்தைத்

திருப்பி இரண்டாவது பந்தயத்தை மாத்துறதுக்காக ஏரிக்குப் போயிடுவோம்.

ஸ்னேப்

எல்லாத்தையும் ரொம்ப ஆபத்தோட செய்ற...

ஹெர்மியோன்

இதைச் சரி செய்துட்டா, ஹேரி உயிரோட இருப்பார், வோல்டெமோர்ட் செத்துடுவான், ஆகுரே இல்லாமல் போயிடும், இதுக்கெல்லாம் எந்தவொரு ஆபத்தும் பெரிதல்ல, ஏற்படப்போற விளைவுகளுக்கு வருத்தப்பட்ட போதிலும்.

ஸ்னேப்

சில சமையங்களில் விளைவுகளைத் தாங்கித்தான் ஆகணும்.

இருவரும் ஒருவரை ஒருவர் பார்த்துக்கொள்கின்றனர். ஸ்னேப் தலையாட்டுகிறார், பதிலுக்கு ஹெர்மியோன் தலையாட்டுகிறாள், ஸ்னேப் முகம் சற்றே நொறுங்கிப் போகிறது.

நான் டம்பிள்டோரை மேற்கோள் காட்டலையே, காட்டுனேனா?

ஹெர்மியோன் (புன்னகையுடன்)

இல்லை, இது சுத்தமான செவெரஸ் ஸ்னேப் தான்.

அவள் ஸ்கார்பியஸ் பக்கமாகத் திரும்புகிறாள். டைம் டர்னரைச் சுட்டிக் காட்டுகிறாள்.

மால்பாய்.

ஸ்கார்பிஸ் அவளிடம் டைம் டர்னரைக் கொண்டு செல்கிறான். அதைப் பார்த்த அவள் புன்னகைக்கிறாள், மறுபடியும் டைம் டர்னரைப் பயன்படுத்தப் போவதற்காக பரவசமடைகிறாள், அதனை இதற்காகப் பயன்படுத்துவதை எண்ணிப் பரவசமடைகிறாள்.

இது வேலை செய்யும் என்று நம்புவோம்.

அவள் டைம் டர்னரை எடுக்கிறாள். அது அதிர்வடையத் துவங்குகிறது, அதன் பிறகு, இயக்கப்புயலாக வெடிக்கிறது.

பூதாகரமான ஒளி பீறிடுகிறது. ஒரு மோதல் பேரொலி.

காலம் நிற்கிறது. அதன் பின்னர், அது நேரெதிராக மாற்றமடைகிறது. சற்றே நிற்கிறது. பின்னோக்கிச் சுழலத் தொடங்குகிறது. முதலில் மெதுவாக...

மாபெரும் வெடிப்பு, பேரொளிப் பிரவாகம், நம்முடைய குழுவினர் மறைந்து போகின்றனர்.

அங்கம் 3 காட்சி 8

ஃபர்பிடன் ஃபாரெஸ்ட்டின் ஓரம், 1994

இந்தக் காட்சியை நாம் பகுதி । மீண்டும் நிகழ்த்தப்படுவதைப் போல் காண்கிறோம். ஆனால், மேடையின் முன்புறத்தில் என்பதைக் காட்டிலும் பின்புறத்தில். டம்ஸ்ட்ராங் ஆடைகளில் ஆல்பஸும் ஸ்கார்பியஸும் இருப்பதை அடையாளம் கண்டுகொள்கிறோம். இவை அனைத்தினூடாக, 'புத்திசாலி' - இது அவர் சொல்லிக்கொண்ட வார்த்தை, நம்முடையது அல்ல - லுடோ பேக்மேன் உரத்த குரலைக் கேட்கிறோம்.

ஸ்கார்பியஸ், ஹெர்மியோன், ரோன் மற்றும் ஸ்னேப் பதட்டத்தோடு கவனித்துக் கொண்டிருக்கின்றனர்.

லுடோ பேக்மேன்

செட்ரிக் டிகோரி மேடையில் தோன்றுகிறான். அவன் தயாராகிவிட்டதாகத் தோன்றுகிறது. பயப்படுகிறான் ஆனால் தயாராக உள்ளான். அவன் இந்தப் பக்கமாகத் தாவித் தப்பித்துக் கொள்கிறான். அவன் அந்தப் பக்கமாகத் தாவித் தப்பித்துக் கொள்கிறான். அவன் ஒளிவிடம் தேடித் தாவும் போது பெண்களெல்லாம் மயங்கி விழுகின்றனர். 'திருவாளர். டிராகான் அவர்களே, எங்களுடைய டிகோரியைக் காயப்படுத்திவிடாதீர்' என்று ஒரே குரலில் கூச்சலிடுகின்றனர். செட்ரிக் இடது பக்கமாக நழுவுகிறான், வலது பக்கமாக நழுவுகிறான். தன்னுடைய மந்திரக்கோலைத் தயாராகப் பிடிக்கிறான் -

ஸ்னேப்

ரொம்ப நேரம் எடுத்துக்குதே. டைம் டர்னர் சுழன்றுகொண்டிருக்கிறது.

லுடோ பேக்மேன்

இந்தத் துணிச்சல்மிக்க, அழகிய இளைஞன் இப்போது எதற்காகத் தன் சட்டையின் கைப்பகுதியை மேலேற்றுகிறான்?

செட்ரிக் மந்திரக்கோலை ஆல்பஸ் பெற்றுக்கொள்ள முயலும் போது, ஹெர்மியோன் அவனுடைய மந்திரத்தைத் தடுத்து நிறுத்துகிறாள். அவன் தன்னுடைய மந்திரக்கோலைப் பார்க்கிறான், துக்கம் மீதூருகிறது, நிலைகொள்ளவில்லை, ஏன் இது வேலை செய்யவில்லை.

அதன் பின்னர், டைம் டர்னர் சுழல்கிறது, அவர்கள் அதைப் பார்க்கின்றனர், அதற்குள்ளே அவர்கள் இழுக்கப்பட்ட போது கலவரமடைகின்றனர்.

ஒரு நாய் - ஒரு கல்லை அவன் நாயாக உருமாற்றமடையச் செய்கிறான் - நாயை வடிவமைத்த செட்ரிக் டிகோரி - நாய் போன்ற ஆற்றல் மிக்கவன்.

அங்கம் 3 காட்சி 9

ஃபர்பிடன்ஃபாரெஸ்ட்டின் ஓரம்

அவர்கள் தற்காலத்திற்குத் திரும்பிவிட்டனர். காட்டின் ஓரத்தில் உள்ளனர். ரோன் கடுமையான வலியால் துடித்துக் கொண்டிருக்கிறார். ஸ்னேப் சுற்றுமுற்றும் பார்க்கிறார், தங்களுக்குள்ள சிக்கலை உணர்ந்து கொள்கிறார்.

ரோன்

ஓவ், ஓவ், ஓவ். ஓவ்வ்வ்வ்வ்வ்.......

ஹெர்மியோன்

ரோன்....ரோன்.... உனக்கு என்ன ஆச்சு?

ஸ்னேப்

ஓ, இல்லை, எனக்குத் தெரியும்.

ஸ்கார்பியஸ்

டைம் டர்னர் ஆல்பஸுக்குக் கூட ஏதோ பண்ணுச்சு... முதன்முறையாக நாங்க காலத்தால் பின்னோக்கிப் போன போது.

ரோன்

பயனுள்ளது - காலம் - சொல்லு.

ஸ்னேப்

நாம, வெளியிலே இருக்கோம். நாம இங்கிருந்து புறப்பட்டாகணும். இப்பவே.

ஹெர்மியோன்

ரோன், உங்களால இப்பக் கூட நடக்க முடியும், வாங்க....

ரோன் வலியால் கூச்சலிட்டபடி எழுந்து நிற்கிறார், ஸ்னேப் தன்னுடைய மந்திரக்கோலை உயர்த்தினார்,

ஸ்கார்பியஸ்

அது வேலை செய்ததா?

ஹெர்மியோன்

நாங்க மந்திரத்தைத் தடுத்திட்டோம். செட்ரிக் தனது மந்திரக்கோலைப் பிடித்துக் கொண்டார். ஆமாம், அது வேலை செய்தது.

ஸ்னேப்

ஆனால், நாம் தவறான இடத்துக்கு வந்துட்டோம். நாம் வெளியே இருக்கிறோம். நீங்களும் வெளியே இருக்கீங்க.

ரோன்

நாம் மறுபடியும் டைம் டர்னரைப் பயன்படுத்தி இங்கிருந்து வெளியேறணும்.

ஸ்னேப்

நாம் பாதுகாப்பான இடம் தேடியாகணும். நாம் வெளிப்படையாக இருக்கிறோம்.

திடீரென்று, அரங்கைச் சுற்றிலும் பனிக்காற்று மூச்சுவிடுவதை உணர முடிகிறது.

ஏதோ கறுப்பு ஆடைகள் பார்வையாளர்களைச் சுற்றி எழுகின்றன. கறுப்பு ஆடைகள் கறுப்பு உருவங்களாகின்றன. அவை டேமென்டார்ஸ் ஆகின்றன.

ஹெர்மியோன்

காலம் கடந்துவிட்டது.

ஸ்னேப்

இது ஒரு பேரழிவு

ஹெர்மியோன் (தான் செய்ய வேண்டியதை உணர்ந்தவளாக)

அவர்கள் என்னைத் துரத்துகின்றனர், உங்களில் யாரையும் அல்ல.

ரோன் நான் உங்களை நேசிக்கிறேன், எப்போதும். ஆனால், நீங்க மூணு பேரும் இப்போ ஓடிடுங்க. புறப்படுங்க, உடனே.

ரோன்

என்னது?

ஸ்கார்பியஸ்

என்னது?

ரோன்

நாம் முதன்முறையா காதலைப் பத்திப் பேசுறோம்ல?

ஹெர்மியோன்

இன்னமும் நாம் வோல்டெமோர்ட் உலகத்திலே தான் இருக்கோம். நான் அதை முடித்து விட்டேன். அடுத்த பந்தயத்தையும் பழைய நிலைக்குக் கொண்டு வந்துட்டோமுன்னா, எல்லாமே மாறிப் போகும்.

ஸ்கார்பியஸ்

ஆனால், அவுங்க உங்களை முத்தமிட்டுடுவாங்க. உங்களுடைய ஆவியை உறிஞ்சி எடுத்துருவாங்க.

ஹெர்மியோன்

அதன் பிறகு நீங்க கடந்த காலத்தை மாத்திடுவீங்க. அவங்களால முடியாது... இப்போப் புறப்படுங்க.

டேமென்டார்ஸ் அவர்களை மோப்பம் பிடிக்கிறது. நாலா பக்கங்களிலிருந்தும் கூச்சலிடும் உருவங்கள் இறங்குகின்றன.

ஸ்னேப்

போகலாம், நாம புறப்படலாம்.

ஸ்கார்பியஸின் கையைப் பற்றி இழுக்கிறார். ஸ்கார்பியஸ் விருப்பமில்லாமல் அவருடன் செல்கிறான்.

ரோனை ஹெர்மியோன் பார்க்கிறாள். அவர் நகரவில்லை.

ஹெர்மியோன்

நீங்களும் போயாகணும்.

ரோன்

அவர்கள் என்னையும் கொஞ்சம் துரத்துறாங்க. எனக்கு உண்மையிலேயே பயங்கரமான வலி எடுக்குது. உனக்கே தெரியும், நானும் இங்கே இருந்துக்கிறேன். எக்ஸ்பெக்டோ ---

அந்த மந்திரத்தை ஏவி விட அவர் எத்தனித்த போது, ஹெர்மியோன் அவருடைய கையைத் தடுத்து நிறுத்துகிறாள்.

ஹெர்மியோன்

நாம் அதுகளை இங்கேயே நிறுத்தி வைப்போம். அந்தப் பையனுக்கு நம்மால முடிஞ்ச நல்ல வாய்ப்பைக் கொடுப்போம்.

ரோன் அவளைப் பார்த்து வருத்தத்துடன் தலையாட்டுகிறார்.

ஹெர்மியோன்

ஒரு மகளும் ஒரு மகனும்.

அவர் மென்மையாகப் புன்னகைக்கிறார். அவர்களுடைய காதல் உண்மையானது, முழுமையானது.

ரோன்

அந்த எண்ணம் எனக்கும் பிடித்திருக்கிறது.

அவர் சுற்றிலும் நோட்டமிடுகிறார். தனது விதியைப் புரிந்து கொள்கிறார்.

எனக்குப் பயமாயிருக்கிறது.

ஹெர்மியோன்

என்னை முத்தமிடு.

ரோன் யோசிக்கிறார். பின் தருகிறார். டேமென்டார்ஸ் கீழே இறங்குகிறார்கள். அவர்கள் வலிந்து பிரிக்கப்படுகின்றனர். அவர்கள் தரையோடு தரையாக அழுத்தப்படுகின்றனர். அதன் பின்னர் காற்றில் இழுக்கப்படுகின்றனர். பொன் போன்ற வெண்ணிறப் படலம் அவர்களுடைய உடல்களிலிருந்து வெளியே இழுக்கப்படுவதை நாம் கவனிக்கிறோம். அவர்களுடைய ஆவி உறிஞ்சி எடுக்கப்பட்டு விடுகிறது. பீதியூட்டுகிறது. ஸ்கார்பியஸ் செய்வதறியாது கவனிக்கிறான், ஸ்னேப் ஏற்பட்ட இழப்பினை அறிந்தவராக மேடையின் பின்புறம் தோன்றுகிறார்.

ஸ்னேப்

தண்ணீருக்குள் இறங்குவோம். நட. ஓடாதே.

ஸ்கார்பியஸை ஸ்னேப் பார்க்கிறார்.

அமைதியா இரு, ஸ்கார்பியஸ். அவை கண் தெரியாதவையாக இருக்கலாம். அவற்றால் உனது பயத்தை மோப்பம் பிடிக்க முடியும்.

ஸ்னேப்பை ஸ்கார்பியஸ் பார்க்கிறான்.

ஸ்கார்பியஸ்

அவை அவர்களுடைய ஆவியை உறிஞ்சிவிட்டன.

ஒரு டேமென்டார் அவர்களுக்கு மேலே தாழ்வாகச் சுற்றி வருகிறது. ஸ்கார்பியஸுக்கு முன்பாக அமர்கிறது.

ஸ்னேப்

எதையாவது நினைத்துக் கொள், ஸ்கார்பியஸ். உனது எண்ணங்களில் ஆழ்ந்துவிடு.

ஸ்கார்பியஸால் எதையும் சிந்திக்க முடியவில்லை.

ஸ்கார்பியஸ்

குளிரடிக்கிறது. பார்க்க முடியவில்லை. எனக்குள்ளே - என்னைச் சுற்றி - பனிப்படலம் மூடியிருக்கிறது.

ஸ்னேப்

நீ ஒரு மன்னன், நான் ஒரு பேராசிரியர். ஏதேனும் நல்ல காரணத்துடன் தான் அவை தாக்குவன. நீ நேசிக்கிறவங்களைப் பத்தி நினை. இதையெல்லாம் ஏன் செய்கிறாய் என்பதைப் பத்தி நினை.

ஸ்கார்பியஸ்

என்னால் என் அம்மா பேசுவதைக் கேட்க முடிகிறது. அவள் என்னைக் கூப்பிடுகிறாள் - என்னுடைய உதவி - அவளுக்குத் தெரியும் என்னால் உதவ முடியாது.

ஸ்னேப்

கவனி. ஆல்பஸை நெனைச்சுக்கோ, ஸ்கார்பியஸ். ஆல்பஸுக்காக உனது நாட்டை விட்டுக் கொடுக்கிறாய், சரியா?

ஸ்கார்பியஸால் எதுவும் செய்ய முடியவில்லை. டேமென்டார்ஸ் அவனை உணருமாறு செய்கின்ற அனைத்தையும் உள்வாங்கிக் கொண்டிருக்கிறான். தன்னைக் காப்பாற்றிக் கொள்வதற்கு அவன் மனம் திறந்து பேச வேண்டியது அவசியம் என்பதை ஸ்னேப் அறிவார்.

ஸ்னேப்

ஒரு ஆள். அது எடுத்துக்கொள்வதெல்லாம் ஒரு ஆளைத்தான். என்னால் லிலிக்காக ஹேரியைக் காப்பாத்த முடியலை. இப்போது, அவள் நம்பிக்கை கொண்டிருந்த நோக்கத்திற்காக என்னுடைய நட்பைக் கொடுக்கிறேன். அது சாத்தியமே - அந்த விதத்தில் தான் நானே நம்பிக்கைகொள்ளத் தொடங்கினேன்.

ஸ்னேப்பைக் கண்டு ஸ்கார்பியஸ் புன்னகைக்கிறான். தீர்மானத்துடன் டேமென்டாரை விட்டு விலகுகிறான்.

ஸ்கார்பியஸ்

உலகம் மாறுகிறது, நாமும் அதனுடன் சேர்ந்து மாறுகிறோம். இந்த உலகத்தில் நான் நன்றாகவே இருக்கிறேன். ஆனால், இந்த உலகம் நல்லா இல்லை. அதை எனக்குப் பிடிக்கவில்லை.

திடீரென்று, டொலோரெஸ் அம்பிரிட்ஜ் பின்னாடியிருந்து அவர்களுக்கு முன் தோன்றுகிறாள்.

டொலோரெஸ் அம்பிரிட்ஜ்

பேராசிரியர். ஸ்னேப்!

ஸ்னேப்

பேராசிரியர். அம்பிரிட்ஜ்.

டொலோரெஸ் அம்பிரிட்ஜ்

செய்தி கேள்விப்பட்டீங்களா? தேசத்துரோகி மட்பிளட் ஹெர்மியோன் கிரான்ஜெரைப் பிடிச்சுட்டோம். அவள் இங்கே தான் இருந்தாள்.

ஸ்னேப்.

அது - அற்புதமானது(

ஸ்னேப்பை டொலோரெஸ் முறைத்துப் பார்க்கிறாள். அவரும் பதிலுக்குப் பார்க்கிறார்.

டொலோரெஸ் அம்பிரிட்ஜ்

உன்னோட இருந்தாளா. கிரான்ஜெர் உன்னோட இருந்தாளா.

ஸ்னேப்

என்னோடவா? நீங்க தப்பாப் புரிஞ்சுக்கிட்டீங்க.

டொலோரெஸ் அம்பிரிட்ஜ்

உங்களோடயும் நான் நாளுக்கு நாள் கூடுதலாக் கவனம் செலுத்திவர்ற ஸ்கார்பியஸுடனும்

ஸ்கார்பியஸ்

நல்லது....

ஸ்னேப்

டோலெரெஸ், வகுப்புக்கு நேரமாயிருச்சு, நாங்க வர்றோம்...

டொலோரெஸ் அம்பிரிட்ஜ்

வகுப்புக்கு நேரமாச்சுன்னா, ஏன் பள்ளியை நோக்கி நீங்க போகலை? ஏன் ஏரியை நோக்கிப் போறீங்க?

அங்கே ஒரு கணம் அமைதி நிலவுகிறது. அதன் பிறகு, ரொம்ப, ரொம்ப வழக்கத்துக்கு மாறானதை ஸ்னேப் செய்கிறார் - சிரிக்கிறார்.

ஸ்னேப்

எவ்வளவு நாளா சந்தேகப்படுற...?

டொலோரெஸ் அம்பிரிட்ஜ் தரைக்கு மேலே எழும்புகிறாள். கைகளை அகல விரிக்கிறாள். கறுப்பு மாயக்கலை நிறைந்திருக்கிறது. தன்னுடைய மந்திரக்கோலை எடுக்கிறாள்

டொலோரெஸ் அம்பிரிட்ஜ்

பல ஆண்டுகளாக. ரொம்பக் காலத்திற்கு முன்பே நான் செயல்படத் தொடங்கியிருக்கணும்.

ஸ்னேப் தன்னுடைய மந்திரக்கோலை அவளுடையதைக் காட்டிலும் கூடுதல் விரைவாகச் செயல்படுத்துகிறார்.

ஸ்னேப்

டிபல்சோ!

டொலோரெஸ் அம்பிரிட்ஜ் காற்றில் பின்னோக்கி உந்தப்படுகிறாள்.

அவள் எப்போதும் தன் நன்மைக்காகவே ரொம்ப நல்லவளா நடந்துக்குவா. இனி பழைய நிலைக்குத் திரும்புறதுக்கு இயலாது.
எக்ஸ்பெக்டோ பேட்ரோனம்!

அவர் ஒரு பேட்ரோனஸை முன்னோக்கி அனுப்புகிறார். அது ஒரு வெண்ணிறமான அழகிய பெண்மான் வடிவமெடுக்கிறது.

ஸ்கார்பியஸ்

பெண்மானா? லிலியின் பேட்ரோனஸ்?

ஸ்னேப்

புதுமையா இருக்கு, இல்லையா? உள்ளிருந்து வர்றது.

அவர்களைச் சுற்றிலும் டேமென்டார்ஸ் தோன்றுகின்றன. அதன் பொருள் என்னவென்று ஸ்னேப் அறிவார்.

நீ ஓட வேண்டும். என்னால் முடிந்தவரை அவற்றை தூரத்திலேயே நிறுத்தி வைக்கிறேன்.

ஸ்கார்பியஸ்

இருட்டில் எனக்கு ஒளியாக இருப்பதற்காக உங்களுக்கு நன்றி.

அவனை ஸ்னேப் உற்று நோக்குகிறார், ஒவ்வொரு அங்குலமும் வீரனாகத் தோன்றுகிறான். அவர் மென்மையாகச் சிரிக்கிறார்.

ஸ்னேப்

ஆல்பஸுகிட்டச் சொல்லு - ஆல்பஸ் செவெரஸ் கிட்ட சொல்லு. - அவனுக்கு என்னுடைய பெயரை வைத்ததில் எனக்குப் பெருமை என்று.
இப்ப போ! புறப்படு!

பெண்மான் ஸ்னேப்பைப் பார்க்கிறது. அவர் அதைப் பார்த்துத் தலையாட்டுகிறார். பிறகு, ஸ்கார்பியஸைப் பார்க்கிறது. பின்னர், அது ஓடத் தொடங்குகிறது. ஸ்கார்பியஸ் யோசிக்கிறான், பெண்மானுக்குப் பின்னால் ஓடுகிறான். அவனைச் சுற்றி இந்த உலகம் அச்சுறுத்தும் வகையில் மாறுகிறது. ஒருபுறம் ரத்தத்தை உறையச் செய்யும் கூச்சல் எழுகிறது. ஏரியைக் காண்கிறான், அதற்குள் குதித்துவிடுகிறான்.

ஸ்னேப் தன்னைத் தயார்ப்படுத்திக் கொள்கிறார்.

டேமென்டார்ஸ் இறங்குகின்றன. ஸ்னேப் முரட்டுததனமாக தரையோடு இழுக்கப்படுகிறார், மேலே காற்றுக்குள் தள்ளப்படுகிறார். அதே வேளை அவருடைய ஆவி அவரிடமிருந்து பிரித்தெடுக்கப்படுகிறது. கூச்சல்கள் பெருக்கமடைவதாகத் தோன்றுகின்றன.

பெண்மான் அழகிய கண்களுடன் அவன் பக்கமாகத் திரும்புகிறது. மறைந்துவிடுகிறது. பேரொலி. பெருவெளிச்சம். ஆழ்ந்த அமைதி. அமைதி நீடிக்கிறது.

அசைவற்ற நிலை. பேரமைதி. முழுநிறைவான நிம்மதி. மெதுவாக ஸ்கார்பியஸ் தரைமட்டத்திற்கு மேலே வருகிறான். ஆழமாக மூச்சை இழுத்துவிடுகிறான். தன்னைச் சுற்றிலும் நோட்டமிடுகிறான். ஆழமாக மூச்சை இழுத்து விட்டவாறு, கலக்கமடைகிறான். மேலே வானத்தைப் பார்க்கிறான். முன்பைக் காட்டிலும் நீலமாக வானம் தோன்றுகிறது.

ஒரு கணம் தூய அமைதி!

அவனுக்குப் பின்னால் ஆல்பஸ் மேலே வருகிறான். அமைதி.

ஆல்பஸை ஸ்கார்பியஸ் நம்பிக்கையின்றி பார்க்கிறான். இருவரும் மூச்சை உள்ளே இழுத்து வெளிவிடுகின்றனர்.

ஆல்பஸ்

வாவ்!

ஊடுருவவொண்ணாத புன்னகை ஸ்கார்பியஸின் முகமெங்கும் பரவுகிறது.

ஸ்கார்பியஸ்

ஆல்பஸ்!

ஆல்பஸ்

முடிந்து விட்டது! அந்த மெர்மேனைப் பார்த்தாயா? அதை வைத்திருந்த அந்தப் பையன் - அதை வைத்திருந்த அது - வாவ்!

ஸ்கார்பியஸ்

அது நீயா?

ஆல்பஸ்

மாயமாக இருந்தாலும் - நான் பெருக்கமடையத் தொடங்கிய செட்ரிக்கைப் பார்த்தேன் - ஆனால் அவன் மறுபடியும் சுருங்கத் தொடங்கினான் - நான் உன்னைப் பார்த்தேன். உன்னுடைய மந்திரக்கோலை வெளியே எடுத்து வைத்திருந்தாய்...

ஸ்கார்பியஸ்

உன்னை மறுபடியும் பார்த்தது எவ்வளவு நல்லதாப் போச்சுன்னு உனக்கு எதுவும் புரியவில்லை.

ஆல்பஸ்

ரெண்டு நிமிடத்திற்கு முன் தானே நீ பார்த்தாய்.

நீருக்குள்ளேயே ஆல்பஸை ஸ்கார்பியஸ் கட்டி அணைத்துக் கொள்கிறான், மிகவும் கடினமாக உள்ளது,

ஸ்கார்பியஸ்

அதற்குப் பிறகு எவ்வளவோ நடந்து விட்டது.

ஆல்பஸ்

கவனம். என்னை மூழ்கடித்து விடாதே, எதை அணிந்திருக்கிறாய்?

ஸ்கார்பியஸ்

எதை அணிந்திருக்கிறேன்? (அவன் தன்னுடைய அங்கியைக் கழற்றுகிறான்) நீ அணிந்துகொண்டிருப்பது என்ன? ஆமாம், நீ ஸ்லைதெரின் உடையில் இருக்கிறாய்.

ஆல்பஸ்

அது வேலை செய்ததா? நாம் ஏதாவது செய்தோமா?

ஸ்கார்பியஸ்

இல்லை. ரொம்பத் திறமையானது.

ஆல்பஸ் நம்பிக்கையற்றவனாக அவனைப் பார்க்கிறான்.

ஆல்பஸ்

என்ன? தோல்வியா?

ஸ்கார்பியஸ்

ஆமா, ஆமா ஆனாலும் அற்புதமானது.

அவன் தண்ணீரில் ஓங்கி அறைகிறான். ஆல்பஸ் கரையில் ஏறிக்கொள்கிறான்.

ஆல்பஸ்

ஸ்கார்பியஸ், மறுபடியும் நெறைய இனிப்புகளைத் தின்றுவிட்டாயா?

ஸ்கார்பியஸ்

அங்கே போய் பாரு - எல்லாம் ஆல்பஸ் கிண்டல்கள் தான். எனக்குப் பிடிச்சிருக்கு.

ஆல்பஸ்

இப்போ எனக்குக் கவலையாயிருக்கு.....

ஹேரி நுழைகிறார். ஓட்டமும் நடையுமாக தண்ணீருக்குப் பக்கத்தில் செல்கிறார். அவரைத் தொடர்ந்து அடுத்தடுத்து டிராகோ, ஜின்னி, பேராசிரியர். மேக்கோனகல் வருகின்றனர்.

ஹேரி

ஆல்பஸ், ஆல்பஸ், நல்லா இருக்கியா?

ஸ்கார்பியஸ் (மிகுந்த களிப்புடன்)

ஹேரி! இது ஹேரி பாட்டர்! ஜின்னி, பேராசிரியர். மேக்கோனகல். அப்பா. என் அப்பா. ஹாய், அப்பா.

டிராகோ

ஹலோ, ஸ்கார்பியஸ்.

ஆல்பஸ்

நீங்க எல்லாரும் இங்கே இருக்கீங்களா.

ஜின்னி

மிர்ட்ல் எல்லாத்தையும் எங்களுக்குச் சொன்னாள்.

ஆல்பஸ்

என்ன நடக்குது?

பேராசிரியர். மேக்கோனகல்

கால மாற்றத்திலிருந்து தற்போது திரும்ப வந்தவன் நீ தானே, நீயே ஏன் சொல்லக் கூடாது?

ஸ்கார்பியஸ் உடனே அவர்களுக்குத் தெரிந்த அனைத்தையும் கூறுகிறான்.

ஸ்கார்பியஸ்

ஓ, வேணாம். ஓ, தொல்லை. எங்கே அது?

ஆல்பஸ்

எங்கேயிருந்து இப்போது தான் திரும்பினேன்?

ஸ்கார்பியஸ்

அதைத் தெலைச்சுட்டேன்! டைம் டர்னரைத் தொலைச்சுட்டேன்!

ஆல்பஸ் (மிகுந்த எரிச்சலுடன் ஸ்கார்பியஸைப் பார்த்தவாறு)

நீ தொலைத்தது என்ன?

ஹேரி

உன்னுடைய பாசாங்கை நிறுத்திக் கொள்ள வேண்டிய நேரம் வந்தாச்சு, ஆல்பஸ்.

பேராசிரியர். மேக்கோனகல்

உங்களுக்கு ஒரு சில செய்திகளை விவரிக்க வேண்டியிருக்குன்னு நினைக்கிறேன்.

அங்கம் 3 காட்சி 10

ஹாக்வார்ட்ஸ், தலைமைஆசிரியை அலுவலகம்

குற்றமிழைத்த பார்வைகொண்ட ஸ்கார்பியஸுக்கும் ஆல்பஸுக்கும் பின்னால் டிராகோ, ஜின்னி, ஹேரி ஆகியோர் நிற்கின்றனர். பேராசிரியர். மேக்கோனகல் கொந்தளிக்கிறார்.

பேராசிரியர். மேக்கோனகல்

ஆக, தெளிவாகச் சொல்லணும்னா, ஹாக்வார்ட்ஸ் வண்டியில இருந்து சட்டவிரோதமாக் குதிச்சிருக்கீங்க, மாயக்கலைஅமைச்சகத்துக்குள்ள யாருக்கும் தெரியாமப் புகுந்து திருடியிருக்கீங்க, உங்க விருப்பத்திற்கு காலத்தை மாத்தியிருக்கீங்க, அதன் மூலமா ரெண்டு பேரு மறைஞ்சு போகச் செய்திருக்கீங்க...

ஆல்பஸ்

இது கேட்கவே நல்லால்ல, ஒத்துக்கிறேன்.

பேராசிரியர். மேக்கோனகல்

மறைஞ்சு போன ஹூகோவையும் ரோஸ் கிரான்ஜெர் வீஸ்லீயையும் மீட்கறதுக்காக, மறுபடியும் காலத்திற்குப் பின்னோக்கிப் போயிருக்கீங்க, இந்த முறை, ரெண்டு பேருக்குப் பதிலா ஏராளமான பேரை இழந்துட்டு உங்கப்பாவையும் கொன்னுருக்கீங்க, அப்படிச் செய்ததால உலகத்திலேயே மிகக் கொடூரமான மந்திரவாதியை மறுபடி உயிர் பிழைக்க வைச்சு கறுப்பு மாயக்கலையின் புதிய யுகத்தை உருவாக்கிட்டீங்க. நீ சொன்னது கூட உண்மை தான் பாட்டர், கேட்கறதுக்கு நல்லாத்தான் இல்லை. எவ்வளவு முட்டாள்தனமா இருந்திருக்கீங்கன்னு தெரியுமா?

ஸ்கார்பியஸ்

ஆமாங்க, பேராசிரியர்,

ஆல்பஸ் ஒரு நொடி தயங்குகிறான், தன் அப்பாவைப் பார்க்கிறான்.

ஆல்பஸ்

ஆமாங்க!

ஹேரி

பேராசிரியர், நா வேணுமின்னா -

பேராசிரியர். மேக்கோனகல்

நீங்க ஒன்னும் செய்ய வேணாம். பெற்றோரா என்ன செய்ய வேணுமோ அதை மட்டும் செய்யுங்க. இது பள்ளிக்கூடம். அவங்க என் மாணவர்கள். அவுங்களுக்கு என்ன தண்டனை கொடுக்கணும்னு நான் பார்த்துக்கிறேன்.

டிராகோ

நியாயமாத் தெரியுது.

ஜின்னியை ஹேரி பார்க்கிறார். அவள் தலையைக் குலுக்குகிறாள்.

பேராசிரியர். மேக்கோனகல்

உங்களை வெளியேத்தணும். ஆனா (ஹேரியைப் பார்த்தபடி) எல்லாத்தையும் வைச்சுப் பார்க்கும் போது நீங்க என் கட்டுப்பாட்டில் இருக்கறது தான் உங்களுக்கு நல்லதுன்னு நினைக்கிறேன். உங்களைக் காவலில் வைக்கிறேன் - நீங்க மீதமுள்ள வருஷத்துக்குக் காவலில் இருப்பதாகக் கருதப்படுவீங்க. உங்களுக்குக் கிறிஸ்துமஸ் கிடையாது. ஹாக்ஸ்மீடுக்கு மறுபடியும் போறதைப் பத்தி அடியோடு மறந்திடணும். இது தொடக்கத்துல மட்டும் தான்...

திடீரென்று ஹெர்மியோன் வேகமாக உள்ளே புகுந்தாள். அனைவரும் அதிர்ச்சியடைகின்றனர்.

ஹெர்மியோன்

நான் எதைத் தவறவிட்டேன்?

பேராசிரியர். மேக்கோனகல் (கோபத்துடன்)

கதவைத்தட்டிட்டு உள்ளே வருவது நாகரிகம்னு சொல்வாங்க. ஒருவேளை அதைத்தான் தவறவிட்டிட்டீங்களோ...

ஹெர்மியோன் (மிதமிஞ்சி நடந்து கொண்டதாக உணர்ந்தவாறு) ஓ.

பேராசிரியர். மேக்கோனகல்

என்னால தண்டனை கொடுக்க முடியும்னா, அமைச்சர், நான் கொடுப்பேன். இந்த முட்டாள்தனத்துக்கெல்லாம் டைம்டர்னரை வைச்சிருந்தது தான்!

ஹெர்மியோன்

நான் சொல்ல வர்றது -

பேராசிரியர். மேக்கோனகல்

அதுவும் ஒரு புத்தக அடுக்கிலே. அதை ஒரு புத்தக அடுக்கில் வைச்சிருந்தீங்க. அதுவே ஒரு கேலிக்கூத்து.

ஹெர்மியோன்

மினெர்வா, (மூச்சு வாங்கிக் கொள்கிறாள்) பேராசிரியர் (ஹெர்மியோன் தனது தவறை உணர்ந்து கொள்கிறாள்) மேக்கோனகல்......

பேராசிரியர். மேக்கோனகல்

உங்களுக்குக் குழந்தைகள் இல்லை!

ஹெர்மியோனிடம் அதற்குப் பதில் இல்லை.

இது என்னுடைய பள்ளியில, என்னுடைய கட்டுப்பாட்டுக்குக் கீழே நடந்திருக்கு. டம்பிள்டோர் செஞ்ச அத்தனைக்கும் பிறகு, என்னால நானாக வாழ முடியலை...

ஹெர்மியோன்

எனக்குத் தெரியும்.

பேராசிரியர். மேக்கோனகல் ஒரு கணம் தன்னைத் தானே ஆசுவாசப்படுத்திக் கொள்கிறார். அவள் கடுகடுப்பாகப் பையன்கள் பக்கம் திரும்புகிறாள்.

பேராசிரியர். மேக்கோனகல் (ஆல்பஸையும் ஸ்கார்பியஸையும் பார்த்து)

தவறாக வழிநடத்தப்படாமல் இருந்திருந்தால் செட்ரிக்கைக் காப்பாத்தணும்ங்ற உங்களுடைய நோக்கம் மதிக்கத்தக்கது. ஸ்கார்பியஸ், நீ, ஆல்பஸ், இது உங்களுக்கு துணிச்சலான காரியம்னு தோணலாம். ஆனால், சில சமையங்களில் உன் அப்பா உட்பட புரிஞ்சுக்கிறாத பாடம் என்னன்னா, முட்டாள்தனத்தை துணிச்சல் மன்னிக்கிறதில்லை. எப்பவுமே நடக்கக் கூடியதை யோசியுங்க. வோல்டெமோர்ட் கட்டுப்பாட்டில உலகம் எப்படியிருக்கும்னா -

ஸ்கார்பியஸ்

பலுபயங்கரமா இருக்கும்.

பேராசிரியர். மேக்கோனகல்

நீங்க சின்னவங்க.(ஹேரி, ஜின்னி, டிராகோ, ஹெர்மியோன் ஆகியோரைப் பார்த்து) நீங்க எல்லாரும் சின்னவங்க. உங்களுக்கு மந்திரவாதிகளுக்கு இடையிலான போர் எவ்வளவு இருட்டாயிருக்கும்னு தெரியாது. இந்த உலகம் - சில மனிதர்கள் - எனக்கும் உங்களுக்கும் ரொம்ப நெருக்கமான நண்பர்கள் - எவ்வளவோ தியாகங்களைச் செஞ்சு உருவாக்கி நிலைநிறுத்தின இந்த உலகத்தைப் பத்தி கொஞ்சங் கூட அக்கறை இல்லாமல் இருந்திருக்கீங்க.

ஆல்பஸ்

ஆமாம், பேராசிரியர்.

ஸ்கார்பியஸ்

ஆமாம், பேராசிரியர்!

பேராசிரியர். மேக்கோனகல்

போங்க. வெளியே போங்க. நீங்க எல்லாருமே. போயி டைம்டர்னரைக் கொண்டு வாங்க!

அங்கம் 3 காட்சி 11

ஹாக்வார்ட்ஸ், ஸ்லைதெரின் தங்குமிடம்

ஆல்பஸ் தனது அறையில் அமர்ந்திருக்கிறான். ஹேரி நுழைகிறார். தன் மகனைக் கோபம் கொப்பளிக்கப் பார்க்கிறார். ஆனால் அதை வெளிப்படுத்திவிடக் கூடாது என்கிற எச்சிரிக்கையுடன் இருக்கிறார்.

ஹேரி

நான் இங்கே வர்றதுக்கு ஒத்துக் கிட்டதுக்கு நன்றி.

ஆல்பஸ் திரும்புகிறான். தந்தையைப் பார்த்து தலையாட்டுகிறான். அவனும் எச்சரிக்கையுடன் இருக்கிறான்.

டைம்டர்னர் தேடலில் எந்த முன்னேற்றமும் இல்லை. ஏரியைத் தூர் வாருவது பற்றி அந்த மக்களுடன் பேச்சு வார்த்தை நடத்திக் கொண்டிருக்கிறார்கள்.

ஏனோதானோவென்று அமர்ந்து கொள்கிறார்.

அறை நல்லாயிருக்கு.

ஆல்பஸ்

பச்சை இதமான வண்ணம், இல்லையா? அதாவது, க்ரைஃபைன்டர் அறைகளெல்லாம் வசதியா, நல்லா இருக்கு. ஆனால், சிவப்புல பிரச்சினை என்னான்னா அது நம்மலக் கொஞ்சம் கிறுக்குப் பிடிக்க வைக்குது - நான் ஒன்னும் பழி தூற்றலை....

ஹேரி

இந்த மாதிரி பண்றதுக்கு ஏன் முயற்சி செஞ்சயின்னு கொஞ்சம் விளக்கமாச் சொல்ல முடியுமா?

ஆல்பஸ்

மாத்திட முடியும்னு நினைச்சேன் - செட்ரிக்கை நினைச்சேன் - அது அநீதி.

ஹேரி

அது அநீதி தான், ஆல்பஸ். அது எனக்குத் தெரியாதுன்னு நினைக்கிறீயா? நான் அங்கே தான் இருந்தேன். அவன் சாகறதைப் பார்த்தேன். ஆனா, இப்படிச் செய்யறது... எல்லாத்துக்கும் ஆபத்து...

ஆல்பஸ்

எனக்குத் தெரியும்.

ஹேரி (கோபத்தைக் கட்டுப்படுத்தத் தவறியவறாக)

என்னைப் போல செய்ற முயற்சியிலே, தவறான பாதையில போனே நான் சாகசம் செய்யணும்னு விரும்பலை. வலுக்கட்டாயமா அதுக்குள்ள தள்ளப்பட்டேன். நீ உண்மையிலேயே கொஞ்சங் கூட கவனமில்லாமல் செய்தாய், முட்டாள்தனமான, ஆபத்தான காரியத்தைச் செய்தாய். எல்லாத்தையும் அழிச்சிறக் கூடியதைச் செய்தாய் -

ஆல்பஸ்

புரிஞ்சுக்கிட்டேன், சரியா, புரிஞ்சுக்கிட்டேன்.

அமைதி. ஆல்பஸ் ஒரு துளிக் கண்ணீரைத் துடைத்து விட்டான். ஹேரி அதைக் கவனிக்கிறார். பெருமூச்சு விடுகிறார். நாற்காலியின் ஓரத்திலிருந்து தன்னை உள்ளே இழுத்துக் கொள்கிறார்.

ஹேரி

நல்லது. நானும் தப்புப் பண்ணிட்டேன் - ஸ்கார்பியஸை வோல்டெமோர்ட்டோட மகன்னு நினைச்சுட்டேன். கருமேகம் அவன் இல்லை.

ஆல்பஸ்

இல்லை.

ஹேரி

அந்த வரைபடத்தைத் தூக்கித் தூரப்போட்டுட்டேன். மறுபடி நீ அதைப் பார்க்க மாட்டாய். உனது அறையை நீ ஓடிப்போன போது இருந்தது போலவே உன் அம்மா விட்டுவிட்டாள் - உனக்குத் தெரியுமா? அதுக்குள்ள போக என்னை விட மாட்டாள் - வேற யாரையுமே விடுவதில்லை

- அவளை உண்மையிலேயே நீ பயமுறுத்தி விட்டாய்.... என்னையும் கூட...

ஆல்பஸ்

உண்மையிலேயே உங்களைப் பயமுறுத்திட்டேனா?

ஹேரி

ஆம்!

ஆல்பஸ்

ஹேரி பாட்டர் எதுக்கும் பயப்பட மாட்டாருன்னு நினைச்சேன்?

ஹேரி

அந்த மாதிரி எண்ணத்தைத் தான் நான் உங்கிட்ட ஏற்படுத்தியிருக்கேனா?

ஆல்பஸ் தன் தந்தையைப் பார்க்கிறான், அவரை எடை போட முயற்சிக்கிறான்.

ஆல்பஸ்

ஸ்கார்பியஸ் சொன்னானான்னு தெரியலை. ஆனால், முதலாவது பந்தயத்தை நிலைநாட்டுவதற்குத் தவறிய பிறகு நாங்கள் திரும்பிய போது, நான் திடீரென்று க்ரை::பைன்டர் அணியில் இருந்தேன். அப்பக் கூட நமக்குள் நிலைமை சீர்ப்படவில்லை - அதனால தான் ஸ்லைதெரினில் இருக்கிறேன் - நம்முடைய பிரச்சினைகளுக்கு அது காரணமல்ல. இது அதைப் பற்றியது மட்டுமே அல்ல.

ஹேரி

இல்லை. எனக்குத் தெரியும். இது அதைப் பற்றியது மட்டுமே இல்லை.

ஆல்பஸை ஹேரி நோட்டமிடுகிறார்.

நல்லா இருக்கியா, ஆல்பஸ்?

ஆல்பஸ்

இல்லை.

ஹேரி

இல்லை. நானும் தான்.

அங்கம் 3 காட்சி 12

கனவு, காட்ரிக் ஹால்லோ, இடுகாடு

இளம் ஹேரி மலர்க்கொத்துக்களால் மூடப்பட்டிருந்த கல்லறை ஒன்றினைப் பார்த்துக்கொண்டு நிற்கிறான். அவனுடைய கைகளில் சிறிய மலர்க்கொத்து ஒன்று உள்ளது.

பெச்சூனியா

போ, உன்னுடைய மலர்க்கொத்தை வைச்சுட்டு வா, போகலாம். காட்ரிக் ஹால்லோ, காட்லெஸ் ஹால்லோ, இந்த சீக்குப்பிடிச்ச கிராமத்தை எனக்கு எப்பவுமே பிடிக்காது, இதை எதுக்கு நினைச்சேனோ, சரியான குப்பை மேடு. போ,போ, சீக்கிரம்.

இளம் ஹேரி கல்லறையை நெருங்குகிறான். கூடுதலாக ஒரு கணம் நின்றுவிட்டான்.

ஹேரி... இதுக்கெல்லாம் எனக்கு நேரமில்லை. இரவு டட்டிக்கு அவருடைய கப்ஸ் இருக்கு. நேரங்கழிச்சுப் போனா அவருக்குப் பிடிக்காது.

இளம் ஹேரி

பெச்சூனியா அத்தை, நாம தானே அவுங்களுக்குக் கடைசியா உயிரோட இருக்கிற உறவு?

பெச்சூனியா

ஆமா, நீயும் நானும், ஆமா.

இளம் ஹேரி

அவுங்களுக்கு அவ்வளவா செல்வாக்கு இல்லை? அவுங்களுக்கு நண்பர்கள் யாருமே இல்லைன்னு சொன்னீங்கல்ல?

பெச்சூனியா

லிலி முயற்சி பண்ணா - அவளோட ஆசீர்வாதம் - அவள் முயற்சி பண்ணா - அவளுடைய தப்பில்லை, ஆனா, அவ மனிதர்களை ஒதுக்கினாள் - அவளுடைய இயல்பே அது தான் - அவளுடைய பிடிவாதம் - அவளுடைய போக்கு - அது அவளுடைய வழி. உன் அப்பா - வெறுக்கத்தக்க மனிதர் - ரொம்பவே வெறுக்கத்தக்க ஆள். நண்பர்கள் இல்லை. ரெண்டு பேருல யாருக்குமே.

இளம் ஹேரி

ஆக, என்னோட கேள்வி - இத்தனை மலர்க்கொத்துகள் ஏன்? அவுங்களுடைய கல்லறை முழுவதும் மலர்கொத்துகளா இருக்கே ஏன்?

பெச்சூனியா சுற்றிலும் பார்க்கிறாள். முதல்முறையாகப் பார்ப்பவளைப் போல எல்லா மலர்கொத்துகளையும் காண்கிறாள். வெகுவாக நெகிழ்ந்து போகிறாள். தன் சகோதரியின் கல்லறையை நெருங்கி அமர்கிறாள். தனக்குள் பொங்கிய உணர்ச்சிகளை அடக்கிக் கொள்ளப் பெரிதும் முயல்கிறாள். முடியாமல் அதற்குள் மூழ்கிவிடுகிறாள்.

பெச்சூனியா

ஆமா, ஒரு சில இருக்கு. பெரும்பலானவை மற்ற கல்லறைகளிலிருந்து காத்துக்குப் பறந்து வந்திருக்கலாம். யாரோ தந்திரம் செய்றாங்க, பெரும்பாலும் இப்படி இருக்கலாம். யாரோ வேலை இல்லாத வெட்டிப் பசங்க, மத்த கல்லறையில இருந்ததையெல்லாம் எடுத்து வந்து இங்கே போட்டிருக்காங்க...

இளம் ஹேரி

ஆனால், அதுல எல்லாம் லிலி-ஜேம்ஸ்'ன்னு அவுங்களோட பேரு இருக்கே. 'என்னவெல்லாம் செஞ்சீங்க, நாங்க மறக்க மாட்டோம் - லிலி - ஜேம்ஸ், உங்களுடைய தியாகத்தை -

வோல்டெமோர்ட்

குற்ற வாடை அடிக்கிது. காற்றிலே குற்றத்தின் துர்நாற்றம் வீசுது.

பெச்சூனியா (இளம்ஹேரியிடம்)

புறப்படு. இங்கிருந்து புறப்படு.

அவனைப் பின்னோக்கி இழுக்கிறாள். பாட்டர்களுடைய கல்லறைக்கு மேலே வோல்டெமோர்ட்டின் கைகள் காற்றில் நீளுகின்றன. பிறகு மீதமுள்ள உடல் தோன்றுகிறது. அவனுடைய முகத்தைக் காண முடியவில்லை. ஆனால், அவனுடைய உடல் திருகல் முறுகலாக பயங்கரமாகத் தோன்றுகிறது.

எனக்குத் தெரியும். இந்த இடம் ஆபத்தானது. காட்ரிக் ஹால்லோவை விட்டு எவ்வளவு சீக்கிரமாக் கிளம்புறோமோ அவ்வளவு நல்லது.

இளம்ஹேரி மேடையிலிருந்து உள்ளே இழுக்கப்படுகிறான். ஆனால், அவன் வோல்டெமோர்ட்டைக் காணத் திரும்புகிறான்.

வோல்டெமோர்ட்

நீ இன்னமும் என்னுடைய கண்களால் பார்க்கின்றாயா, ஹேரி பாட்டர்?

இளம்ஹேரி குழப்பமடைந்தவாறு வெளியேறுகிறான். வோல்டெமோர்ட்டின் அங்கிக்குள்ளிருந்து ஆல்பஸ் எட்டிப் பார்க்கிறான். நம்பிக்கையற்ற நிலையில் தன் தந்தையை நோக்கிக் கையை நீட்டுகிறான்.

ஆல்பஸ்

அப்பா... அப்பா...

பார்செல் மொழியில் சில வார்த்தைகள் பேசப்படுகின்றன.

அவன் வந்துகொண்டிருக்கிறான். அவன் வந்துகொண்டிருக்கிறான். அவன் வந்துகொண்டிருக்கிறான்.

அதன் பிறகு ஒரு கூக்குரல்.

அதன் பின் அறைக்கு நேராகப் பின்புறமிருந்து, அனைவரையும் சுற்றிலும் முணுமுணுப்பு. அழுத்தம் திருத்தமான குரலில் பேசப்பட்ட வார்த்தைகள். வோல்டெமோர்ட்டின் குரல்....

ஹே....ரி பா----ட்ட்டர்......

அங்கம் 3 காட்சி 13

ஹேரி, ஜின்னி பாட்டர் இல்லம், சமையலறை

ஹேரி வெகுவாகப் பீதியடைந்த நிலையில் இருக்கிறார். தான் கண்ட கனவின் பொருளை அறிந்து கல்லாகச் சமைந்து விட்டார்.

ஜின்னி

ஹேரி? ஹேரி? என்ன இது? நீ அழுகிறாயா....

ஹேரி

அவை நின்றுவிடவில்லை. கனவுகள்.

ஜின்னி

அவை உடனடியாக நின்றுவிடுவது சாத்தியமில்லை. கொஞ்ச நாளா மன அழுத்தத்தில இருந்தீங்க ---

ஹேரி

ஆனாலும், நான் ஒருபோதும் பெச்சூனியாவுடன் காட்ரிக் ஹால்லோவுக்குப் போனதில்லை. இது அது இல்லை...

ஜின்னி

ஹேரி, நீ என்னை ரொம்பப் பயமுறுத்துற.

ஹேரி

அவ இன்னமும் இங்கே இருக்கிறான், ஜின்னி.

ஜின்னி

இங்கே இன்னமும் இருக்கிறவ யாரு?

ஹேரி

வோல்டெமோர்ட். வோல்டெமோர்ட்டையும் ஆல்பஸையும் நான் பார்த்தேன்.

ஜின்னி

ஆல்பஸையுமா..?

ஹேரி

அவன் சொன்னான் - வோல்டெமோர்ட் சொன்னான், 'என் மேலே குற்ற வாடை வீசுதாம். காற்றிலே குற்றத்தின் துர்நாற்றம் இருக்குதாம்' அவன் எங்கிட்ட பேசிக்கிட்டிருந்தான்.

ஹேரி அவளைப் பார்க்கிறார். அவர் தன்னுடைய தழும்பினை தொட்டுப்பார்க்கிறார். அவளுடைய முகம் தொங்கிப் போகிறது.

ஜின்னி

ஹேரி, ஆல்பஸுக்கு இன்னமும் ஆபத்து இருக்கா?.

ஹேரியினுடைய முகம் வெளிரிப் போகிறது.

ஹேரி

நாம எல்லாருக்கும்ன்னு நினைக்கிறேன்.

அங்கம் 3 காட்சி 14

ஹாக்வார்ட்ஸ், ஸ்லைதெரின் தங்குமிடம்

இரண்டு மாணவர்களும் தூங்கிக் கொண்டிருந்ததாகக் கருதப்பட்டனர். ஆனால், ஸ்கார்பியஸால் தூங்க முடியவில்லை. படுக்கையை விட்டு எழுந்திருக்கிறான். அச்சுறுத்தும் விதத்தில் ஆல்பஸினுடைய படுக்கையின் தலைமாட்டில் கவிழ்ந்து கொண்டிருக்கிறான்.

ஸ்கார்பியஸ்

ஆல்பஸ்........ப்ச்ச்ச் ஆல்பஸ்

ஆல்பஸ் விழித்துக் கொள்ளவில்லை.... எனவே ஸ்கார்பியஸ் அணுகுண்டாக வெடிக்கிறான்.

ஆல்பஸ்!

ஆல்பஸ் அதிர்ச்சியுடன் எழுகிறான். ஸ்கார்பியஸ் நகைக்கிறான்.

ஆல்பஸ்

இனிமை. அது ரொம்ப இனிமையா இருக்கு. பயமுறுத்தி எழுப்புகிற மாதிரி இல்லை.

ஸ்கார்பியஸ்

இது தான் ரொம்ப, ரொம்ப புதுமையான செயல்ன்னு உனக்குத் தெரியும். ஆனால், கற்பனை பண்ணிக் கூட பார்க்க முடியாத அளவு பயங்கரமான இடத்தில இருந்துட்டு வந்ததிலிருந்து எனக்குப் பயம் பழகிப் போச்சு. நான் இப்போ - அஞ்சா நெஞ்சன் ஸ்கார்பியஸ். நான் - கவலையில்லா மனிதன் மால்பாய்.

ஆல்பஸ்

நல்லது.

ஸ்கார்பியஸ்

அதாவது. பூட்டிவைக்கப்படுவதும் இடைவிடாமல் கண்காணிக்கப்படுவதும் ஒன்னு தான். நான் உடைஞ்சு போயிடுவேன். ஆனா, இப்போ - அவர்களால கொடுமையா என்ன தான் செய்திட முடியும்? மோல்டி வோல்டி திரும்ப கூட்டிட்டு வந்து என்னை சித்தரவதை செய்யச் சொல்லுவாங்களா? மாட்டாங்க.

ஆல்பஸ்

நீ நல்ல மனநிலைமையில இருக்கும் போது ரொம்பப் பயப்படுற, தெரியுமா?

ஸ்கார்பியஸ்

இன்னைக்கு மாய மருந்து வகுப்புக்கு ரோஸ் வந்திருந்த போது, என்னை பிரெட் ஹெட்ன்னு சொன்னா. அப்போது, கிட்டத்தட்ட நான் அவளைக் கட்டிப்பிடிச்சுக்கிட்ட மாதிரி. இல்லை, அங்கே மாதிரி என்கிறதெல்லாம் இல்லை. உண்மையிலேயே அவளைக் கட்டிப்பிடிக்க முயற்சி பண்ணினேன். அப்புறம் அவள் என்னை மோவாயில இடிச்சா.

ஆல்பஸ்

அஞ்சா நெஞ்சனா இருக்கிறது உன் உடம்புக்கு நல்லதா இருக்காதுன்னு நினைக்கிறேன்.

ஆல்பஸை ஸ்கார்பியஸ் பார்க்கிறான். அவனுடைய முகம் சிந்தனையில் ஆழ்ந்து கொண்டிருந்தது.

ஸ்கார்பியஸ்

திரும்பி வந்து இங்கே நாம இருக்கிறது எவ்வளவு நல்லதுன்னு உனக்குத் தெரியலை, ஆல்பஸ். அங்கே இருந்ததை நான் ரொம்ப வெறுத்தேன்.

ஆல்பஸ்

பாலி சாப்மேன் அப்பப்ப உன்னைக் காதலிச்சதைத் தவிர.

ஸ்கார்பியஸ்

செட்ரிக் முழுக்க, முழுக்க வித்தியாசமான ஆளாக இருந்தான் - கறுப்பாக, ஆபத்தானவனாக. என் அப்பா - அவர் செய்ய வேண்டுமென்று விரும்பப்பட்ட அனைத்தையும் செய்தார். நானா? மற்றொரு ஸ்கார்பியஸையே பார்த்தேன். இறுமாப்புடன், கோபக்காரனாக, அற்பனாக - என்னைக் கண்டு மக்களெல்லாம் பயந்தனர். நாமெல்லாம்

சோதிக்கப்பட்டதாகவும் அதில் நாம் தோற்றுவிட்டதாகவும் பட்டது.

ஆல்பஸ்

ஆனால், நீ மாற்றியிருக்கிறாயே. உனக்கு ஒரு வாய்ப்புக் கிடைத்தது. காலத்தைப் பழைய நிலைக்கு மாற்றிவிட்டாயே.

ஸ்கார்பியஸ்

நான் இருந்திருக்க வேண்டிய நிலைமை பற்றி எனக்குத் தெரிந்ததால் தான் மட்டுமே.

ஆல்பஸ் அதை ஏற்றுக் கொண்டான்.

ஆல்பஸ்

நானும் கூட சோதிக்கப்பட்டேன்னு நினைக்கிறயா?

ஸ்கார்பியஸ்

இல்லை. இன்னமும் செய்யப்படவில்லை.

ஆல்பஸ்

நீ சொல்றது தப்பு. அந்த முட்டாள்தனமான கருவி காலத்தால் திரும்பிப் போனது ஒருமுறை அல்ல. யாரு வேணுமின்னாலும் அந்தத் தப்பினைச் செய்யலாம். அந்த முட்டாள் கருவி ரெண்டு முறை திரும்பிப் போகிற அளவுக்கு இறுமாப்பா இருந்தது.

ஸ்கார்பியஸ்

நாம ரெண்டு பேரும் திரும்பிப் போனோம், ஆல்பஸ்.

ஆல்பஸ்

அதைச் செய்றதுல நான் ஏன் அவ்வளவு உறுதியா இருந்தேன்? செட்ரிக்கா? உண்மையாகவா? இல்லை. நான் நிரூபிக்க வேண்டிய ஒன்னு இருந்தது. என் அப்பா சொன்னது சரி தான். அவர் சாகசம் பண்ண விரும்பலை. என்னைப் பொறுத்தவரை எல்லாமே என் தப்பு. நீ மட்டும் இல்லைன்னா எல்லாமே இருட்டாய்ப் போயிருக்கும்.

ஸ்கார்பியஸ்

ஆனால், அப்படி ஆகலை. அதுக்காக எனக்கு நன்றி சொல்ற அளவுக்கு உனக்கும் சொல்லணும். டேமென்டார்ஸ் என் மனத்தை ஆக்கிரமிச்ச போது. ஸ்னேப் உன்னை நினைச்சுக்கச் சொன்னாரு. நீ அங்கே இல்லாமல் போயிருக்கலாம், ஆல்பஸ். ஆனால், நீ சண்டை போட்டாய். எனக்குப் பக்கத்தில் இருந்து சண்டையிட்டாய்.

இதனால் மனம் நெகிழ்ந்த ஆல்பஸ் தலையாட்டினான்.

செட்ரிக்கைக் காப்பாத்தறது - அது தப்பான யோசனை இல்லை - எந்தவிதத்திலும் என் மனத்தில் தோனலை - இருந்தாலும், உனக்கு இப்ப தெரியும் - மறுபடியும் முயற்சி செய்ய நிச்சயமா நம்மால முடியாது.

ஆல்பஸ்

ஆமா, அதை நான் புரிஞ்சுக்கிட்டேன்.

ஸ்கார்பியஸ்

நல்லது. அப்ப, இதை அழிக்கிறதுக்கு நீ உதவலாம்.

தலையணைக்கு அடியிலிருந்து டைம் டர்னரை இழுத்து வியப்படைந்திருந்த ஆல்பஸுக்குக் காட்டினான்.

ஆல்பஸ்

இது ஏரியின் அடிப்பரப்பிலே இருக்குதுன்னு நீ எல்லாரிடமும் சொன்னேன்னு நினைக்கிறேன்.

ஸ்கார்பியஸ்

கவலையில்லாத மனிதன் மால்பாயை இது ரொம்ப நல்ல பொய்யனா மாத்திடுச்சு.

ஆல்பஸ்

ஸ்கார்பியஸ், இதைப் பத்தி நாம யாரிடமாவது சொல்லணும்.

ஸ்கார்பியஸ்

யாருகிட்ட? முன்னாடி அமைச்சகத்தில வச்சிருந்தாங்க. நீயும் நானும் மட்டும் தான் இது எவ்வளவு ஆபத்தானதுன்னு அனுபவிச்சிருக்கோம். அதனால, நீயும் நானும் தான் இதை அழிக்கணும். நாம செஞ்சா மாதிரி வேறு யாரும் செய்ய முடியாது, ஆல்பஸ். யாராலையும் முடியாது. முடியவே முடியாது. (சற்றே பெருமையுடன்) காலத்தை திருப்புவது என்பது காலாவதி ஆகிவிட்டது.

ஆல்பஸ் (நண்பனைக் கண்டு சிரித்தவாறு)

அதைச் சொல்லும் போது உனக்கு ரொம்பவே பெருமையா இருக்கு, இல்லையா?

ஸ்கார்பியஸ் (பதிலுக்கு நகைத்தபடி)

பகல் முழுவதும் அதுக்குப் பயிற்சி எடுத்துக்கிட்டிருந்தேன்.

அங்கம் 3 காட்சி 15

ஹாக்வார்ட்ஸ், ஸ்லைதெரின் தங்குமிடம்

ஹேரியும் ஜின்னியும் அந்தத் தங்குமிடமெங்கும் வேக, வேகமாகச் சென்றனர். கிரெய்க் பௌகர் ஜூனியர் அவர்களை விடாமல் பின்தொடர்ந்தான்.

கிரெய்க் பௌகர் ஜூனியர்

மறுபடியும் சொல்லணுமா? இது விதிகளுக்கு எதிரானது. நடுராத்திரி.

ஹேரி

நான் என் மகனைப் பார்த்தாகணும்.

கிரெய்க் பௌகர் ஜூனியர்

திரு.பாட்டர், நீங்க யாருன்னு எனக்குத் தெரியும். ஆனாலும் நீங்க இதையும் புரிஞ்சுக்கணும். முன்கூட்டி அனுமதி வாங்காமல் அணியினர் தங்கியிருக்கிற இடத்துக்குள்ள பெற்றோர்களோ, பேராசிரியர்களோ நுழையறது பள்ளியின் வழக்கத்திற்கு எதிரானது....

பேராசிரியர். மேக்கோனகல் பின்புறமிருந்து கண்டிக்கிறார்.

பேராசிரியர். மேக்கோனகல்

தயவு செய்து, கிரெய்க், சொன்னதையே திருப்பிச் சொல்லிக்கிட்டிருக்காதே

ஹேரி

நாங்க அனுப்பின செய்தி கிடைச்சதா? நல்லதாப் போச்சு.

கிரெய்க் பௌகர் ஜூனியர் (அதிர்ச்சியடைந்தவனாக)

தலைமைஆசிரியை, நான் - நான் சும்மா....

ஹேரி படுக்கை ஒன்றின் திரைச்சீலையை இழுக்கிறார்

பேராசிரியர். மேக்கோனகல்

அவன் போயிட்டானா?

ஹேரி

ஆமா.

பேராசிரியர். மேக்கோனகல்

அந்தப் பையன் மால்பாய்?

ஜின்னி மற்றொரு படுக்கையின் திரைச்சீலையை இழுக்கிறார்.

ஜின்னி

ஓ, இல்லை.

பேராசிரியர். மேக்கோனகல்

அப்படின்னா, பள்ளியையே தலைகீழாப் புரட்டிப் போட்டிடுவோம், கிரெய்க்., நமக்கு வேலையிருக்கு....

படுக்கையைப் பார்த்தவாறு ஜின்னியும் ஹேரியும்நிற்கிறார்கள்.

ஜின்னி

நாம இதுக்கு முன்னாடி இங்கே வந்தது இல்லையா?

ஹேரி

இந்தமுறை ரொம்ப மோசமாயிருக்கு.

பயம் நிறைந்தவளாக ஜின்னி தன் கணவரைப் பார்க்கிறாள்.

ஜின்னி

முன்னாடி அவன்கிட்டப் பேசுனீங்களா?

ஹேரி

ஆம்.

ஜின்னி

அவன் தங்கியிருக்கிற இடத்துக்கு வந்து பேசியிருக்கீங்க?

ஹேரி

நான் செஞ்சது உனக்குத் தெரியுமே?

ஜின்னி

நம்ம பையன்கிட்ட என்ன சொன்னீங்க ஹேரி?

அவள் குரலில் தொனித்த குற்றச்சாட்டினை ஹேரியால் கேட்க முடிந்தது.

ஹேரி

நீ சொன்னதைப் போல நேர்மையா இருப்பதற்கு முயற்சி செஞ்சேன் - எதையும் சொல்லலை.

ஜின்னி

உங்களை நீங்க கட்டுப்படுத்திக்கிட்டீங்களா? எந்த அளவுக்குக் கோபமாப் பேசுனீங்க?

ஹேரி

...நான் நினைக்கலை. மறுபடியும் .அவனைப் பயமுறுத்தித் தொரத்திட்டேன்னு நினைக்கிறீயா?

ஜின்னி

ஒரு தவறுக்கு உன்னை மன்னிச்சுறலாம், ஹேரி! ரெண்டுன்னாக் கூட பரவாயில்லை...ஆனா, தப்பு நிறைய பண்ணப்பண்ண, மன்னிக்கிறது ரொம்ப, ரொம்ப கடினமாயிடுது.

அங்கம் 3 காட்சி 16

ஹாக்வார்ட்ஸ், ஆந்தைகள் கொட்டில்

ஆல்பஸும் ஸ்கார்பியஸும் வெள்ளி ஒளி மழையில் குளித்துக்கொண்டிருந்த கூரையின் மீது தோன்றுகின்றனர். அவர்களைச் சுற்றிலும் ஆந்தைகளின் அலறலோசை மெல்லிதாக ஒலித்துக்கொண்டிருந்தது.

ஸ்கார்பியஸ்

ஆக, ஒரு எளிமையான 'கான்ஃபிரிங்கோ' போதும்னு நினைக்கிறேன்.

ஆல்பஸ்

நிச்சயமாப் போதாது. 'எக்ஸ்பெல்சோ' போல ஏதாவது ஒன்னு தேவை.

ஸ்கார்பியஸ்

எக்ஸ்பல்சோ'? எக்ஸ்பல்சோ வை வச்சுக்கிட்டு நாள் கணக்கிலே இந்த ஆந்தைப் பொந்துக்குள்ள இருந்துக்கிட்டு துண்டு துண்டா டைம் டர்னரை அழிக்க வேண்டியது தான்.

ஆல்பஸ்

பம்பார்டா!

ஸ்கார்பியஸ்

ஹாக்வார்ட்ஸ்ல இருக்கிற எல்லாரையும் எழுப்ப வேணுமா? ஸ்டுபிஃபை இருக்கலாம். ஸ்டுபிஃபை மந்திரத்தால தான் அவுங்க தொடக்கத்திலே டைம் டர்னரை அழிச்சாங்க...

ஆல்பஸ்

சரியான சேதி, முன்னாடியே அதால செஞ்சிருக்காங்க - நாம ஏதாவது புதுசா செய்வோம், ஏதாவது வேடிக்கையா.

ஸ்கார்பியஸ்

வேடிக்கையா? இதோ பார், சரியான மந்திரத்தைத் தேர்ந்தெடுக்கிறதுல உள்ள முக்கியத்துவத்தை நெறைய மந்திரவாதிகள் கண்டு கொள்ற தில்லை. நவீன மாயக்கலையிலே ரொம்பவும் குறைச்சு மதிப்பிடப்படுற பகுதி இது தான்.

டெல்ஃபி

'நவீன மாயக்கலையிலே ரொம்பவும் குறைச்சு மதிப்பிடப்படுற பகுதி' - நீங்க ரெண்டு பேரும் மிகப்பெரிய மேதைகள், உங்களுக்குத் தெரியுமா?

ஸ்கார்பியஸ் நிமிர்ந்து பார்க்கிறான், அவர்களுக்குப் பின்னாலிருந்து டெல்ஃபி தோன்றியதைக் கண்டு வியப்படைகிறான்.

ஸ்கார்பியஸ்

வாவ். நீயா...உம்...இங்க என்னா பண்ற...?

ஆல்பஸ்

ஆந்தை மூலம் தகவல் அனுப்ப வேண்டியது முக்கியம்னு நினைச்சேன் - நாம என்ன செய்றோம்னு அவளுக்கும் தெரியட்டும் - தெரியுமா?

ஸ்கார்பியஸ் தன் நண்பனைக் குற்றம் சுமத்துவதைப் போலப் பார்க்கிறான்.

இதுல அவளுக்கும் அக்கறை உண்டு.

ஸ்கார்பியஸ் யோசிக்கிறான், தலையாட்டுகிறான், ஒத்துக் கொள்கிறான்.

டெல்ஃபி

எதுல எனக்கும் அக்கறை உண்டு? என்னது இது?

ஆல்பஸ் டைம்டர்னரை வெளியில் எடுக்கிறான்.

ஆல்பஸ்

டைம்டர்னரை நாம அழிச்சாகணும். ரெண்டாவது பந்தயத்துக்குப் பிறகு ஸ்கார்பிஸ் பார்த்தவை... மன்னிச்சுக்கோ, மறுபடியும் நாம பின்னோக்கிப் போக முடியாது. உன் பெரியப்பா மகனை நம்மால காப்பாத்த முடியாது.

டெல்ஃபி அதனைப் பார்க்கிறாள் பின் அவர்கள் இருவரையும் பார்க்கிறாள்.

டெல்ஃபி

இதெல்லாம் நீ அனுப்பின தகவல்ல இல்லையே....

ஆல்பஸ்

இருக்கிறதிலேயே மோசமான உலகத்தைக் கற்பனை செய், அதை ரெண்டு மடங்கு பண்ணு. மக்களெல்லாம் சித்திரவதைப் படுத்தப்படுறாங்க - எங்க பார்த்தாலும் டேமென்டார்ஸ் - கொடுங்கோலன் வோல்டெமோர்ட் - என் அப்பா செத்துப் போயிற - நான் பெறக்கவே இல்லை - இப்படி கறுப்பு மாயக்கலையாலே சூழப்பட்ட உலகம். நாம அதை ஒருபோதும் நடக்கும்படி விடக் கூடாது.

டெல்ஃபி தயங்குகிறாள். அதன் பின் அவளுடைய முகம் மாறுகிறது.

டெல்ஃபி

வோல்டெமோர்ட் ஆட்சி செஞ்சானா? அவன் உயிரோடு இருந்தானா?

ஸ்கார்பியஸ்

அவன் எல்லாத்தையும் ஆண்டான். அது பயங்கரமானது.

டெல்ஃபி

நாம செய்த செயலாலே?

ஸ்கார்பியஸ்

செட்ரிக்கை அவமானப்படுத்தினதால அவன் பயங்கரக் கோபக்காரனா மாறிடுறான். அப்பறம் பிணந்தின்னியாகிறான். அப்பறம். அப்புறம். எல்லாமே கேடாப் போகுது. பெருங்கேடு.

ஸ்கார்பியஸின் முகத்தை டெல்ஃபி கவனமாகப் பார்க்கிறாள். அவளுடைய முகம் இறுகுகிறது.

டெல்ஃபி

பிணந்தின்னியா?

ஸ்கார்பியஸ்

கொலைகாரனும் கூட. பேராசிரியர். லாங்பாட்டத்தைக் கொன்றுவிடுகிறான்

டெல்ஃபி

அப்படின்னா - உண்மையாகவே - இதை அழிச்சுட வேண்டியது தான்.

ஆல்பஸ்

புரிஞ்சுக்கிட்டயா?

டெல்ஃபி

அதுக்கும் மேல ஒன்னு சொல்வேன் - செட்ரிக் புரிஞ்சுக்கிட்டிருப்பான்னு சொல்றேன். நாம சேர்ந்து இதை அழிச்சுடுவோம். அப்புறம், அமோஸ் கிட்ட நிலைமையை சொல்வோம்.

ஆல்பஸ்

நன்றி!

டெல்.பி அவர்களைப் பார்த்து கவலையுடன் சிரிக்கிறாள். அதன் பின் டைம் டர்னரை எடுத்துக் கொள்கிறாள். அதனைப் பார்க்கிறாள். அவளுடைய முக பாவங்கள் மாறுகின்றன.

ஓ, அழகான அடையாளக்குறி.

டெல்.பி

என்ன?

டெல்ஃபியினுடைய அங்கி தளர்கிறது. அவளுடைய கழுத்திற்குப் பின்னால் அகுரே சின்னம் தென்படுகிறது.

ஆல்பஸ்

உன் முதுகுல. இதுக்கு முன்னாடி அதைப் பார்த்ததில்லை. சிறகுகள். அதைத் தான் மக்ல்ஸ் பச்சை குத்தறது'ங்றாங்களா?

டெல்ஃபி

ஓ, ஆமா, அது அகுரே.

ஸ்கார்பியஸ்

அகுரேயா?

டெல்ஃபி

மாய ஜீவன்களுடைய பராமரிப்பில இருந்த போது அவைகளைப் பார்த்ததில்லையா? மழை வரும்போது கத்துகின்ற கொடிய தோற்றங் கொண்ட கறுப்புப் பறவைகள். அகுரேயினுடைய கத்தல் சாவை முன்னறிவிப்பதாக மந்திரவாதிகள் நம்புகிறார்கள். நான் வளர்ந்த போது என்னை வளர்த்தவங்க கூண்டுக்குள்ள ஒன்னு இருந்துச்சு.

ஸ்கார்பியஸ்

உன்னை வளர்த்தவங்களா?

ஸ்கார்பியஸை டெல்ஃபி பார்க்கிறாள். இப்பொழுது டைம் டர்னர் அவளிடம் உள்ளது. அந்த ஆட்டத்தை அவள் களிக்கிறாள்.

டெல்ஃபி

என்வாழ்க்கை முடிந்து போகப் போவதை அது பார்த்ததனால தான் கத்துச்சுன்னு அந்த அம்மா சொல்லுவாள். அவளுக்கு என்னை அவ்வளவாப் பிடிக்காது. எஃபூமியா ரௌலே.... தங்கத்துக்காகத் தான் என்னை ஏத்துக்கிட்டாள்.

ஆல்பஸ்

அப்படின்னா, அவளுடைய பறவையின் சின்னத்தை நீ ஏன் விரும்பினே?

டெல்ஃபி

எதிர்காலத்தை உருவாக்கிக் கொள்ள வேண்டியவள் நானே என்பதை எனக்கு ஞாபகப்படுத்துறதுக்காக.

ஆல்பஸ்

வருத்தப்படாதே. எனக்கும் அகுரே சின்னத்தைக் குத்திக்கணும்.

ஸ்கார்பியஸ்

ரௌலேக்கள் தீவிர பிணந்தின்னிகள்.

ஸ்கார்பியஸ் மூளைக்குள் ஓராயிரம் எண்ணங்கள் விர்ரிடுகின்றன.

ஆல்பஸ்

வாங்க! அதை அழிச்சிடுவோம்... கான்ஃபிரின்கோ? ஸ்டுபிஃபை? பம்பார்டோ? எதைப் பயன்படுத்தலாம்?

ஸ்கார்பியஸ்

அதைக் கொடு. டைம்டர்னரைத் திருப்பிக் கொடு.

டெல்ஃபி

எதை?

ஆல்பஸ்

ஸ்கார்பியஸ்? என்ன செய்ற?

ஸ்கார்பியஸ்

நீ கொடுமைக்காரியா இருப்பாய்ன்னு நான் நம்பலை. ஹாக்வார்ட்ஸ்க்கு நீ ஏன் வரலை? இப்போ இங்கே எதுக்கு வந்திருக்கே?

டெல்ஃபி

என் பெரியப்பா மகனைத் திரும்பக் கொண்டு வர நான் முயற்சி பண்ணேன்.

ஸ்கார்பியஸ்

உன்னை அகுரே'ன்னு கூப்பிட்டாங்களே? மற்றொரு உலகத்தில அவுங்க உன்னை அகுரேன்னு கூப்பிட்டாங்க.

டெல்ஃபியின் முகத்தில் மெல்லிய புன்னகை வளர்கிறது.

டெல்ஃபி

அகுரே? எனக்கு அது பிடிச்சிருக்கு.

ஆல்பஸ்

டெல்ஃபி?

அவள் மிக வேகமாக செயலாற்றினாள். மந்திரக்கோலை நேராகப் பிடித்து ஸ்கார்பியஸை எதிர்த்தாள். அவள் மிதமிஞ்சிய வலிமையுள்ளவள். ஸ்கார்பியஸ் அவளைப் பின்னால் நிறுத்தினான் அவளோ அவனை வீழ்த்தினாள்.

டெல்ஃபி

ஃபுல்காரி!

ஸ்கார்பியஸின் கைகள் ஒளிமிக்க கயிறுகளால் சுற்றிக் கட்டப்படுகின்றன.

ஸ்கார்பியஸ்

ஆல்பஸ், ஓடிடு.

ஆல்பஸ் சுற்றுமுற்றும் பார்க்கிறான், பீதியடைகிறான், பின் ஓடத் தொடங்குகிறான்..

டெல்ஃபி

ஃபுல்காரி!

ஆல்பஸ் தரையில் தூக்கி வீசப்படுகிறான். அவனுடைய கைகள் அதே போன்ற வலுவான கட்டுக்களால் பிணைக்கப்படுகின்றன.

இது தான் நான் உன் மீது ஏவுகின்ற முதலாவது மந்திரம். இதுக்கும் மேலே கூடுதலானவற்றை ஏவ வேண்டியிருக்குமென்று நினைத்தேன். ஆனால், உன்னைக் கட்டுப்படுத்துவது அமோஸைக் காட்டிலும் எளிதாகிப் போனது. குழந்தைகள், அதிலும் ஆண் குழந்தைகள் இயற்கையாகவே எளிதாகக் கட்டுப்படுகிறார்கள், இல்லையா? இப்போது என்றென்றைக்குமாக, இந்தக் குழப்பத்தைத் தீர்த்து விடுவோம்...

ஆல்பஸ்

ஆனா, ஏன்? என்னது? யார் நீ?

டெல்ஃபி

ஆல்பஸ், நான் தான் புதிய கடந்த காலம்.

ஆல்பஸுடைய மந்திரக்கோலை அவனிடமிருந்து பறித்து அதனை முறிக்கிறாள்.

புதிய எதிர்காலமும் நான்!

ஸ்கார்பியஸினுடையதைப் பறித்து முறிக்கிறாள்.

இந்த உலகம் தேடிக்கொண்டிருக்கிற விடையும் நான் தான்!

அங்கம் 3 காட்சி 17

மாயக்கலை அமைச்சகம், ஹெர்மியோன் அலுவலகம்

ஹெர்மியோன் மேசையின் மீது ரோன் கூழ் குடித்தவாறு அமர்ந்திருக்கிறார், அவள் சில கோப்புகளை ஆய்வு செய்துகொண்டிருக்கிறாள்.

ரோன்

என்னால அதில இருந்து உண்மையாவே விடுபடமுடியலை. ஒரு சில நடவடிக்கைகளைப் பார்த்தா நமக்கு இன்னமும் கல்யாணமே ஆகாதது போலத் தோன்றுகிறது.

ஹெர்மியோன்

அது எதுவா வேணும்னாலும் இருக்கட்டும் - கிரிங்கோட்ஸ் பாதுகாப்பு நடவடிக்கைகளைப் பத்திப் பேச அந்தப் பூதங்கள் வர்றதுக்கு இன்னும் பத்து நிமிடங்கள் தான் இருக்கு---.

ரோன்

நான் என்ன சொல்றேன்னா, நாம ரொம்பக் காலமாச் சேர்ந்து வாழறோம், நமக்கு ரொம்பக் காலத்துக்கு முன்னாடியே கல்யாணமாயிருச்சு, அதாவது, ரொம்பக் காலமா --.

ஹெர்மியோன்

கல்யாண உறவிலிருந்து எங்கிட்ட விடுபடுறதுக்கு நீ இப்படித் தான் பேசுவயின்னா, ரோன், இந்தத் தூரிகையாலேயே உன்னை நசுக்கிருவேன்.

ரோன்

வாய மூடு. கொஞ்ச நேரம் வாய மூடுறியா? கல்யாணத்தைப் புதுப்பிச்சுக்கறதுன்னு என்னமோ

சொல்றேங்களே அதுல ஒன்னைச் செய்யலாமான்னு நினைச்சேன். கல்யாணம் புதுப்பித்தல். என்ன நினைக்கிற?

ஹெர்மியோன் (சற்றே நெகிழ்ந்தவளாக)

என்னைத் திரும்பவும் கல்யாணம் செஞ்சுக்க விரும்பிறியா?

ரோன்

ஆமா, முதல் தடவை நாம செஞ்சுக்கிட்ட போது ரொம்ப சின்னப் பசங்களா இருந்தோம். நிறையக் குடி வேற... நேர்மையாச் சொல்லணும்னா, கழுதை அது எதுவுமே ஞாபகத்துக்கு வரமாட்டேங்குது.. உண்மை என்னான்னா... ஹெர்மி்யோன் கிரான்ஜெர் நான் உன்னை நேசிக்கிறேன் - காலம் என்ன சொன்னாலும் - ஏராளமான மக்கள் முன்னாடி அப்படிச் சொல்ற வாய்ப்பை நான் விரும்புறேன். மறுபடியும். குடிமயக்கமில்லாம.

அவனை அவள் பார்க்கிறாள், தன்னிடம் அவனை இழுக்கிறாள், அவனை முத்தமிடுகிறாள்.

ஹெர்மியோன்

நீ இனிமையானவன்.

ரோன்

நீ சீனி மிட்டாய்.

ஹெர்மியோன் சிரிக்கிறாள், அவர்கள் மறுபடியும் முத்தமிட்டுக் கொள்ள நெருங்கிய போது, ஹேரி, ஜின்னி, டிராகோ அவர்களிடம் வருகிறார்கள். அவர்கள் துள்ளிப் பிரிகின்றனர்.

ஹெர்மியோன்

ஹேரி, ஜின்னி - நான் -உம் - டிராகோ - உங்களைப் பாத்தது எவ்வளவு நல்லாயிருக்கு -

ஹேரி

கனவுகள். திரும்ப ஆரம்பமாயிடுச்சு - நின்ன பாடில்லை.

ஜின்னி

ஆல்பஸ் மறுபடியும் காணவில்லை.

டிராகோ

ஸ்கார்பியஸும் கூட. மேக்கோனகல்லை பள்ளி முழுவதும் தேடச் சொல்லியிருக்கோம். அவங்க போயிட்டேங்க...

ஹெர்மியோன்

ஆரோர்களை நான் வரவழைக்கிறேன். நான் --

ரோன்

வேணாம். எதுவும் வேணாம். எல்லாம் சரியாத்தான் இருக்கு. ஆல்பஸ், நேத்து ராத்திரி அவனைப் பாத்தேன். எல்லா நல்லா தான் இருக்கு.

டிராகோ

எங்கே?

அவர்கள் அனைவரும் ரோனை நோக்கித் திரும்புகின்றனர். அவர் சற்றே நிலைதடுமாறினார், ஆனால், சாய்ந்து நின்று கொண்டார்.

ரோன்

ஹாக்ஸ்மீட்ல நெவில்லேயோட குடிச்சேன் - நீங்க செய்றதைப்போல - உலகத்தைச் சரிப்படுத்திக்கிட்டு - நாம செய்றதைப் போல - திரும்பி வந்துக்கிட்டிருந்தோம் - ரொம்ப நேரமாயிடுச்சு, எந்த இடத்தைப் பயன்படுத்திக்கலாம்னு முயற்சி பண்ணினேன், ஏன்னா, குடிச்சிருக்கும் போது சரியான ஆளுகளைப் பார்க்க விரும்பறது இல்லை - மோசமான ஆளுகளையும் தான்-

ஜின்னி

ரோன், நாங்க உன் கழுத்தை நெறிக்கறதுக்குள்ள செய்தியைச் சொல்லப்போறியா, இல்லையா?

ரோன்

அவன் ஓடிப் போயிடலை - அவன் அமைதியா நேரத்தைக் கழிச்சுக்கிட்டிருந்தான் - வயசுல மூத்த பெண் தோழி அவனுக்கு இருக்கா -

ஹேரி

மூத்த பெண் தோழியா?

ரோன்

திறமையான பேச்சுக்காரியுங் கூட - வெள்ளி முடி - அவுங்களை கூரை மேல ஒன்னாச் சேர்ந்திருக்கறதைப் பாத்தேன். ஆந்தைக் கொட்டில் பக்கத்திலே - ஸ்கார்பியஸ் கூட பாங்கனாக இருந்தான். என்னோட காதல் மாயமருந்து நல்லா பயன்பட்டதுன்னு நினைச்சேன்.

ஹேரிக்கு ஒரு எண்ணம், பின் ஏராளமான எண்ணங்கள். எந்த எண்ணமும் நல்லதாகப் படவில்லை.

ஹேரி

அவளுடைய முடி - வெள்ளியாகவும் நீலமாகவும் இருந்ததா?

ரோன்

அதே தான்! வெள்ளி, நீலம் -

ஹேரி

அவன்டெல்ஃபிடிகோரியைப்பத்திப்பேசிக்கிட்டிருந்தான். அமோஸ் டிகொரியின் தம்பி மகள்.

ஜின்னி

மறுபடியும் செட்ரிக்கைப் பத்தியா?

ஹேரி எதுவும் பேசவில்லை. வேகமான மன ஓட்டத்தில் இருந்தார். ஹெர்மியோன் அறையைச் சுற்றுமுற்றும் பார்த்தார், கவலை, அதன் பின் கதவுக்கு வெளியே நோக்கிக் கத்தினார்.

ஹெர்மியோன்

ஏதெல், பேய்களோட சந்திப்பை ரத்து செய்!

அங்கம் 3 காட்சி 18

புனித ஓஸ்வால்டின் முதிய மந்திரவாதிகளுக்கும் சூனியக்காரிகளுக்குமான விடுதி, அமோஸ் அறை

மந்திரக்கோலை வெளியே நீட்டியவாறு டிராகோவுடன் ஹேரி நடக்கிறார்.

ஹேரி

அவுங்க எங்கே இருக்காங்க?

அமோஸ்

ஹேரி பாட்டர், உனக்கு என்ன வேணும்? டிராகோ மால்பாய், என் பாக்கியம்.

ஹேரி

என் பையனை நீ எப்படிப் பயன்படுத்திக்கிட்டேன்னு எனக்குத் தெரியும்.

அமோஸ்

நான் உன் மகனைப் பயன்படுத்தினேனா? இல்லை. நீங்க ஐயா - நீங்க என் அழகான மகனைப் பயன்படுத்தினீங்க.

டிராகோ

சொல்லு -இப்ப - ஆல்பஸும் ஸ்கார்பியஸும் எங்கே அல்லது கடுமையான விளைவுகளை எதிர்கொள்ளணும்.

அமோஸ்

ஆனால், அவுங்க எங்கே இருக்காங்கன்னு நான் ஏன் தெரிஞ்சுக்கணும்?

டிராகோ

பைத்தியக்காரத்தனமாக வெளையாட வேணாம், கெழவா. அவனுக்கு நீங்க ஆந்தை மூலமாத் தகவல் அனுப்பியதெல்லாம் தெரியும்.

அமோஸ்

அந்த மாதிரி நான் எதுவும் செய்யலை.

ஹேரி

அமோஸ், நீ அஸ்கபானைக் காட்டிலும் வயசானவன் இல்லை. உன்னுடைய தம்பி மகளோட அவுங்க ஹாக்வார்ட்ஸ் கோபுரத்தில இருந்ததைக் கடைசியாப் பாத்திருக்காங்க, அதுக்கப்புறம் காணோம்.

அமோஸ்

நீங்க சொல்றது எதுவுமே எனக்குத் தெரியாது.....(அவர் நிறுத்துகிறார் - ஒருமுறை முரசொலிக்கிறது - குழப்பமடைகிறார்.) என் தம்பி மகளா?

ஹேரி

நீ பதுங்கிக்கிறதுக்கு எந்தவொரு ஆழமான இடமும் இல்லை - ஆமா, உன்னோட தம்பி மகள், உன்னுடைய அறிவுரைப்படி தான் அவள் அங்கே போனாங்கறதை மறுக்கப்போறியா?

அமோஸ்

ஆமாம். - எனக்கு அப்படியொரு உறவுக்காரப் பொண்ணே இல்லை.

இது ஹேரியைத் தடுத்து நிறுத்துகிறது.

டிராகோ

ஆமா, உனக்கு இருக்கா, ஒரு செவிலி, இங்கே வேலை செஞ்சா. உன் உறவுப் பெண்....டெல்ஃபினி டிகோரி.

அமோஸ்

எனக்குத் தெரியும். அப்டியொரு உறவுப் பெண்ணே எனக்குக் கிடையாது. ஏன்னா, எனக்கு சகோதரர்களோ, சகோதரிகளோ கிடையாது. என் மனைவிக்கும் அப்படித் தான்.

ஹேரியும் டிகோரியும் ஒருவரை ஒருவர் பார்த்துக் கொள்கின்றனர். அதன் பொருளை அவர்கள் அறிவர்.

டிராகோ

இப்போ - அவள் யாரென்று கண்டுபிடிக்க வேணும்.

அங்கம் 3 காட்சி 19

ஹாக்வார்ட்ஸ், குய்டிட்ச் குழி

முதலில் டெல்ஃபி தெரிகிறாள், தன்னுடைய மாறிய அடையாளத்தில் ஒவ்வொரு நொடியையும் களிக்கிறாள். மனஉலைவும் பாதுகாப்பின்மையும் நிலவிய இடத்தில் அதிகாரமும் வலிமையும் ஆட்கொண்டன.

ஆல்பஸ்

குய்டிட்ச் குழிக்குள்ள நாம என்ன செஞ்சிக்கிட்டிருக்கோம்?

டெல்ஃபி எதுவும் பேசவில்லை. ஸ்கார்பியஸ் விரைவாகக் கணிக்கிறான்.

ஸ்கார்பியஸ்

மந்திரவாதிகளுக்கான மும்முனைப் போட்டிகள். மூன்றாவது பந்தயம். புதிர்ப் பாதை. இங்கே தான் புதிர்ப் பாதை இருந்தது. நாம செட்ரிக் விசயத்துக்குத் திருப்பிப் போறோம்..

டெல்ஃபி

ஆமா, முற்ற முடிவாக உதிரியைக் காப்பாத்தறதுக்கான நேரம். நாம் செட்ரிக்குக்குத் திரும்பவும் போறோம். அப்படிப் போகும் போது ஸ்கார்பியஸ் பார்த்த உலகத்தை மீட்டமைக்கப் போறோம்.

ஸ்கார்பியஸ்

நரகம். நரகத்தையா மீட்டமைக்கணும்னு விரும்புறே?

டெல்.பி

தூய்மையானதும் வலிமையானதுமான மாயக்கலைக்குத் திரும்பிப் போக விரும்புறேன். இருட்டு மீண்டும் பிறக்க வேண்டுமென்று விரும்புறேன்.

ஸ்கார்பியஸ்

வோல்டெமோர்ட் திரும்பவும் வரணும்னு விரும்புறீயா?

டெல்ஃபி

மாயக்கலை உலகின் உண்மையான ஒரே அரசன். அவன் மறுபடியும் வருவான்.

முரசு ஒலிக்கிறது.

இப்போ, முதலிரண்டு பந்தயங்களையும் மாயக்கலையோட முட்டுக்கட்டையாகும்படியாப் பண்ணிட்டீங்க. இந்த ரெண்டிலுமே எதிர்காலத்திலிருந்து ரெண்டு பயணங்கள் நடந்திருச்சு. நான் வெளிப்படுறதிலேயோ, திசைதிருப்பப் படுவதிலோ மாட்டிக்கொள்ள மாட்டேன். மூணாவது பந்தயம் தெளிவா இருக்கு. அங்கே புறப்படலாமா?

ஆல்பஸ்

நாங்க அவரைத் தடுத்து நிறுத்த மாட்டோம். நீ எங்களை எப்படிக் கட்டாயப்படுத்தினாலும் - என் அப்பாவும் அவரும் வெற்றியடையணும்னு எங்களுக்குத் தெரியும்.

டெல்ஃபி

நீங்க அவரைத் தடுத்து நிறுத்தணும்னு நான் விரும்பலை. அவரை அவமானப்படுத்தணும்னு சொல்றேன். செம்பழுப்பு நிற இறகுத் துடைப்பான்களால் செய்யப்பட்ட துடைப்பத்துடன் அவர் நிர்வாணமாகப் புதிர்ப் பாதையை விட்டுப் பறக்கணும். அவமானப்படுத்துறதுக்குத் தான் நீங்க முன்பு அங்கே போனீங்க இப்ப நாம் அங்கே மறுபடியும் போவோம். ஆரூடம் பலிச்சுடும்.

ஸ்கார்பியஸ்

ஆரூடம் இருக்கிறது எங்களுக்குத் தெரியாதே, என்ன ஆரூடம்?

டெல்ஃபி

உலகம் எப்படியிருக்கணும்ங்றதை நீ பாத்துட்ட ஸ்கார்பியஸ். இப்போ நாம அது மறுபடியும் வருவதை உறுதிப்படுத்தணும்.

ஆல்பஸ்

நாங்க செய்ய மாட்டோம். உனக்குப் பணிய மாட்டோம். நீ யாராயிருந்தாலும் சரி. நீ என்ன செய்யச் சொன்னாலும் சரி,

டெல்ஃபி

உறுதியா செய்வீங்கடா.

ஆல்பஸ்

நீ 'இம்பீரியோ'வைப் பயன்படுத்த வேண்டியிருக்கும். என்னைக் கட்டுப்படுத்த வேண்டியிருக்கும்.

டெல்ஃபி

இல்லை. ஆரூடம் பலிக்கணும்னா நீ நீயாத்தான் இருக்கணும், ஒரு பொம்மையா இருந்து பலனில்லை.... செட்ரிக்கை அவமானப்படுத்த விரும்புறவனா இருக்கணும். ஆக, இம்பீரியோ போதாது - வேற வழியில தான் உன்னைக் கட்டாயப்படுத்தணும்.

அவள் தன்னுடைய மந்திரக்கோலை வெளியே எடுக்கிறாள், ஆல்பஸைக் குறிவைக்கிறாள், அவன் தன் முகவாயை நீட்டுகிறான்.

ஆல்பஸ்

என்ன செய்யணுமோ செஞ்சுக்கோ.

அவனைப் பார்க்கிறாள். பிறகு ஸ்கார்பியஸ் மீது தனது மந்திரக்கோலைத் திருப்புகிறாள்.

டெல்ஃபி

செய்தே தீருவேன்.

ஆல்பஸ்

முடியாது!

டெல்ஃபி

ஆமா, நான் நினைச்சது போல இது உன்னை கூடுதலாப் பயமுறுத்துவது போலத் தெரியுது.

ஸ்கார்பியஸ்

ஆல்பஸ் அவள் என்னை என்ன செய்தாலும், நீ பணிஞ்சிறாதே.

டெல்ஃபி

க்ரூசியோ!

ஸ்கார்பியஸ் வலியால் கத்துகிறான்.

ஆல்பஸ்

நான் செய்வே......

டெல்ஃபி (நகைத்துக்கொண்டே)

என்னா? உன்னால என்ன செஞ்சிற முடியும்னு நினைக்கிறே? உருப்படாத மந்திரவாதி! உன்னோட குடும்பப் பேரு நாசமாப் போக! உன்னோட ஒரே

நண்பனைத் துன்புறுத்துவதைத் தடுக்க நினைக்கிறியா? அப்படின்னா சொன்னதைச் செய்!

அவள் ஆல்பஸைப் பார்க்கிறாள். அவனுடைய கண்கள் மறுப்புத் தெரிவிக்கின்றன.

மாட்டியா? க்ருசியோ!

ஆல்பஸ்

நிறுத்து! ப்ளீஸ்.

கிரெய்க் ஓடி வருகிறான், ஆற்றல் ததும்புகிறது.

கிரெய்க் பௌகர் ஜூனியர்

ஆல்பஸ்? ஸ்கார்பியஸ்? எல்லாரும் உங்களைத் தேடிக்கிட்டிருக்கிறாங்க --

ஆல்பஸ்

கிரெய்க், போயிடு! உதவிக்கு ஆளைக் கூப்பிடு!

கிரெய்க் பௌகர் ஜூனியர்

என்ன நடக்குது?

டெல்ஃபி

அடவா கெடவ்ரா

மேடையின் குறுக்கே டெல்ஃபி பச்சை ஒளியைப் பீச்சியடிக்கிறாள். கிரெய்க் பின்னோக்கி தள்ளப்படுகிறான். உடனே கொல்லப்படுகிறான். அமைதி நிலவுகிறது. நீண்ட நேரம் நீடிக்கின்ற அமைதி.

இப்பப் புரிஞ்சுக்கிட்டியா? நாம் இங்கே குழந்தை விளையாட்டு ஆடவில்லை. நீ எனக்குப் பயன்படுபவன், உன் நண்பர்கள் அல்ல.

ஆல்பஸும் ஸ்கார்பியஸும் கிரெய்க்கின் உடலைப் பார்க்கின்றனர். அவர்களுடைய மனம் நரக வேதனை அடைகிறது.

உன்னுடைய பலவீனத்தைப் புரிந்து கொள்ள எனக்கு நீண்ட காலம் பிடித்தது, ஆல்பஸ் பாட்டர். அதைப் பெருமைன்னு நான் நினைச்சேன். உன்னுடைய அப்பாவுக்கு வலுவான எண்ணத்தை ஏற்படுத்துவதற்கு அது தேவைன்னு நினைச்சேன். ஆனால், உன்னுடைய பலவீனம் உன் அப்பாவுடையதைப் போலத் தான் என்பதை உணர்ந்துக்கிட்டேன் - நட்பு. நீ சொல்றபடி செய்வாய். இல்லாவிட்டால், ஸ்கார்பியஸ் சாவான், அந்த உதிரிப் பயல மாதிரி.

அவள் அவர்கள் இருவரையும் பார்க்கிறாள்.

வோல்டெமோர்ட் திரும்பவும் வருவார். அகுரே அவன் பக்கத்தில் உட்காருவாள். ஆரூடம் சொல்லப்பட்டது போல. "உதிரிகள் காப்பாற்றப்படும் போது, காலம் தன்போக்கைத் திருப்பும் போது, கண்ணுக்குப் புலப்படாத குழந்தைகள் தம் தந்தைகளைக் கொல்லும் போது: அப்போது இருட்டு உலகப் பிரபு திரும்பவும் வருவார்."

அவள் சிரிக்கிறாள். ஸ்கார்பியஸைத் தன்னை நோக்கிக் கொடூரமாக இழுக்கிறாள்.

செட்ரிக் தான் உதிரி, ஆல்பஸ் -

ஆல்பஸைத் தன்னை நோக்கிக் கொடூரமாக இழுக்கிறாள்.

காலத்தைத் திருப்பி எழுதுவதன் மூலம் கண்ணுக்குப் புலப்படாத குழந்தையாகத் தன் தந்தையைக் கொல்லப் போகிறவன். அதனால், இருட்டு உலகப் பிரபு திரும்பி வந்திடுவார்.

டைம் டர்னர் சுழலத் தொடங்குகிறது. அதை நோக்கி அவர்களுடைய கைகளை இழுக்கிறாள்.

இப்பொழுது!

ஒரு பூதமாக ஒளி பீறிடுகிறது. மோதல் பேரொலி.

கால ஓட்டம் நிற்கிறது. நேர் எதிராகத் திரும்புகிறது. சற்றே யோசிக்கிறது. பின்னோக்கி விரையத் தொடங்குகிறது. முதலில் மெதுவாக...

பின்னர் வேகம் அதிகரிக்கிறது.

அதன் பின்னர் ஒட்ட உறிஞ்சும் சத்தம். வெடிப்பொலி.

அங்கம் 3 காட்சி 20

மந்திரவாதிகளுக்கான மும்முனைப் போட்டிகள், புதிர்ப் பாதை

புதர்கள் சுருள், சுருளாக நிற்காமல் நகர்ந்து கொண்டிருப்பது தான் புதிர்ப் பாதை. டெல்ஃபி உறுதிப்பாட்டுடன் அதனூடாக நடந்து செல்கிறாள். அவளுக்குப் பின்னால் ஆல்பஸையும் ஸ்கார்பியஸையும் இழுத்துச் செல்கிறாள். அவர்களுடைய கைகள் கட்டப்பட்டிருக்கின்றன, கால்கள் எதிர்ப்புடன் நகருகின்றன.

லுடோ பேக்மேன்

பெரியோர்களே, தாய்மார்களே, சிறுவர்களே, சிறுமியரே, மாபெரும், அற்புதமான, தனித்துவம் வாய்ந்த மந்திரவாதிகளுக்கான மும்முனைப் போட்டிகள் நடைபெறப் போகின்றன.

பெருத்த ஆரவாரம் எழுகிறது. டெல்ஃபி இடது பக்கம் திரும்புகிறாள்.

ஹாக்வார்ட்ஸைச் சேர்ந்தவர்கள் அனைவரும் கரவொலி எழுப்புங்கள்!

உரத்த ஆரவாரம் எழுகிறது.

டம்ஸ்ட்ராங்கிலிருந்து வந்துள்ளவர்களெல்லாம் பலத்த கரவொலி எழுப்புங்கள்

உரத்த ஆரவாரம் எழுகிறது.

பாக்ஸ்பேட்டன் மாணவர்களெல்லாம் ஆர்ப்பரியுங்கள்!

சொரத்தில்லாத கரவொலி கேட்கிறது.

புதர் ஒன்று அவர்களுடைய பாதையை அடைத்ததால், டெல்ஃபியும் பையன்களும் நகர்ந்து கொள்ள வேண்டியதாயிற்று.

பிரெஞ்சுக்காரர்கள் தங்களால் இயன்ற சாகசங்களைக் கடைசியாகக் காட்ட உள்ளனர். பெரியோர்களே, தாய்மார்களே, மந்திரவாதிகளுக்கான மும்முனைப் போட்டிகளில் கடைசிப் பந்தயம் தற்பொழுது நிகழ உள்ளது. புதிர்கள் நிறைந்த புதிர்ப் பாதை, கட்டுப்படுத்த இயலாத இருளின் நோய், இந்த புதிர்ப் பாதைக்கு. உயிரோட்டமுள்ளது. உயிருடன் உள்ளது.

விக்டர் க்ரம் மேடையின் குறுக்கே, புதிர்ப் பாதை ஊடாக நகர்ந்து, கடந்து செல்கிறார்.

உயிர்ப்புள்ள இந்தக் கொடுங்கனவுடன் ஏன் ஆபத்தைத் தேடிக் கொள்கிறீர்கள்? ஏனெனில், அந்தப் புதிர்ப் பாதையின் உள்ளே ஒரு வெற்றிக் கோப்பை உள்ளது. அது சாதாரண கேப்பை அல்ல - ஆமாம், மும்முனைப் போட்டிகளின் வெற்றிக் கோப்பை இந்தப் புதர்களுக்குள்ளே கம்பீரமாக நிற்கிறது.

டெல்ஃபி

அவர் எங்கே? செட்ரிக் எங்கே?

புதர் ஒன்று ஸ்கார்பியஸையும் ஆல்பஸையும் பிரித்துவிடுகிறது.

ஸ்கார்பியஸ்

இந்தப் புதர்கள் நம்மையும் கொல்லப் பார்க்கின்றனவா? இது மென்மேலும் நன்றாகி வருகிறது..

டெல்ஃபி

அமைதியா இருங்க இல்லாட்டி நிலைமை மோசமாயிடும்.

லுடோ பேக்மேன்

கேடுகள் ஏராளம், ஆனால், பரிசுகள் நிச்சயம். இந்தப் பாதையைப் போராடிக் கடக்கப் போகிறவர் யார்? கடைசிக் கட்டத்தில் தோற்கப் போவது யார்? நம்மிடையே எத்தகைய போட்டியாளர்கள் உள்ளனர்? காலம் மட்டுமே பதில் சொல்லும், பெரியோர்களே, தாய்மார்களே, காலம் மட்டுமே பதில் கூறும்!

அவர்கள் புதர்ப் பாதை ஊடாக நகர்கிறார்கள், டெல்ஃபியால் ஸ்கார்பியஸும் ஆல்பஸும் கட்டாயப்படுத்தப்படுகின்றனர். அவள் முன்னோக்கிச் சென்று கொண்டிருக்கும் போது. பையன்களுக்குத்

தங்களுக்குள் பேசிக் கொள்வதற்கு வாய்ப்புக் கிடைக்கிறது.

ஸ்கார்பியஸ்

ஆல்பஸ், நாம் ஏதாவது செய்தாக வேணும்.

ஆல்பஸ்

தெரியுது, ஆனால் என்ன செய்வது? அவள் நம்முடைய மந்திரக்கோல்களை முறித்து விட்டாள். நம் கைகள் கட்டப்பட்டுள்ளன, உன்னைக் கொல்லப் போவதாகவும் மிரட்டுகிறாள்.

ஸ்கார்பியஸ்

வோல்டெமோர்ட் திரும்பவும் வருவதைத் தடுப்பதற்காக நான் சாகவும் தயார்.

ஆல்பஸ்

நீயா?

ஸ்கார்பியஸ்

நீ நீண்ட நேரம் எனக்காகத் துக்கப்பட வேண்டி இருக்காது. என்னைக் கொள்வாள், உடனே உன்னையும் கொன்றுவிடுவாள்.

ஆல்பஸ் (நம்பிக்கையற்றவனாக)

டைம்டர்னரில் உள்ள குறைபாடு, ஐந்து நிமிடத்திற்கு மேல் வேலை செய்யாது என்கிற விதி. காலம் மெதுவாக நகர்வதற்கு நம்மால் ஆனதைச் செய்வோம்.

ஸ்கார்பியஸ்

அது பயனளிக்காது.

மற்றொரு புதர் திசை மாறுகிறது. டெல்ஃபி தனக்குப் பின்னால் ஸ்கார்பியஸையும் ஆல்பஸையும் உள்ளே இழுக்கிறாள். அழிவுமிக்க அந்தப் புதிர்ப் பாதையின் ஊடாக அவர்கள் நகர்ந்துகொண்டிருக்கின்றனர்.

லுடோ பேக்மேன்

இப்பொழுது போட்டியாளர்களின் தற்போதைய நிலைமைகளை உங்களுக்கு நினைவுபடுத்துகிறேன். முதலிடத்தில் இருப்பவர், செட்ரிக் டிகோரியும் ஹேரி பாட்டரும் - இரண்டாவது இடத்தில் திரு.விக்டர் க்ரம்! மூன்றாவது இடத்தில் குமாரி. ஃப்ளூர் டிலேகோர்.

திடீரென்று ஆல்பஸும் ஸ்கார்பியஸும் ஒரு புதருக்குப் பின்னால் தோன்றுகின்றனர். அவர்கள் ஓடிக்கொண்டிருக்கின்றனர்.

ஆல்பஸ்

அவள் எங்கே போனாள்?

ஸ்கார்பியஸ்

அது இப்பத் தேவையா? எந்த முறையில சிந்திக்கிற?

டெல்ஃபி அவர்களுக்குப் பின்னால் எழும்புகிறாள். அவள் பறந்துகொண்டிருக்கிறாள், துடைப்பம் இல்லாமல்.

டெல்ஃபி

அசட்டுப்பசங்களா.

பயல்களைத் தரையில் எறிகிறாள்.

எங்கிட்டயிருந்து தப்பிச்சிடலாம்னு நினைக்கிறீங்களா?

ஆல்பஸ் (அதிர்ச்சியடைந்தவனாக)

உன்னால் முடியாது - துடைப்பத்தின் மீது இருந்தால் கூட.

டெல்ஃபி

துடைப்பங்கள் - அவை கையாள இயலாத, தேவையற்ற பொருட்கள். மூன்று நிமிடங்கள் கடந்து விட்டன. நமக்கு இன்னு ரெண்டு நிமிடங்கள் மட்டுமே இருக்கு. அதற்குள்ள சொல்றதைச் செய்.

ஸ்கார்பியஸ்

மாட்டோம், செய்ய மாட்டோம்.

டெல்ஃபி

என்னோட சண்டை போட முடியும்னு நினைக்கிறியா?

ஸ்கார்பியஸ்

இல்லை. ஆனா, உன்னை எதிர்க்க முடியும். அதற்காக எங்க உயிரைக் கூடக் கொடுப்போம்.

டெல்ஃபி

ஆரூடம் பலிக்க வேண்டும். நாம் அதைப் பலிக்கச் செய்வோம்.

ஆல்பஸ்

ஆரூடத்தை முறியடிக்கலாம்.

ஸ்கார்பியஸ்

உன்னுடைய செயல்கள் உனது எண்ணங்களுக்கு முரணாக இருக்கு. ஆரூடம் பலிக்கச் செய்யப்பட வேண்டும் என்பதற்காக எங்களைப் புதர்ப் பாதை வழியாக இழுத்துக் கொண்டிருந்தாய். அந்தத் தருக்க

முறையில் பார்த்தால், ஆரூடத்தை முறியடிக்கவும் செய்யலாம் - தடுத்துவிடலாம்.

டெல்ஃபி

குழந்தை, நீ ரொம்பப் பேசுறே. க்ரூசியோ!

ஸ்கார்பியஸ் வலியால் துடிதுடிக்கிறான்.

ஆல்பஸ்

ஸ்கார்பியஸ்!

ஸ்கார்பியஸ்

சோதிக்க வேண்டும் என்றாயே, ஆல்பஸ். இது தான் அந்த சோதனை. நாம் அதைக் கடந்து போகப் போறோம்.

ஸ்கார்பியஸை ஆல்பஸ் பார்க்கிறான், ஒருவழியாகத் தான் செய்ய வேண்டியதைப் புரிந்து கொள்கிறான். தலையாட்டுகிறான்.

டெல்ஃபி

அப்படின்னா, நீ சாகத் தான் போற.

ஆல்பஸ் (முழு வலிமையுடன்)

ஆமா, நாங்க சாகப் போறோம். அது உன்னைத் தடுத்து நிறுத்திவிட்டது என்பதை அறிந்து கொண்டு மகிழ்ச்சியுடன் சாவோம்.

கோபத்தால் கொந்தளித்தவாறு டெல்ஃபி மேலெழும்புகிறாள்..

டெல்.பி

அதுக்கெல்லாம் நேரமில்லை. க்ரூ ---

மறைவான குரல்

எக்ஸ்பெல்லியாம்ஸ்!

வெடிப்பொலி. டெல்ஃபியினுடைய மந்திரக்கோல் அவளிடமிருந்து பறிக்கப்படுகிறது. ஸ்கார்பியஸ் அதிர்ச்சியடைந்தவனாக நிமிர்ந்து பார்க்கிறான்.

ப்ரான்ச்சியாபின்டோ!

டெல்ஃபி கட்டப்படுகிறாள். ஸ்கார்பியஸும் ஆல்பஸும் ஒரே சமையத்தில் திரும்பி வெடிப்பொலி வந்த திசையில் வியப்புடன் பார்க்கின்றனர். அங்கே இளமையான, அழகிய சுமார் பதினேழு வயது மதிக்கத்தக்க விடலையைப் பார்க்கின்றனர், செட்ரிக்!

செட்ரிக்

நெருங்காதே!

ஸ்கார்பியஸ்

ஆனா, நீங்க...

செட்ரிக்

செட்ரிக் டிகோரி. அலறல் கேட்டது. வரவேண்டியதாப் போச்சு. உங்க பேரைச் சொல்லுங்க, மிருகங்களே, உங்களோட சண்டையிடுவேன்.

ஆல்பஸ் வியப்பினால் சுழலுகிறான்.

ஆல்பஸ்

செட்ரிக்?

ஸ்கார்பியஸ்

எங்களைக் காப்பாத்துனீங்க!

செட்ரிக்

நீங்களும் பந்தயத்துல ஒரு பகுதியா? உங்களையும் நான் தோற்கடிக்கணுமா? சொல்!

அமைதி.

ஸ்கார்பியஸ்

இல்லை. எங்களை நீங்க விடுவிக்கணும், அது தான் பந்தயம்.

செட்ரிக், அது சூழ்ச்சியாக இருக்குமா என்பதைக் கண்டுபிடிக்க முயன்றவனாக, யோசிக்கிறான். பிறகு, தன்னுடைய மந்திரக்கோலை அசைக்கிறான்.

செட்ரிக்

இமான்ஸிபரே! இமான்ஸிபரே!

இருவரும் விடுவிக்கப்படுகின்றர்.

இப்போது நான் போகலாமா? புதர்ப் பாதையை முடித்தவிட்டேனா?

அவர்கள் இருவரும் மனமுடைந்தவர்களாக, செட்ரிக்கைப் பார்க்கின்றனர். புதர்ப் பாதைப் பந்தயத்தை முடிப்பதால் அவனுக்கு விளையக் கூடியதை அவர்கள் அறிவர்.

ஆல்பஸ்

புதர்ப்பாதையைக்கடந்துமுடிக்கவேண்டியதாயிருச்சேன்னு நான் பயப்படுறேன்.

செட்ரிக்

அப்ப, நான் போறேன்.

செட்ரிக் அங்கிருந்து நம்பிக்கையுடன் நடந்து செல்கிறான். அவனைப் பின்னாலிருந்து ஆல்பஸ் பார்க்கிறான், ஏதோ சொல்வதற்கு வாயெடுக்கிறான், என்ன சொல்வதென்று தெரியவில்லை.

ஆல்பஸ்

செட்ரிக்–

செட்ரிக் அவனை நோக்கி திரும்புகிறான்.

உன் அப்பா உன்னை ரொம்ப நேசிக்கிறார்.

செட்ரிக் வியப்பால் முகத்தைச் சுழிக்கிறான்.

செட்ரிக்

என்னது?

அவர்களுக்குப் பின்னால் டெல்ஃபி தவழ்ந்து நகர்கிறாள். தரையோடு தரையாக நகர்கிறாள்.

ஆல்பஸ்

நீங்க தெரிஞ்சுக்கணும்னு நினைச்சேன்.

செட்ரிக் (அதை எப்படி எடுத்துக் கொள்வதென்று தெரியாதவனாக)

பரவாயில்லை, உம், நன்றி.

செட்ரிக் மேலும் ஒரு கணம் ஆல்பஸைப் பார்க்கிறான். பிறகு சென்று விடுகிறான். டெல்ஃபி டைம்டர்னரை தனது ஆடைக்குள்ளிருந்து வெளியே எடுக்கிறாள். ஸ்கார்பியஸ் அதைப் பார்த்துவிடுகிறான்.

ஸ்கார்பியஸ்

ஆல்பஸ்...!

ஆல்பஸ்

வேணாம். பொறு...

ஸ்கார்பியஸ்

டைம்டர்னர் சுழல்கிறது..... அவள் செய்றதைப் பார்..... அவள் நம்மை விட்டுட்டுப் போக முடியாது.

ஆல்பஸும் ஸ்கார்பியஸும் டைம்டர்னரைப் பற்றிக் கொள்வதற்குப் போராடுகின்றனர்.

ஒரு பூதமாக ஒளி பீறிடுகிறது. மோதல் பேரொலி.

கால ஓட்டம் நிற்கிறது. நேர் எதிராகத் திரும்புகிறது. சற்றே யேசிக்கிறது. பின்னோக்கி விரையத் தொடங்குகிறது. முதலில் மெதுவாக...

பின்னர் வேகம் அதிகரிக்கிறது.)

ஆல்பஸ்...

ஆல்பஸ்

என்ன செஞ்சுட்டோம்?

ஸ்கார்பியஸ்

டைம்டர்னர் பின்னாடியே போக வேண்டியது தான். அவளைத் தடுத்து நிறுத்தியாகணும்.

அவள் டைம்டர்னரை நசுக்குகிறாள். ஓராயிரம் துண்டுகளாக அது வெடித்துச் சிதறுகிறது.

டெல்ஃபி

என்னைத் தடுத்து நிறுத்தப் போறீங்களா? என்னைத் தடுத்து நிறுத்தியதா எப்படி நினைக்கிறீங்க? அதனை நான் முடித்துவிட்டேன். செட்ரிக்கைப் பயன்படுத்தி இந்த உலகத்தை இருளச் செய்றதை வேணுமானால் தடுத்திருக்கலாம். ஸ்கார்பியஸ் நீ சொன்னது கூடச் சரிதான். ஆரூடம் பலிக்காமல் தடுக்கப்படலாம், முறிக்கப்படலாம். எரிச்சலூட்டுகிற, கையாலாகாத உங்களைப் போன்ற பிறவிகளை எதற்கும் பயன்படுத்தும் முயற்சியில் தோத்துப் போயிடுவேன் என்கிறது மட்டும் சந்தேகத்திற்கு இடமில்லாத உண்மை.

டெல்ஃபி மறுபடியும் காற்றில் மேலெழும்புகிறாள். வெகுதூரம் பறப்பதற்கு முற்பட்டவள் மகிழ்ச்சியில் நகைக்கிறாள்.

அவளைத் துரத்திப் பிடிக்க இருவரும் முயலுகின்றனர். அவர்களுக்குச் சற்றும் வாய்ப்பில்லை. அவள் பறக்கிறாள், அவர்கள் ஓடுகின்றனர்.

ஆல்பஸ்

வேணாம்.... வேணாம்... உன்னால முடியாது...

ஸ்கார்பியஸ் பின்னால் திரும்பி டைம்டர்னர் துண்டுகளை எடுக்க முற்படுகிறான்.

டைம் டர்னர்? அது உடைக்கப்பட்டுவிட்டது.

ஸ்கார்பியஸ்

முழுவதுமாக. காலத்தால் இங்கே தங்கிவிட்டோம். காலத்தால் நாம் எங்கே இருந்த போதிலும். அவள் திட்டமிடுவது எதுவாக இருந்த போதிலும்.

ஆல்பஸ் சுற்றுமுற்றும் பார்க்கிறான். நடந்ததை நம்பிக்கையின்றி ஆராய முற்படுகிறான்.

ஆல்பஸ்

ஹாக்வார்ட்ஸ் அதே மாதிரி தான் தெரிகிறது.

ஸ்கார்பியஸ்

ஆனால், நம்மை யாரும் இங்கே பார்த்து விடக் கூடாது. எவரும் கண்டுபிடிப்பதற்கு முன் இங்கிருந்து போய்விடலாம்.

ஆல்பஸ்

அவளைத் தடுத்து நிறுத்தியாகணும், ஸ்கார்பியஸ்.

ஸ்கார்பியஸ்

நாம் செய்தே தீரணும்னு தெரியுது - ஆனா, எப்படி?

அங்கம் 3 காட்சி 21

புனித ஓஸ்வால்டின் முதிய மந்திரவாதிகளுக்கும் சூனியக்காரிகளுக்குமான விடுதி, டெல்பியின் அறை

ஹேரி, ஹெர்மியோன், ரோன், டிராகோ, ஜின்னி ஆகியோர் ஓக் மரப்பலகைகளால் அடைக்கப்பட்ட எளிய அறை ஒன்றைச் சுற்றிலும் நோட்டமிடுகின்றனர்.

ஹேரி

கான்ஃபன்டஸ் மந்திரத்தைத் தான் அவன் மீது அவள் ஏவியிருக்க வேண்டும். அவர்கள் அனைவருக்கும் அவள் அதைத் தான் பயன்படுத்தியிருப்பாள். செவிலி என்று பொய்யாக நடித்திருக்கிறாள். அவருடைய தம்பி மகள் என்பதும் பொய் தான்.

ஹெர்மியோன்

அமைச்சகத்தில் உள்ள ஆவணங்களில் சோதித்துப் பார்த்தேன். அவளைப் பற்றிய பதிவு எதுவுமில்லை. அவள் ஒரு நிழலாகத் தான் இருக்க வேண்டும்

டிராகோ

ஸ்பெசெலிஸ் ரெவேலியோ!

எல்லாரும் திரும்பி டிராகோவைப் பார்க்கின்றனர்.

ஒன்னுமில்லை, நீங்களெல்லாம் எதிர்பார்த்துக்கிட்டிருக்கிறதை, முயற்சி பண்ணிப் பார்த்தேன். நமக்கு எதுவும் தெரியாது. எனவே, இந்த அறையில ஏதாவது வெளிப்படுதான்னு சும்மாவாவது நம்ப வேண்டியிருக்கு.

ஜின்னி

எதுவானாலும் அவள் எங்கே மறைச்சு வைச்சுட முடியும்? இது ஒரு சாதாரண அறை தானே!

ரோன்

இந்த மரப்பலகை அடைப்புகள், இந்த மரப்பலகை அடைப்புகள்ல எதை வேணுமானாலும் மறைச்சு வைக்கலாம்.

டிராகோ

படுக்கையில.

டிராகோ படுக்கையைச் சோதனை போடத் தொடங்கினார். ஜின்னி ஒரு விளக்கையும், மற்றவர்கள் மரப்பலகை அடைப்புகளுக்குள்ளும் தேடத் தொடங்கினர்.

ரோன் (சுவர்களில் சுத்தியலால் தட்டிக் கொண்டிருந்தவர் கத்தினார்)

எதை மறைத்து வைத்திருக்கிறாய்? என்ன கிடைத்தது?

ஹெர்மியோன்

நாம் எல்லாரும் கொஞ்ச நேரம் நிறுத்தி, என்ன, ஏதுங்கறதை யோசிக்கலாம் -

ஜின்னி எண்ணெய் விளக்கு ஒன்றிலிருந்த புகைபோக்கியைத் திருகிக் கழற்றுகிறாள். அங்கே மூச்சுவிடும் ஓசை கேட்கிறது. அதன் பின் முணுமுணுக்கும் வார்த்தைகள். அனைவரும் அதை நோக்கித் திரும்புகின்றனர்.

அது என்ன?

ஹேரி

அது வந்து - என்னால புரிஞ்சுக்க முடியலை - பார்செல் மொழியாக இருக்கும்.

ஹெர்மியோன்

அது என்ன சொல்கிறது?

ஹேரி

எனக்கு எப்படி....? வோல்டெமோர்ட் செத்ததிலிருந்து பார்செல் மொழியை என்னால தான் புரிஞ்சுக்க முடியலையே.

ஹெர்மியோன்

உன்னுடைய தழும்பு கூடக் காயப்படலை.

ஹெர்மியோனை ஹேரி பார்க்கிறார்.

ஹேரி

அது 'அகுரே வருக' என்கிறது.அதனைத் 'திற' ன்னு சொல்ல வேணும்னு நினைக்கிறேன்.

டிராகோ

அப்படியானால் செய்.

ஹேரி கண்களை மூடிக்கொள்கிறார். அவர் பார்செல் மொழி பேசுகிறார்.

அவர்களைச் சுற்றிலும் அறை மாற்றமடைகிறது, இருளடைகிறது, பெரிதும் வெறிச்சோடிப் போகிறது. வண்ணமூட்டப்பட்ட, நெளிகின்ற பாம்புக் கூட்டங்கள் எல்லா சுவர்களிலிருந்தும் தோன்றுகின்றன.

அதன் பின்னர், வண்ணமயமான ஒளியில் ஆரூடம் ஒன்று எழுதப்பட்டிருக்கிறது.

இது என்ன?

ரோன்

"உதிரிகள் காக்கப்படும் போது, கால ஓட்டம் திருப்பப்படும் போது, கண்ணுக்குப் புலப்படாத குழந்தைகள் தம் தந்தையரைக் கொல்லும் போது: அப்பொழுது இருள் உலகத்தின் பிரபு திரும்பி வருவார்"

ஜின்னி

ஓர் ஆரூடம். புதியதோர் ஆரூடம்!

ஹெர்மியோன்

செட்ரிக் - செட்ரிக் ஒரு உதிரி எனப்பட்டான்.

ரோன்

காலஓட்டம் எப்போது திருப்பப்பட்டது -- அவள் டைம்டர்னர் வைத்திருந்தாள், இல்லையா?

அவர்களுடைய முகங்கள் இறுகிப் போகின்றன.

ஹெர்மியோன்

அவள் செய்திருக்க வேண்டும்.

ரோன்

ஆனால், ஸ்கார்பியஸும் ஆல்பஸும் எதுக்குத் தேவை?

ஹேரி

ஏன்னா, நான் ஒரு தந்தை --- தன் குழந்தையைப் பார்க்காமல் இருக்கிறவன். தன் குழந்தையைப் புரிந்து கொள்ளாதவன்.

டிராகோ

அவள் யார், இந்த அளவுக்கு வெறிபிடித்து அலைகிறாள்?

ஜின்னி

அதற்கான விடை எனக்குக் கிடைத்து விட்டது என்று நினைக்கிறேன்.

அவளை நோக்கி அனைவரும் திரும்புகின்றனர். மேலே சுட்டிக் காட்டுகிறாள்.... அவர்களுடைய ஒட்டு மொத்த முகங்களும் மேலும் உறைகின்றன, அச்சத்தில் மூழ்குகின்றன.

அரங்கின் சுவர்கள் அனைத்திலும் வார்த்தைகள் வெளிப்படுகின்றன --- ஆபத்தான வார்த்தைகள், பயங்கரமான வார்த்தைகள்

"இருள் உலகை மறுபடி பிறக்கச் செய்வேன். என் தந்தையை மீட்டுக் கொணர்வேன்"

ரோன்

முடியாது. அவளால் முடியாது....

ஹெர்மியோன்

அது எப்படி--- சாத்தியமானதாகக் கூட இருக்க முடியும்?

டிராகோ

வோல்டெமோர்ட்டுக்கு ஒரு மகள் இருந்தாளா?

மேலே பார்த்தவர்கள் பீதி அடைகின்றனர், ஜின்னி ஹேரியின் கையைப் பிடித்துக் கொள்கிறாள்.

ஹேரி

கூடாது. கூடாது. கூடவே கூடாது. அது நடக்கக் கூடாது. அதைத் தவிர எதுவேணுமானாலும் நடக்கட்டும்.

திரை விழுகிறது.

இடைவேளை

பகுதி II

அங்கம் 4

அங்கம் 4 காட்சி 1

மாயக்கலை அமைச்சகம், மாநாட்டுக் கூட்ட அரங்கம்

நாடெங்கணுமிருந்து மந்திரவாதிகளும் சூனியக்காரிகளும் மாநாட்டுக் கூட்ட அரங்கில் முன்னெப்போதைக் காட்டிலும் கூடுதலாக, பெருந்திரளாகத் திரண்டிருந்தனர். அவர்களுடைய மனங்களில் அப்பியிருந்த கவலை அவர்களுடைய முகங்களில் தெளிவாக எழுதப்பட்டிருந்தது. அவசரமாக அமைக்கப்பட்ட மேடையை நோக்கி ஹெர்மியோன் விரைகிறார். அமைதியாக இருக்கக் கோரி கையை உயர்த்துகிறார். அமைதி நிலவுகிறது. மிகக் குறைந்த முயற்சியிலேயே அது நிகழ்ந்து விட்டதைக் கண்டு அவர் வியப்படைகிறார். தன்னைச் சுற்றுமுற்றும் நோட்டமிடுகிறார். அவருடைய வார்த்தைக்காக அவர்கள் ஆவலுடன் காத்திருக்கின்றனர்.

ஹெர்மியோன்

நன்றி! இரண்டாவது சிறப்புப் பொதுக்குழுக் கூட்டத்திற்கும் ஏராளமானோர் வருகை புரிந்திருப்பதைக் கண்டு பெரு மகிழ்ச்சி அடைகிறேன். உங்கள் மத்தியிலே நான் எடுத்துரைக்க வேண்டிய சில முக்கியச் செய்திகள் உள்ளன. நான் பேசிய பிறகு, உங்களிடமிருந்தும் கேள்விகளை எதிர்பார்க்கிறேன் - ஏராளமான கேள்விகளை நீங்கள் எழுப்ப வேண்டும் -

உங்களுள் பலருக்குத் தெரிந்திருக்கும். ஹாக்வார்ட்ஸில் ஒரு சடலம் கண்டுபிடிக்கப்பட்டுள்ளது. இறந்தவருடைய பெயர் கிரெய்க் பௌலர். நல்ல பையன். இந்தச் செயலுக்குப் பொறுப்பாளி யார் என்பது பற்றிய தகவல் இன்னமும் உறுதிப்படவில்லை. ஆனால், நாங்கள் நேற்று புனித ஓஸ்வால்டு விடுதியைச் சோதனையிட்டோம்.

அங்குள்ள ஓர் அறை இரண்டு செய்திகளை வெளிப்படுத்தியது. ஒன்று, ஓர் ஆரூடம்.....இருண்ட உலத்தின் வருகையை அது உறுதிப்படுத்துகிறது... இரண்டாவது, கூரையில் எழுதப்பட்டிருந்த அறிவிப்பு.... இருண்ட உலகின் பிரபு..... வோல்டெமோர்ட்டுக்கு ஒரு குழந்தை இருக்கிறது....

இச்செய்தி அரங்கு முழுவதும் சலசலப்பை ஏற்படுத்துகிறது.

முழுவிவரங்களும் தெரியவில்லை. நாங்கள் விசாரணை நடத்திக்கொண்டிருக்கிறோம். பிணந்தின்னிகளுடன் தொடர்பு கொண்டுள்ளோரை விசாரித்துக் கொண்டிருக்கிறோம். ஆனால், இதுவரை, குழந்தையைப் பற்றியோ, ஆரூடத்தைப் பற்றியோ எதுவும் கிட்டவில்லை. இருந்தபோதிலும் இச்செய்திகளில் ஏதேனும் உண்மை இருக்க வேண்டும் எனத் தெரிகிறது. மாய உலகத்திலிருந்து அந்தக் குழந்தை மறைத்து வைக்கப்பட்டிருந்தது. இப்பொழுது அவள் - ஆமாம் அவளுடைய ----

பேராசிரியர். மேக்கோனகல்

அவளா? மகளா? அவனுக்கு மகள் இருந்தாளா?

ஹெர்மியோன்

ஆமாம். மகள் தான்.

பேராசிரியர். மேக்கோனகல்

அவள் இப்போது காவலில் உள்ளாளா?

ஹேரி

பேராசிரியரே, அவள் கேள்வி எதுவும் கேட்கவில்லை.

ஹெர்மியோன்

அது நல்லது, ஹேரி. இல்லை, பேராசிரியர், அந்த விசயத்தில் தான் மிகவும் மோசமாக இருக்கிறது. அவளைக் காவலில் வைக்க எந்தவொரு வழியும் இல்லையோ எனப் பயப்படுகிறேன். அல்லது, உண்மையில் அவள் ஏதேனும் செய்வதைத் தடுக்க முடியுமா என்றும் தெரியவில்லை. நம்முடைய கைக்கு எட்டாதவளாக இருக்கிறாள்.

பேராசிரியர். மேக்கோனகல்

நம்மால முடியாதா - அவளைக் கண்டுபிடிக்க?

முரசு ஒலிக்கிறது, துணிச்சல் பிறக்கிறது.

ஹெர்மியோன்

அவள் ஒளிந்துகொண்டிருக்கிறாள் என்று நம்புவதற்கு இடமிருக்கிறது - காலத்தால்.

பேராசிரியர். மேக்கோனகல் (கோபத்தடன்)

முட்டாள்தனத்திலெல்லாம் பொறுப்பற்ற முட்டாள்தனமாக டைம்டர்னரை இன்னமும் நீங்கள் வைத்துக்கொண்டிருக்கிறீர்கள்?

ஹெர்மியோன்

பேராசிரியர், உறுதி கூறுகிறேன் --

பேராசிரியர். மேக்கோனகல்

வெட்கக்கேடு, ஹெர்மியோன் கிரான்ஜெர்!

ஹெர்மியோன் கோபக் கனல் தெரிக்கும் முகத்திலிருந்து விலகுகிறாள்.

ஹேரி

வேணாம். அவளைக் குற்றஞ் சொல்ல வேணாம். நீங்கள் கோபித்துக் கொள்வதற்கு உரிமை உண்டு. உங்கள் அனைவருக்கும் உண்டு. ஆனால், இது எல்லாமே ஹெர்மியோனுடைய தவறு அல்ல. அந்த சூனியக்காரியிடம் டைம்டர்னர் சிக்கியது எப்படி என்பது தெரியவில்லை. என்னுடைய மகன் கொடுத்திருப்பானோ?

ஜின்னி

எங்க மகன் கொடுத்தானோ, அவனிடமிருந்து திருடப்பட்டதோ?

மேடையில் ஹேரியுடன் ஜின்னி சேர்ந்து கொள்கிறாள்.

பேராசிரியர். மேக்கோனகல்

உங்களுடைய ஒற்றுமையைப் பாராட்ட வேண்டியது தான், ஆனால், உங்களுடைய அலட்சியத்தைப் புறக்கணித்துவிட முடியாது.

டிராகோ

அப்படியானால், அந்த அலட்சியத்தில் எனக்கும் பங்கு உள்ளது.

டிராகோ மேடைக்குச் சென்று ஜின்னியின் அருகில் நிற்கிறார். இது ஸ்பார்டகஸ் காட்சி போல இருக்கிறது. அங்கே ஏக்கப் பெருமூச்சுகள் வெளிப்பட்டன.

ஹெர்மியோனும் ஹேரியும் தவறு எதுவும் செய்யவில்லை, நம்மையெல்லாம் காப்பாற்றுவதற்குத் தான் முயலுகின்றனர். அவர்கள் குற்றமுள்ளவர்கள் என்றால், நானும் தான்.

ஹெர்மியோன் தன் ஆதரவாளர்களைக் கண்டு நெகிழ்ந்து போகிறாள். ரோன் மனஉறுதியுடன் மேடைக்குச் சென்று அவர்களுடன் இணைந்து கொள்கிறார்.

ரோன்

நான் ஒன்னு சொல்லிக்கிறேன் - இதைப் பத்தி எனக்கு அதிகமா எதுவும் தெரியாது. அதனால, பொறுப்பு ஏத்துக்க முடியாது எனக்கு நல்லாத் தெரியும் என் குழந்தைகளுக்கும் இதுல தொடர்பு இல்லை. ஆனால், இவுங்கஎல்லாம் இதுல பொறுப்பு ஏற்கிறதால, நானும் ஏத்துக்கிறேன்.

ஜின்னி

அவர்கள் எங்கே இருக்கிறார்களென்று யாருக்கும் தெரியாது. சேர்ந்திருக்காங்களா தனித்தனியே இருக்காங்களா அதுவும் தெரியாது. ஆனால், எங்களுடைய மகன்கள் அவளைத் தடுத்து நிறுத்துறதுக்காக அவுங்களால முடிஞ்சதையெல்லாம் செஞ்சுக்கிட்டிருக்காங்கன்னு நம்புறேன், ஆனா ----

ஹெர்மியோன்

நாங்க விட்டுவிட வில்லை. நாங்க பூதங்கள் கிட்ட போயிருக்கோம். மலைக் குள்ளர்களையும் பார்த்தோம். கண்ணில் பட்டவர்களையெல்லாம் விசாரிக்கிறோம். ஆரோர்கள் தேடுவதற்காகவும், இரகசியங்களைத் தெரிந்தவர்களிடம் பேசுவதற்காகவும், இரகசியங்களை வெளிப்படுத்தாதவர்களைக் கண்காணிப்பதற்காகவும் பறந்து கொண்டிருக்கின்றனர்.

ஹேரி

ஆனாலும், நாம் தப்பிக்க முடியாத உண்மை ஒன்று இருக்கு. கடந்த காலத்தில் ஒரு கட்டத்தில் யாரோ ஒரு சூனியக்காரி நமக்குத் தெரிந்த ஒவ்வொன்றையும் திருத்தி எழுதுவதற்கு முயன்று கொண்டிருக்கிறாள் - நம்மால் செய்ய முடிந்ததெல்லாம் காத்திருப்பது தான் - அவள் வெற்றியடைகிற அல்லது தோல்வியடைகின்ற தருணம் வரையிலும் காத்திருப்போம்.

பேராசிரியர். மேக்கோனகல்

வெற்றியடைந்தா என்ன செய்வது?

ஹேரி

அப்போ - அவ்வளவு தான் - இந்த அரங்கில் இருக்கிற பெரும்பாலானவர்கள் செத்துப் போயிருவோம் - நாம் அதற்குப் பின் உயிர்த்திருக்கப் போவதில்லை - மறுபடியும் வோல்டெமோர்ட் ஆட்சி செய்வான்.

அங்கம் 4 காட்சி 2

ஸ்காட்லாந்தின் மலைப்பகுதி, ஆவீமோர் தொடர்வண்டி நிலையம், 1981

ஆல்பஸும் ஸ்கார்பியஸும் தொடர்வண்டி நிலைய அலுவலர் ஒருவரை ஐயத்தோடும் அ.ச்சத்தோடும் பார்த்துக் கொண்டு நிற்கின்றனர்.

ஆல்பஸ்

அவருகிட்ட நம்மல்ல ஒருத்தன் பேசணும், உனக்குத் தோணலையா?

ஸ்கார்பியஸ்

'ஹலோ, நிலைய அலுவலர். திரு. மக்ல். ஒரு கேள்வி. பறந்து போகிற சூனியக்காரி ஒருத்தி இந்த இடத்தைக் கடந்து போனதைப் பார்த்தீங்களா? அத்தோட, இது எந்த வருஷம்? நிலைமைகளை குழப்பிவிட்டுவிட்டு, பயத்தால ஹாக்வார்ட்ஸிலிருந்து ஓடி வந்துட்டோம்.' இப்படிக் கேட்டால் போதுமா?

ஆல்பஸ்

எல்லாத்தைக் காட்டிலும் என்னைத் தொந்தரவு செய்றது எது தெரியுமா? இதை நாம வேணுமின்னே செஞ்சதா அப்பா நினைச்சக்குவாரோன்னு..

ஸ்கார்பியஸ்

ஆல்பஸ், உண்மையாவா? உண்மையிலேயே உண்மையாவா? நாம - சிக்கிக்கிட்டோம் - காலத்தால் காணாமல் போயிட்டோம் - நீ என்னடான்னா, உன் அப்பா என்ன நினைச்சுக்குவாரோன்னு கவலைப்பட்டுக்கிட்டிருக்கியா? உங்க ரெண்டு பேரையும் புரிஞ்சுக்கவே முடியலை.

ஆல்பஸ்

புரிஞ்சுக்கிறதுக்கு எவ்வளவோ இருக்கு. அப்பா சிக்கலானவர்.

ஸ்கார்பியஸ்

நீ அப்படி இல்லையோ? பொம்பளைகளைப் பத்தி நீ என்ன நினைக்கிற'ங்றது வேற விசயம், உனக்கு அவள் மேல ஒரு கண்ணு... அது சரி....

அவன் யாரைப் பற்றிப் பேசுகிறான் என்பது இருவருக்கும் தெரியும்.

ஆல்பஸ்

ஆமா, பின்ன, இல்லையா? அதான் பாத்தோமே, அவ கிரெய்க்கை என்ன செஞ்சான்னு...

ஸ்கார்பியஸ்

அதைப் பத்தி இப்ப நினைக்க வேணாம். நாம கவனிக்க வேண்டியது நிறைய இருக்கு. நம்ம கிட்ட மந்திரக்கோல் இல்லை, துடைப்பமும் இல்லை, நம்முடைய காலத்துக்குத் திரும்பிப் போக ஒரு வழியுமில்லை, இருக்கிறதெல்லாம் புத்திமட்டும் தான் - அதையும் தான் பாத்துட்டேமே - அவளை எப்படியாவது தடுத்து நிறுத்தியாகணும்

நிலைய அலுவலர் (கட்டுமஸ்தான ஸ்காட்லாந்துக்காரர் தோற்றத்தில்)

பையன்களா, ஔல்ட் ரீக்ல் வண்டி தாமதமா வருது.

ஸ்கார்பியஸ்

என்ன சொன்னீங்க?

நிலைய அலுவலர்

ஔல்ட் ரீக்ல் வண்டிக்காகக் காத்திருந்தீங்கன்னா, அது தாமதமா வரும்ங்றதைத் தெரிஞ்சுக்கணும். வண்டிகள் நேரப்படி தான் ஓடுது. கால அட்டவணைய மாத்திட்டாங்க.

அவர்களை அவர் பார்க்கிறார். அவர்கள் பீதியுடன் பதிலுக்குப் பார்க்கின்றனர். முகத்தைச் சுழித்துக் கொண்டு தொடர்வண்டிகளின் கால அட்டவணையை நீட்டுகிறார். குறிப்பிட்ட அந்த வண்டி பற்றிய விவரங்களைச் சுட்டிக் காட்டுகிறார்.

தாமதம்.

ஆல்பஸ் அதனை வாங்கி ஆய்வு செய்கிறான். ஏராளமான தகவல்கள் கிடைக்கக் கிடைக்க அவனுடைய முகம் மாறுகிறது. ஸ்கார்பியஸ் நிலைய அலுவலரையே உற்றுப் பார்த்துக்கொண்டிருக்கிறான்.

ஆல்பஸ்

அவள் எங்கிருக்கிறாளென்று எனக்குத் தெரியும்.

ஸ்கார்பியஸ்

உன்னால அதைப்புரிஞ்சுக்க முடியுதா?

ஆல்பஸ்

தேதியைப் பாரு. கால அட்டவணை மேல.

ஸ்கார்பியஸ் குனிந்து அதைப் படிக்கிறான்.

ஸ்கார்பியஸ்

1981ஆம் வருசம், அக்டோபர் மாதம் முப்பதாம் தேதி. ஹாலோ தினத்துக்கு முந்தின நாள். முப்பத்தொன்பது ஆண்டுகளுக்கு முன்பு. ஆனால் --- அவள் ஏன்? ஓ.

ஸ்கார்பியஸ் உணர்ந்து கொண்டதால் அவனுடைய முகம் தொங்கிப் போகிறது.

ஆல்பஸ்

என்னுடைய தாத்தா- பாட்டி இறந்த சமையம். குழந்தையாக இருந்த போதே என் அப்பாவைத் தாக்கிய சமையம்.... வோல்டெமோர்ட்டின் சாபம் அவர் மீது ஏவப்பட்ட தருணம். அவள் தன்னுடைய ஆரூடத்தை உண்மையாக்குவதற்கு முயலவில்லை. அதைக்காட்டிலும் பெரிய ஒன்றைத் தடுக்கப் பார்க்கிறாள்.

ஸ்கார்பியஸ்

பெரிய ஒன்றா?

ஆல்பஸ்

“இருள் உலகப் பிரபுவை முறியடிக்கிற சக்தி நெருங்கிக் கொண்டிருக்கிறது....

ஸ்கார்பியஸும் சேர்ந்து கொள்கிறான்.

ஸ்கார்பஸும் ஆல்பஸும்

...அவனை மும்முறை எதிர்த்தவர்களுக்குப் பிறந்திருக்கிறான். ஏழாவது திங்கள் மடியும் போது பிறக்கிறான்....”

ஒவ்வொரு வார்த்தையைக் கேட்கும் போதும் ஸ்கார்பியஸின் தலை தொங்கிப் போகிறது.

ஸ்கார்பியஸ்

என்னுடைய தப்பு. ஆரூடங்களை முறியடிக்கலாம்ன்னு அவளுக்கு நான் தான் சொன்னேன் - ஆரூடங்கள் கேள்விகளுக்கு உட்பட்டவை என்கிற மொத்த தருக்கமுறையையும் நான் சொல்லிட்டேன் -

ஆல்பஸ்

இன்னும் இருபத்தி நான்கு மணி நேரத்துக்குள்ள வோல்டெமோர்ட்டுடைய சாபங்கள் குழந்தை ஹேரி பாட்டரைக் கொல்ல முயற்சி செய்கிறது. டெல்ஃபி அந்த சாபத்தைத் தடுக்க முயற்சிக்கிறாள். ஹேரியைத் தானே கொல்வதற்கு முயற்சிக்கிறாள். நாம் காட்ரிக்ஸ் ஹால்லோவுக்குப் போகலாம், இப்போதே!

அங்கம் 4 காட்சி 3

காட்ரிக்ஸ் ஹால்லோ,1981

ஆல்பஸும் ஸ்கார்பியஸும் காட்ரிக்ஸ் ஹால்லோவின் மையத்தில் நடந்து செல்கின்றனர். பரபரப்பு மிகுந்த, அழகிய, சிறு கிராமம்.

ஸ்கார்பியஸ்

தாக்குதல் பத்தின எந்த அறிகுறியையும் பார்க்க முடியலையே...

ஆல்பஸ்

காட்ரிக்ஸ் ஹால்லோ இதுவா?

ஸ்கார்பியஸ்

உன் அப்பா உன்னை இங்கே கூட்டிட்டு வந்ததில்லையா?

ஆல்பஸ்

இல்லை. அவரு சில சமையங்கள்ல முயற்சி பண்ணாரு, நான் மறுத்திட்டேன்.

ஸ்கார்பியஸ்

பரவாயில்லை. இப்ப ஊர் சுத்துறதுக்கு ரேமில்லை - ஒரு கொலைகாரச் சூனியக்காரியிடமிருந்து உலகத்தைக் காப்பாத்தியாகணும் - ஆனால் மதிப்பு....தேவாலயம்.... புனித ஜெரோம்....

அவன் சுட்டிக் காட்டிய இடத்தில் தேவாலயம் கண்ணில் பட்டது.

ஆல்பஸ்

பிரமாண்டமானது!

ஸ்கார்பியஸ்

புனித ஜெரோமினுடைய கல்லறை பிரமாண்டமாக வேட்டையாடப்படப் போகுது....(அவன் வேறு திசையை

சுட்டிக் காட்டுகிறான்) அங்கே தான் ஹேரிக்கும் அவருடைய பெற்றோர்களுக்கும் சிலை வைப்பதாக இருந்தது....

ஆல்பஸ்

என் அப்பாவுக்கு சிலை இருக்கா?

ஸ்கார்பியஸ்

ஓ. இன்னும் இல்லை. ஆனால், வரும், உறுதியாக. அப்பறம், இந்த - இந்த வீட்டில் தான் பதில்டா பேக்ஷாட் வசித்தாள், வசிக்கிறா...

ஆல்பஸ்

பதில்டா பேகஷாட்? மாயக்கலை வரலாறு புத்தகம் எழுதின பதில்டா பேக்ஷாட்டா?

ஸ்கார்பியஸ்

அவுங்களே தான். ஓ, அது அவுங்க தான். வாவ். நினைச்சாலே புல்லரிக்குது

ஆல்பஸ்

ஸ்கார்பியஸ்!

ஸ்கார்பியஸ்

அப்புறம், இது தான் ---

ஆல்பஸ்

ஜேம்ஸ், லிலி, ஹேரி பாட்டருடைய வீடு.....

கவாச்சியான இளம் தம்பதியர் ஒரு தள்ளுவண்டியில் குழந்தையை எடுத்துக் கொண்டு வீட்டை விட்டுப் புறப்படுகின்றனர். அவர்களை நோக்கி ஆல்பஸ் நெருங்குகிறான். ஸ்கார்பியஸ் அவனை பின்னால் இழுக்கிறான்.

ஸ்கார்பியஸ்

அவர்களால் உன்னைப் பார்க்க முடியாது, ஆல்பஸ். அது காலத்தைப் பாதிக்கலாம், நாம் அதைச் செய்யப் போவதில்லை, இந்த நேரத்தில் வேணாம்.

ஆல்பஸ்

ஆனால் இதன் அர்த்தம்... அவள் இன்னும் வரலை... நாம் வந்துட்டோம்...அவள் இன்னுமில்லை...

ஸ்கார்பியஸ்

ஆக, இப்ப நாம் என்ன செய்யணும்? அவளுடன் போராடத் தயாராகணுமல்லவா? ஏன்னா, அவ ரொம்பக் கொடூரமானவள்.

ஆல்பஸ்

ஆமாம். இதைப் பத்தி நாம் எதுவுமே நினைக்கவில்லை? இப்போ என்ன செய்ய வேணும்? என் அப்பாவை எப்படிப் பாதுகாக்கப் போகிறோம்?

அங்கம் 4 காட்சி 4

மாயக்கலை அமைச்சகம், ஹேரியின் அலுவலகம்

ஹேரி அவசரஅவசர மாகக் கோப்புப் பணிகளில் ஈடுபட்டிருக்கிறார்.

டம்பிள்டோர்
காலை வணக்கம், ஹேரி.

முரசு ஒலிக்கிறது. ஹேரி நிமிர்ந்து டம்பிள்டோர் என்கிற நாட்டுப் பற்றாளரைப் பார்க்கிறார், அவருடைய முகத்தில் அமைதி தவழ்கிறது.

ஹேரி
பேராசிரியர். டம்பிள்டோர். எனது அலுவலகத்திலா, நான் மதிக்கப்பட்டேன். இன்றிரவு நான் நடவடிக்கை எடுக்கப்படுகின்ற இடத்தில் இருந்தாகணும்?

டம்பிள்டோர்
என்ன செய்து கொண்டிருக்கிறாய்?

ஹேரி
கோப்புகளைப் பார்த்துக் கொண்டிருக்கிறேன். விடுபட்டுவிடக் கூடாது எதையும் விட்டுவிட்டேனா என்று பார்க்கிறேன். எங்களுக்குள்ள மிகக்குறைந்த வாய்ப்புகளுக்குள் போரிடுவதற்காக படைகளை அனுப்புகிறேன். எங்களிடமிருந்து வெகு தொலைவில் போர் தொடுக்கப்பட்டிருப்பதை அறிந்து கொண்ட பின்னரும், என்னால் என்ன தான் செய்ய முடியும்?

அமைதி. டம்பிள்டோர் எதுவும் பேசவில்லை.

எங்கே போயிருந்தீங்க டம்பிள்டோர்?

டம்பிள்டோர்
இப்போதைக்கு இங்கே இருக்கிறேன்.

ஹேரி

இங்கே, சண்டையில தோத்துப் போகிற வேளையிலே. இல்ல, வோல்டெமோர்ட் திரும்பவும் வரப்போகிறான் என்பதை மறுக்கப் போறீங்களா?

டம்பிள்டோர்

அது - சாத்தியமே.

ஹேரி

போங்க. புறப்படுங்க. இங்கே நீங்க வேணாம், எனக்கு நீங்க தேவையில்லை. உண்மையாகவே நீங்க தேவைப்படுகின்ற சமையங்களில் நீங்க காணாமல் போயிறீங்க. நீங்க இல்லாமலே அவனுடன் மூன்று முறை சண்டை போட்டுட்டேன். தேவைப்பட்டால், மறுபடியும் அவனோட நான் தனியாகவே போரிடிடுவேன்.

டம்பிள்டோர்

ஹேரி, உனக்காக நான் அவனோட போரிட விரும்பினேன், ஞாபகமில்லையா? என்னால் முடிந்திருக்கக் கூடுமானால் நானே உன்னைக் காப்பாற்றியிருப்பேன்...

அந்தக் கட்டத்தில் ஹேரி பொங்கி எழுகிறார்.

ஹேரி

அன்பு கண்களை மறைக்கிறது? அதன் அர்த்தம் என்னன்னாவது உங்களுக்குத் தெரியுமா? அந்த அறிவுரை எவ்வளவு மோசமானது என்பதையாவது தெரிஞ்சுக்கிட்டீங்களா? என் மகன் - நான் உங்களுக்காகச் செய்ததைப் போல என் மகன் சண்டைகளில் போரிட்டுக் கொண்டிருக்கிறான். உங்களை மாதிரியே நானும் மிகவும் மோசமான தந்தையாக நடந்து கொண்டேன். அவனுக்குத் தேவைப்படுகின்ற நேரங்களில் நான் அவனைக் கைவிட்டுவிட்டேன். அவனுக்குள்ள மனக்குறைகள் வளர்ந்து கொண்டிருக்கின்றன, புரிந்துகொள்வதற்கு அவனுக்கு நெடுங்காலம் ஆகும்---

டம்பிள்டோர்

ப்ரைவெட் ட்ரைவ்வைப் பத்திச் சொல்றன்னு நினைக்கிறேன்....

ஹேரி

ஆண்டுகள் - பல ஆண்டுகளை அங்கே தனியாகக் கழித்தேன், நான் யாருங்கிறதையோ, அங்கே ஏன்

இருந்தேங்கிறதையோ, என்மேல அக்கறை உள்ளவங்க யாராவது இருக்காங்களான்னு கூட எதுவுமே தெரியாம இருந்தேன்!

டம்பிள்டோர்

நான் - உன்னோட நெருக்கமாகப் பாசங் கொண்டாட விரும்பலை -

ஹேரி

அப்பக் கூட உங்களைப் பாதுகாத்துக்கத் தானே -

டம்பிள்டோர்

இல்லை. நான் உன்னைப் பாதுகாத்துக் கொண்டிருந்தேன். உன்னைத் துன்புறுத்த விரும்பலை....

டம்பிள்டோர் ஓவியத்தை விட்டு வெளியே வரத் துடிக்கிறார். ஆனால், அவரால முடியவில்லை, அவர் அழத் தொடங்குகிறார், ஆனால் அதை மறைக்க முயற்சிக்கிறார்.

ஆனால், முடிவில் உன்னைச் சந்திக்க வேண்டியதாயிற்று... பதினொரு வயதுப் பையன். ஆனால், ரொம்பத் துணிச்சல். ரொம்ப நல்லவன். உனது பாதத்திற்குக் கீழ் போடப்பட்டிருந்த பாதையில் புகார் சொல்லாமல் நடந்துகொண்டிருந்தாய். உன்னை நான் நேசித்தது உண்மை தான்...எல்லாமே மறுபடியும் நடக்கக் கூடும் என்பதை நான் அறிவேன்..... நான் நேசிக்கிற இடத்தில் சீர்ப்படுத்த முடியாத பாதிப்பை ஏற்படுத்துவேன்..... நேசிப்பதற்குத் தகுதியானவன் அல்ல. தீங்கு விளைவிக்காமல் நேசித்ததே இல்லை....

முரசு அதிர்கிறது.

ஹேரி

அப்போதே நீங்க இதைச் சொல்லீருந்தீங்கன்னா எனக்கு ஏற்படுத்தின துன்பம் குறைவாக இருந்திருக்கும்.

டம்பிள்டோர் (வெளிப்படையாகவே அழுதுகொண்டு)

நான் குருடனாக இருந்தேன். பாசம் அதைத் தான் செய்கிறது. இப்படி அடைபட்டுக்கிடக்கிற, சூழ்ச்சியான, ஆபத்தான கிழவன் உன்னை நேசித்தேன் என்பதைக் கேட்பதற்கு நீ விரும்பினதைப் பார்க்க முடியாதவாகிவிட்டேன்...

அமைதி. இருவரும் உணர்வெழுச்சியால் மூழ்கடிக்கப்பட்டுவிட்டனர்.

ஹேரி

நான் புகார் சொன்னதே இல்லை என்பது உண்மையல்ல.

டம்பிள்டோர்

குழப்பமான, உணர்ச்சிமயமான இந்த உலகத்திலே முழுநிறைவான பதிலென்று எதுவும் கிடையாது, ஹேரி. முழுமையான தூய்மை என்பது மனித இனத்திற்கு எட்டாதது, மாயக்கலைக்கும் எட்டாதது. மகிழ்ச்சி என்கிற பிரகாசமான தருணம் ஒவ்வொன்றிலும் அந்த நச்சுத் துளி பொதிந்திருக்கிறது: மீண்டும் வலியை ஏற்படுத்துகிற அறிவு. உன்னை நேசிக்கிறவங்"க கிட்ட நேர்மையா இரு, உன்னுடைய வலியை வெளிப்படுத்து. மூச்சு விடுவதைப் போல துன்பமும் மனிதனுக்குரியது.

ஹேரி

நீங்க அதை முன்னாடியும் ஒருமுறை சொல்லியிருக்கீங்க.

டம்பிள்டோர்

இந்த இரவிலும் உனக்கு நான் வழங்க உள்ளது அது தான்.

அவர் புறப்படத் தொடங்குகிறார்.

ஹேரி

போகாதீங்க!

டம்பிள்டோர்

நம்மை நேசிக்கிறவங்க ஒருபோதும் நம்மை விட்டுப் போவதில்லை, ஹேரி. சாவால் தொட முடியாத விசயங்களும் உள்ளன. ஓவியம்... நினைவு... நேசம்.

ஹேரி

உங்களை நானும் நேசித்தேன், டம்பிள்டோர்.

டம்பிள்டோர்

எனக்குத் தெரியும்.

அவர் சென்று விட்டார். ஹேரி தனியாக இருக்கிறார். டிராகோ நுழைகிறார்.

டிராகோ

உனக்குத் தெரியுமா, மற்றொரு உலகத்திலே - ஸ்கார்பியஸ் பார்த்த உலகத்திலே - மாயக்கலைகளுக்கான சட்டம் அமலாக்கத் துறையின் தலைவர் நானாம்? ரொம்ப சீக்கிரத்திலேயே இந்த அறை என்னுடயதாகப் போகிறது, உனக்குச் சரியா?

ஹேரி தன்னுடைய துன்பத்தில் மூழ்கிப்போய்விட்டார்.

ஹேரி

வாங்க - உங்களுக்குப் பயணத் திட்டத்தைத் தாரேன்.

டிராகோ தயக்கத்துடன் அறைக்குள் செல்கிறார். சொரத்தில்லாமல் அறையைச் சுற்றுமுற்றும் பார்க்கிறார்.

டிராகோ

அதாவது, அமைச்சக அலுவலராக வரனும்னெல்லாம் கற்பனை பண்ணிக் கூடப் பார்த்தது கிடையாது - குழந்தையா இருந்தப்பக் கூட. எங்கப்பா இதையெல்லாம் விரும்பினாரு - நான் ஊஹூம்.

ஹேரி

நீ என்னவாகனும்னு விரும்பினே?

டிராகோ

குய்டிட்ச். ஆனால், அதுக்கு நான் சரிப்படடு வரலை.. மொத்தத்திலே சந்தோசமா இருக்கணும்.

ஹேரி தலையாட்டுகிறார். அவரை மேலும் ஒரு நொடி டிராகோ பார்க்கிறார், இதை எப்படிச் செய்யப் போகிறார் என்பது உறுதிப்படவில்லை

சாரி. இந்த மாதிரி சின்னச் சின்ன விசயங்களைப் பத்திப் பேசறதுக்கு நான் சரிப்பட்டு வர மாட்டேன், முக்கியமான விசயத்துக்கு மாறிக்கலாமா?

ஹேரி

உறுதியாக. என்ன - முக்கியமான - விசயம்?

முரசு அதிர்கிறது.

டிராகோ

தியோடோர் நாட் ஒரே ஒரு டைம் டர்னர் தான் வச்சிருந்தான்னு நினைக்கிறயா?

ஹேரி

என்னது?

டிராகோ

நீங்க கைப்பத்தின டைம் டர்னர் வகைமாதிரி. செலவில்லாத உலோகத்திலே செஞ்சது. அதுவும் வேலை செய்யும், உறுதி, ஆனால், காலத்தால் பின்னோக்கிப் போகிற வேலையை அதனால ஐந்து நிமிட நேரத்துக்குத்

தான் செய்ய முடியும். அது ஒரு கடுமையான குறைபாடு - அதனை கறுப்பு மாயக்கலை உண்மையான அதிகாரிக கிட்ட விற்க முடியாது.

டிராகோ சொல்ல வந்ததை ஹேரி புரிந்து கொண்டார்.

ஹேரி

அவன் உங்கிட்டத் தானெ வேலை செஞ்சான்?

டிராகோ

இல்லை. என் அப்பா கிட்ட. யாருகிட்டயும் இல்லாததை தான் வைச்சிருக்ணும்னு ஆசைப்படுவான். அமைச்சகத்தினுடைய டைம் டர்னர்கள் - குரோக்கருக்குத் தான் நன்றி சொல்லணும் - அவனைப் பொறுத்த வரை ஜுஜுபி. ஒரு மணி நேரத்திற்கும் கூடுதலாகப் பின்னோக்கிப் போகக் கூடிய திறமை வேண்டுமென்று விரும்பினான், ஆண்டுக்கணக்கில் பின்னோக்கிப் போகக் கூடிய திறமை வேண்டுமென்று ஆசைப்பட்டான். அவன் அதை ஒருபோதும் பயன்படுத்தியதில்லை, அவன் இரகசியமாக வோல்டெமோர்ட் இல்லாத உலகத்தையே விரும்பினான். ஆனாலும், இது செய்யப்பட்டதென்னவோ வோல்டெமோர்ட்டுக்காகத் தான்.

ஹேரி

அது உங்க கிட்ட இருக்கா?

டிராகோ டைம் டர்னரைக் காட்டுகிறார்.

டிராகோ

ஐந்து நிமிடப் பிரச்சினையெல்லாம் இதுல கிடையாது. தங்கத்தைப் போல சொலிக்குது. மால்பாய்கள் அப்படியிருப்பதையே விரும்புவாங்க. என்ன சிரிக்கிற?

ஹேரி

ஹெர்மியோன் கிரான்ஜெர், முதலாவதை அவள் வைச்சிருந்ததுக்கு இது தான் காரணம். ரெண்டாவதா ஒன்னு இருக்கும்ன்னு. இதற்காகவே நீ ஆஸ்கபானிடம் அனுப்பப்பட்டிருக்கலாம்.

டிராகோ

மாத்தி யோசிச்சுப் பாறேன் - காலத்தால் பயணிக்கக் கூடிய திறமை என்னிடம் இருப்பதாக மக்களுக்குத் தெரிந்திருக்கும் பட்சத்தில், கிளப்பிவிடப்பட்ட புரளி கூடுதல் மதிப்புப் பெற்றிருக்கும்.

டிராகோவை முழுமையாகப் புரிந்து கொண்டவராக ஹேரி பார்க்கிறார்.

ஹேரி

ஸ்கார்பியஸ்.

டிராகோ

எங்களுக்குப் பெற்றுக் கொள்ளக் கூடிய திறமை இருந்தது. ஆனால், ஆஸ்டோரியோ மிகவும் நலிவா இருந்தாள். மூதாதையருக்கு விடப்பட்ட சாபம், கடுமையானது. அவளுடைய மூதாதையரில் ஒருவர் சபிக்கப்பட்டிருந்தார்... அது அவள் தலையில் விழுந்தது. தலைமுறைகளைத் தாண்டியும் இது போன்றவை கேடு விளைவிக்கும் என்பது உனக்கே நல்லாத் தெரியும்...

ஹேரி

என்னை மன்னிச்சுடு, டிராகோ.

டிராகோ

அவளுடைய உடல்நலத்துக்குக் கேடு ஏற்படுத்த நான் விரும்பலை. என் அப்பா சொன்னது எதுவானாலும், என்னோட மால்பாய் தலைமுறை மடிஞ்சாலும் பரவாயில்லைன்னு சொன்னேன். ஆனால், ஆஸ்டோரியோ, மால்பாய் குடும்பப் பேருக்காகவோ, இரத்த சொந்தத்துக்காகவோ, பெருமைக்காகவோ அல்ல, எங்களுக்காகக் குழந்தை வேணும்னு சொன்னா. எங்களுக்கு ஸ்கார்பியஸ் பிறந்தான்.... எங்க ரெண்டு பேருடைய வாழ்க்கையிலும் அது மிகச் சிறப்பான நாள். ஆனா, ஆஸ்டோரியாவின் உடல்நலம் ரொம்பப் பாதிக்கப்பட்டது. நாங்க, நாங்க மூணு பேரும், தொலைவில் மறைந்து கொண்டோம். அவளுடைய உடல் வலிமையைப் பாதுகாக்கணும்னு விரும்பினேன்..... அதனால, இங்கே புரளி கிளம்பிடுச்சு.

ஹேரி

அந்தக் கொடுமையை என்னால கற்பனை பண்ணிக் கூடப் பார்க்க முடியலை.

டிராகோ

ஆஸ்டோரியாவுக்கு தான் ரொம்ப நாள் வாழ மாட்டோமென்னு நல்லாத் தெரியும். அதனால தான் அவள் போன பின் என்னுடன் யாராவது இருக்கணும்னு நினைச்சாள். ஏன்னா..., அது அளவு கடந்த தனிமையா இருக்கும், அதுவும் டிராகோ மால்பாயாக, நான் எப்போதும் சந்தேகத்தோடு பார்க்கப்பட்டேன். கடந்த

காலத்திலிருந்து தப்பிக்க வழியே கிடையாது. இருந்தாலும், புறம்பேசுற, ஆராயாமலே தீர்மானிக்கிற இந்த உலகத்திலிருந்து என் மகனை மறைச்சு வைச்சா, அவன் வெளிப்படும் போது என்னால தாங்கிக் கொள்ள முடிஞ்சதைக் காட்டிலும் மோசமான சூழ்நிலையை அவன் எதிர்கொள்ள வேண்டியிருக்கும்னு நான் உணரவே யில்லை.

ஹேரி

பாசம் கண்ணை மறைச்சுடுது. நாம ரெண்டு பேருமே நம்முடைய மகன்களுக்குத் தேவையானதைக் கொடுக்கறதைக் காட்டிலும் நம்முடைய தேவைகளை அவுங்க மேல திணிக்கிறதைப் பத்தியே சிந்திச்சிருக்கோம். நம்முடைய கடந்த காலத்தை மறுபடியும் எழுதுறதிலே முனைப்பாக இருந்தோமே தவிர அவுங்களோட நிகழ்காலத்தை மறைச்சுட்டோம்.

டிராகோ

அதற்காகத் தான் இது உனக்குத் தேவை. வெறுமனே அது வேறு யாராலும் பயன்படுத்தப்படுவதைத் தடுப்பதற்காகவே இதை நான் வைச்சுருந்தேன். இன்னுமொரு நிமிடம் என்னோட ஆஸ்டோரியா கூட வாழ்வதற்காக என் உயிரையே விலையாக் கொடுக்கிற நிலைமையில நான் இருந்தாலும் கூட...

ஹேரி

ஓ, டிராகோ, நம்மால முடியாது... நாம பயன்படுத்த முடியாது.

ஹேரியை டிராகோ நிமிர்ந்து பார்க்கிறார், பயங்கரமான அந்தக் குழியின் அடிப்பகுதியில் இருந்தவாறு, முதன்முறையாக இருவரும் ஒருவரை ஒருவர் நண்பர்களாகப் பார்த்துக் கொண்டனர்.

டிராகோ

நாம் அவர்களைக் கண்டுபிடித்தாக வேண்டும், நூற்றுக்கணக்கான ஆண்டுகளைக் கடக்க வேண்டியிருந்தாலும் நம் மகன்களைக் கண்டுபிடித்துத் தீர வேண்டும்.....

ஹேரி

அவுங்க எங்க இருக்காங்க, எந்தக் காலத்தில இருக்காங்கன்னு நமக்குத் தெரியாது. எந்தக் காலத்தைத்

தேடுவது என்கிற கருத்து இல்லாமல் காலத்தால் தேடுவதென்பது முட்டாள்களுடைய வேலை. அதை எந்தப் பாசமோ, டைம்டர்னரோ செய்ய முடியாது. இப்போது நம் மகன்களுடைய கைகளில் தான் இருக்கிறது - நம்மைக் காப்பாற்றுவதற்கு வாய்ப்புள்ளவர்கள் அவர்கள் மட்டிலுமே.

அங்கம் 4 காட்சி 5

காட்ரிக்ஸ் ஹால்லோ, ஜேம்ஸ், லிலி பாட்டர் இல்லத்திற்கு வெளியே, 1981

ஸ்கார்பியஸும் ஆல்பஸும் பெரும் சிக்கல்களிலிருந்து தம்மை விடுவித்துக் கொள்வதற்கான வழிகளைச் சிந்திப்பதற்கு முயன்றவாறு, நம்பிக்கையற்றவர்களாக சுற்றுமுற்றும் நோட்டமிடுகின்றனர்.

ஆல்பஸ்

என் தாத்தா பாட்டிகிட்ட சொல்லலாமா?

ஸ்கார்பியஸ்

'அவுங்களோட மகன் வளர்ந்து பெரியவனாவதை அவர்களால் பார்க்க முடியாது' என்றா?

ஆல்பஸ்

அவங்க வலிமையோட தான் இருக்காங்க - எனக்குத் தெரியும் - நீ தான் பார்த்தாயே.

ஸ்கார்பியஸ்

அவுங்க ரொம்ப அழகா இருந்தாங்க, ஆல்பஸ். உன் இடத்தில நான் இருந்திருந்தா, அவுங்களோட பேச முடியாமல் திணறியிருப்பேன். ஆனால், ஹேரி உயிரோடு இருப்பதற்காக அவுங்களுக்கு வோல்டெமோர்ட்டு கிட்ட கெஞ்சுகிற திறமை வேணும், அவன் செத்துப் போயிருவான்னு அவுங்க நினைக்கணும். அது உண்மையாகலைன்னா நீ தான் உலகத்திலேயே மிக மோசமான கேடு விளைவிக்கிறவனா இருப்பாய்...

ஆல்பஸ்

டம்பிள்டோர், டம்பின்டோர் இன்னுமும் உயிரோட தான் இருக்கிறார். அவரை ஈடுபடுத்துவோம். ஸ்னேப்போட நீ செய்ததை இவரொட நாம் செய்வோம்...

ஸ்கார்பியஸ்

உன் அப்பா உயிரோட இருக்கிறதை அவர் தெரிந்து கொள்கிற அபாயத்தில் சிக்கிக் கொள்ளலாமா? அவருக்குக் குழந்தைகளும் இருக்குங்கிற செய்தியையும்?

ஆல்பஸ்

அவர் டம்பிள்டோர்! அவர் எதையும் அனுசரித்துக் கொள்வார்!

ஸ்கார்பியஸ்

ஆல்பஸ், டம்பிள்டோருக்கு என்னவெல்லாம் தெரியும், அதெல்லாம் அவருக்கு எப்படித் தெரிந்தது, அவர் செய்ததையெல்லாம் ஏன் செய்தார் என்பதைப் பற்றி ஒரு நூறு புத்தகங்கள் எழுதப்பட்டிருக்கு. ஆனால், சந்தேகமில்லாத உண்மை என்னன்னா - அவர் செய்தவை - அவர் செய்ய வேண்டியவை - அதனுடன் குழப்பி கொள்கிற அபாயத்தை நான் தேடிக்கப் போறதில்லை. (முரசு அதிர்கிறது. அவன் தன் நண்பனை கேள்விக்குறியுடன் பார்க்கிறான்) என்னால் உதவி கேட்க முடிந்தது ஏன்னா, நான் வேறு ஒரு உலகத்தில் இருந்தேன். நாம் அப்படியில்லை. நாம் கடந்த காலத்தில் இருக்கிறோம். மென்மேலும் பிரச்சினைகளை உருவாக்கிக் கொள்வதற்காகவே காலத்தை அறுதியிட முடியாது. நம்முடைய அனுபவங்கள் ஏதாவது படிப்பினைகளை நமக்குக் கொடுத்திருக்குமானால் அது இது தான். யாருகிட்ட வேணுமின்னாலும் பேசி காலத்திற்கு கேடு ஏற்படுத்துகிற ஆபத்துகள், மிகவும் பயங்கரமானவை.

ஆல்பஸ்

ஆக, நாம் எதிர்காலத்தோட பேச வேண்டும். அப்பாவுக்குத் தகவல் அனுப்பணும்.

ஸ்கார்பியஸ்

ஆனால் காலத்தினூடே பறந்து போகிற ஆந்தை நம்மிடம் இல்லையே? அவரிடமும் டைம் டர்னர் இல்லை.

ஆல்பஸ்

அப்பாவுக்கு ஒரு தகவல் அனுப்புவோம், அவர் இங்கே வருவதற்கு ஏதேனும் வழியைக் கண்டுபிடிப்பார். தானாகவே ஒரு டைம் டர்னரைக் கூட உருவாக்குவார்.

ஸ்கார்பியஸ்

நாம் நினைவலைகளை அனுப்புவோம் - பென்சீவ் போல - அவனுக்கு முன்பாக நின்று கொண்டு தகவலை அனுப்பு. அதை ஏற்றுக் கொள்ளக் கூடிய சரியான தருணத்தில் அவர் இருப்பார் என்று நம்புவோம். இயலாதது தான்.... ஆனாலும், அந்தக் குழந்தை முன் நின்று 'உதவி! உதவி! உதவி! என்று திரும்ப, திரும்பக் கத்து. அந்தக் குழந்தை அது ஓரளவு வசப்படுத்தலாம்.

ஆல்பஸ்

ஓரளவு மட்டும் தானா?

ஸ்கார்பியஸ்

ஓரளவு'ங்றது இப்போது நடந்து கொண்டிருக்கிறதோட ஒப்பிடும் போது ஒன்னுமில்லை தான்... ஆனால் அவர் பின்னர் நினைத்துப் பார்க்கும் போது கத்திக் கொண்டிருக்கிற நமது முகம் உள்ளபடி ஞாபகத்துக்கு வரலாம்...

ஆல்பஸ்

உதவி.

ஆல்பஸை ஸ்கார்பியஸ் பார்க்கிறான்.

ஸ்கார்பியஸ்

நீ சொல்றது சரி தான். ரொம்ப நல்ல யோசனை.

ஆல்பஸ்

நீ சொன்னதிலேயே மிக மோசமான யோசனையில இதுவும் ஒன்னு.

ஸ்கார்பியஸ்

புரிஞ்சு போச்சு! நாமே தகவலைக் கொண்டு போய்க் கொடுக்கலாம் - நாற்பது வருடம் காத்திருப்போம் - நாமே சொல்லிடலாம் -

ஆல்பஸ்

வாய்ப்பே இல்லை - டெல்ஃபி அவள் விரும்பியபடி காலத்தை மாத்தி அமைச்சுட்டதால, படைகளை அனுப்பிச்சு நம்மைத் தேடி, கொன்னுடுவாள்...

ஸ்கார்பியஸ்

ஆகவே, நாம ஒரு துளைக்குள்ள ஒளிஞ்சுக்குவோமா?

ஆல்பஸ்

அடுத்த நாற்பது வருடத்திற்கு உன்னோட ஒரு தொளைக்குள்ள ஒளிஞ்சுக்கிட்டிருந்தா ரொம்பவே

ஆனந்தமா இருக்கும்... கண்டுபிடிச்சுக் கொன்னுருவாங்க... காலம் தவறான நிலையில் ஸ்தம்பித்துப் போகும். அது வேணாம். கட்டுப்படுத்துவதற்கான ஒன்னு நமக்கு வேணும், அவர் சரியான சமையத்தில் பெற்றுக் கொள்வார்ன்னு நாம தெரிந்து கொள்ளக் கூடிய ஒன்னு நமக்கு வேணும். நமக்குத் தேவை...

ஸ்கார்பியஸ்

அப்படி எதுவுமில்லை. இருப்பினும், நிலையான இருட்டுடன் திரும்பும் போது துணைவன் ஒருத்தனைத் தேர்ந்தெடுக்கிறதுன்னா, உன்னைத் தேர்ந்தெடுப்பேன்.

ஆல்பஸ்

அதுல தப்பில்லை. ஆனா, நான் தேர்ந்தெடுக்கறதா இருந்தா, ஒரு கனமான, நல்ல மந்திரவாதியைத் தான் தேர்ந்தெடுப்பேன்.

குழந்தைக்கான வண்டியில் பேபி பாட்டரை வைத்துக் கொண்டு லிலி வெளியேறினாள். அவன் மீது மிகப் பதனமாக ஒரு போர்வையை வைக்கிறாள்.

அவருடைய போர்வை. குழந்தையை அவருடைய போர்வையால் சுற்றுகிறாள்.

ஸ்கார்பியஸ்

நல்லது. இது ஓரளவு குளிரான நாள் தானே.

ஆல்பஸ்

அவளிடமிருந்து அவர் பெற்ற ஒரே ஒரு பொருள் அது தான்னு அவர் அடிக்கடி சொல்வார். அதை அவன் மீது எவ்வளவு அன்போடு போர்த்துகிறாள் பாரு - அதைப் பத்தித் தெரிஞ்சுக்க அவர் விரும்புவார்ன்னு நினைக்கிறேன். அவருகிட்டச் சொல்லியாகணும்.

ஸ்கார்பியஸ்

என் அப்பாகிட்டச் சொல்லணும்னு நான் விரும்புகிறேன். என்னன்னு எனக்கு உறுதிப்படலை. அவரு நினைக்கிறதைக் காட்டிலும் கூடுதலா நான் அப்பப்போ துணிச்சல்காரனா இருக்க முடியும்ன்னு அவரு கிட்ட சொல்லணும்னு நினைக்கிறேன்.

ஆல்பஸுக்கு ஓர் எண்ணம் உதிக்கிறது.

ஆல்பஸ்

ஸ்கார்பியஸ், அந்த போர்வை இன்னமும் என் அப்பாகிட்ட இருக்கு.

ஸ்கார்பியஸ்

அது வேலைக்காகாது. இதன் மீது இப்ப நாம் ஒரு தகவலை எழுதினோம்ன்னா, ரொம்பச் சின்னதா இருந்தாக் கூட, வெகு சீக்கிரத்தில அவரு படிப்பாரு. காலம் பாதிக்கப்படும்.

ஆல்பஸ்

காதல் மாய மருந்துகளைப் பத்தி என்ன நினைக்கிறே? என்னென்ன பொருள்கள் அதுக்குள்ள அடங்கியிருக்கும்?

ஸ்கார்பியஸ்

மத்த பொருள்களோட முத்துத் தூள்.

ஆல்பஸ்

முத்துத் தூள்ங்றது ரொம்ப அரிதாக் கிடைக்கக் கூடியது, இல்லையா?

ஸ்கார்பியஸ்

அதுக்கு முக்கிய காரணம் அது விலை அதிகம். எதுக்காகக் கேக்கிற, ஆல்பஸ்?

ஆல்பஸ்

நான் பள்ளிக்குப் புறப்படுவதற்கு முந்திய நாள் என் அப்பவுக்கும் எனக்கும் சண்டை நடந்தது.

ஸ்கார்பியஸ்

இது எனக்குத் தெரியும். அதனால தான் நாம இந்த இக்கட்டுல மாட்டிக்கிட்டோம்னு நினைக்கிறேன்.

ஆல்பஸ்

அறைக்கு ஊடாக அந்தப் போர்வையை நான் தூக்கி எறிஞ்சேன். காதல் மாயமருந்து மேல அது மோதிடுச்சு. அதை ஒரு வேடிக்கையா ரோன் கொடுத்திருந்தாரு.

ஸ்கார்பியஸ்

அவரு ஒரு வேடிக்கையான ஆளு.

ஆல்பஸ்

மாயமருந்து சிதறிடுச்சு. அந்தப் போர்வை அதுக்குள்ள மூடப்பட்டிருந்தது. தற்செயலா எனக்குத் தெரிந்த செய்தி நான் வீட்டை விட்டு வந்ததிலிருந்து, அம்மா அப்பாவை அந்த அறைக்குள்ள போறதுக்கு அனுமதிக்கிறதில்லையாம்.

ஸ்கார்பியஸ்

அப்படியா?

ஆல்பஸ்

ஆகவே, அவுங்களோட காலக்கணக்குப்படியும், நாம இப்போ இருக்கிற காலத்தின்படியும் ஹால்லோ தினம் வரப்போகுது - அவரு அந்தப் போர்வை கூடவே எப்போதும் இருக்கிறதை விரும்புறதாகவும் ஹால்லோ தினம் சமையத்தில அதனோட இருப்பதை விரும்புவதாகவும் அவர் எங்கிட்ட சொல்லியிருக்காரு. அது தான் அவருடைய அம்மா அவருக்குக் கடைசியாக் கொடுத்தது. ஆக, அதை அவரு தேடுவாரு, அதைப் பார்க்கும் போது...

ஸ்கார்பியஸ்

முடியலை, இன்னமும் நீ சொல்றது புரியலை.

ஆல்பஸ்

முத்துத் தூளோட எது வேதியல் வினை புரியுது?

ஸ்கார்பியஸ்

டெமிகைஸ் டின்க்சரும் முத்துத் தூளும் சேர்ந்தா எரியும்'னு சொல்லுவேங்க.

ஆல்பஸ்

டெமிகைஸ் (அந்த வார்த்தையை எப்படி உச்சரிப்தென்று அவனுக்குத் தெரியவில்லை) டின்க்சர் வெறுங் கண்ணுக்குத் தெரியுமா?

ஸ்கார்பியஸ்

தெரியாது.

ஆல்பஸ்

ஆக, அந்தப் போர்வை வாங்கி அதில நாம டெமிகைஸ் டின்க்சர்ல எழுதினோம்னா, அப்பறம்.....

ஸ்கார்பியஸ் (ஆர்வத்துடன்)

காதல் மாயமருந்தோட சேருற வரைக்கும் எதுவும் நடக்காது. உன் அறையிலே. இப்போ உள்ளபடி. டம்பிள்டோர் மேல சத்தியமா, இந்த யோசனை எனக்குப் பிடிச்சிருக்கு.

ஆல்பஸ்

உடனே செயல்ல இறங்கணும்... எங்கே கொஞ்சம்... டெமிகைஸ் கிடைக்கும்.

ஸ்கார்பியஸ்

உனக்குத் தெரியுமா, மந்திரவாதிகளும் சூனியக்காரிகளும் அவுங்க வீட்டுக் கதவுகளைப் பூட்டி வைக்கிறதை

பதில்டா பேக்சாட் பார்த்ததே இல்லைன்னு வதந்தி கேள்விப்பட்டிருக்கேன்...

கதவுகள் அகலத் திறந்து கிடக்கின்றன.

வதந்தி உண்மை தான். சில மந்திரக்கோல்களைத் திருடுவதற்கும் மாயமருந்தை எடுப்பதற்கும் சரியான நேரம்.

அங்கம் 4 காட்சி 6

ஹேரி, ஜின்னி பாட்டர் இல்லம், ஆல்பஸ் அறை

ஆல்பஸின் படுக்கையின் மீது ஹேரி அமர்ந்திருக்கிறார். ஜின்னி நுழைகிறாள் அவரைப் பார்க்கிறாள்.

ஜின்னி

ஆச்சிரியமா இருக்கே, இங்க இருக்கீங்க?

ஹேரி

கவலைப்படாதே, நான் எதையும் தொடலை. உன்னுடைய ஆலயம் பாதுகாப்பா இருக்கு. (பதைபதைக்கிறார்) சாரி! தப்பான வார்த்தைகளைச் சொல்லிட்டேன்.

ஜின்னி எதுவும் பேசவில்லை. அவளை ஹேரி நிமிர்ந்து பார்க்கிறார்

உனக்குத் தெரியும் ஒரு சில பயங்கரமான ஹால்லோ தினங்களை நான் பாத்திருக்கேன் - ஆனா, இது அதைக் காட்டிலும் பயங்கரமா இருக்கப் போகுது.

ஜின்னி

என்னோட தப்பு - உங்களைக் குற்றம் சொல்றது - நீங்க பதட்டமா அவசரப்பட்டு வேலைகள்ல இறங்குறீங்கன்னு எப்பவுமே உங்களைக் குற்றம் சொல்வேன். ஆனா, அப்படிச் செய்றது நான் தான் - ஆல்பஸ் வீட்டை விட்டுப் போயிட்டான். அது உங்களுடைய தப்புன்னு நினைச்சேன். அப்படிச் செஞ்சதுக்கு என்னை மன்னிச்சுடுங்க.

ஹேரி

இது என்னுடைய தப்புன்னு நீ நினைக்கலையா?

ஜின்னி

ஹேரி, அவனைச் சக்திமிக்க சூனியக்காரி கடத்திட்டுப் போயிட்டா, அது எப்படி உங்க தப்பாகும்?

ஹேரி

அவனை நான் தொரத்திட்டேன், அவனை அவளிடம் நான் தான் தொரத்தினேன்.

ஜின்னி

இதுவே நாம் ஏற்கெனவே போரில் தோத்துப் போனதற்கான அறிகுறி இல்லையா?

ஜின்னி தலையை அசைக்கிறாள். ஹேரி அழத் தொடங்கி விடுகிறார்.

ஹேரி

என்னை மன்னிச்சுக்கோ, ஜின் ----

ஜின்னி

நான் சொன்னதை நீங்க கவனிக்கலையா? என்னையும் மன்னிச்சிடுங்க.

ஹேரி

நான் உயிர் பிழைச்சிருக்கவே கூடாது - சாகவேணும்ங்றது என் தலையெழுத்து - டம்பிள்டோர் கூட அப்படித்தான் நினைச்சார் - இருந்தும் நான் உயிரோட இருக்கேன். வோல்டெமோர்ட்டைத் தோக்கடிச்சேன். மக்களெல்லாம் - எல்லா மக்களும் -என்னோட பெற்றோர், ஃப்ரெட், இந்தப் பையன் கிரெய்க், மடிந்த ஐம்பது பேர் - நான் ஒருவன் பிழைத்திருப்பதற்காகவா? இது எப்படி? இத்தனை இழப்புகள். எல்லாமே என்னுடைய தவறு.

ஜின்னி

அவங்களைக் கொன்னவன் வோல்டெமோர்ட்.

ஹேரி

ஆனால், அவனை நான் முன்கூட்டியே தடுத்திருந்தால்? அத்தனை ரத்தமும் என் கைகளில். இப்போ நம்ம மகனையும் தூக்கிட்டுப் போயிட்டா.....

ஜின்னி

அவன் சாகலை. ஹேரி நான் சொல்றது கேக்குதா? அவன் சாகவே இல்லை.

ஹேரியைத் தழுவிக் கொள்கிறாள். மகிழ்ச்சியற்ற நிலை முழுமையாக நிறைந்திருக்க நீண்ட அசைவின்மை.

ஹேரி

பிழைத்துக் கொண்ட பையன்! இந்தப் பிழைத்துக் கொண்ட பையனுக்காக எத்தனை பேர் சாக வேண்டியிருந்தது?

ஹேரி அங்குமிங்குமாக ஒரு கணம் நடக்கிறார், எதுவும் பிடிபடாமல். பின் அந்தப் போர்வையைக் கவனிக்கிறார். அதை நோக்கி நடக்கிறார்.

அந்த ஹால்லோ தினத்தன்று.... எங்கிட்ட இருந்ததெல்லாம் இந்தப் போர்வை மட்டும் தான் தெரியுமா? அவுங்களை நினைவு படுத்திக்கிறதுக்கு எங்கிட்ட இருக்கிறதெல்லாம் இது மட்டுமே. அப்புறம் -

அந்தப் போர்வையை எடுத்துக் கொள்கிறார். அதில் துளைகள் இருப்பதைக் காண்கிறார் மன வேதனையுடன் அதனைப் பார்க்கிறார்.

இதுல ஓட்டைகள் இருக்கு. ரோன் முட்டாள்தனமாக் கொடுத்த காதல் மாயமருந்து அதனை எரித்து விட்டது. இதனைப் பார். கிழிஞ்சு போச்சு, அழிஞ்சு போச்சு.

ஹேரி அனை எறிகிறார். ஜின்னி எடுத்து ஆய்வு செய்கிறாள்.

ஜின்னி

ஹேரி...

ஹேரி

என்னா?

ஜின்னி

இதுல - ஏதோ - எழுதியிருக்கு----

மேடையின் மறுபுறம், ஆல்பஸூம் ஸ்கார்பியஸூம் தோன்றுகின்றனர். எவ்வித எச்சரிக்கையும் இல்லாமல் அவர்கள் தோன்றுகின்றனர். அவர்கள் காலத்தால் பிரிக்கப்பட்டிருந்த போதிலும், ஹேரியுடனும் ஜின்னியுடனும் மேடையைப் பகிர்ந்து கொள்கின்றனர்.

ஆல்பஸ்

அப்பா...

ஸ்கார்பியஸ்

அப்பா'ன்னா ஆரம்பிக்கிற?

ஆல்பஸ்

அப்பத்தான் அவரு நான் பேசறதா நினைப்பாரு.

ஸ்கார்பியஸ்

அவருடைய பேரு ஹேரி. ஹேரின்னு தான் தொடங்கணும்.

ஆல்பஸ் (உறுதியாக)

அப்பா'ன்னு தான் ஆரம்பிக்கிறோம்.

ஹேரி

அப்பா, அப்பா'ன்னா சொல்லுது? தெளிவா இல்லையே...

ஸ்கார்பியஸ்

அப்பா, உதவி!

ஜின்னி

ஹலோ, அது ஹலோன்னா சொல்லுது? அப்புறம் 'GOOD'

ஹேரி

அப்பா ஹலோ குட் ஹலோ? இல்லை. இது ஏதோ புதுமையான கேளிக்கை.

ஆல்பஸ்

அப்பா, உதவி, காட்ரிக்ஸ் ஹால்லோ.

ஜின்னி

அதைக் கொடுங்க. கண்பார்வை எனக்கு நல்லாயிருக்கு. ஆமா, அப்பா ஹெல்லோ குட் - மறுபடியும் ஹெல்லோ இல்லை. ஹால்லோ. அல்லது ஹல்லோ? அப்புறம், சில எண்கள் - அவை தெளிவா இருக்கு - 3....1...1...0...8...1... ஏதாவதொரு மக்ல்லோட தொலைபேசி எண்ணா? இல்லை...

ஹேரி நிமிர்ந்து பார்க்கிறார். ஒரே நேரத்தில் எத்தனையோ எண்ணங்கள் அவருடைய மூளையில் மோதுகின்றன.

ஹேரி

இல்லை. அது தேதி. 31 அக்டோபர், 1981. என் பெற்றோர் கொல்லப்பட்ட நாள்.

ஜின்னி ஹேரியைப் பார்க்கிறாள். பின் அந்தப் போர்வையைப் பார்க்கிறாள்.

ஜின்னி

அது ஹெலோ இல்ல, ஹெல்ப்!

ஹேரி

'அப்பா. உதவி. காட்ரிக் ஹால்லோ. 31-10-81. இது ஒரு தகவல். அறிவாளி, எனக்குத் தகவல் அனுப்பியிருக்கான்.

ஜின்னியை ஹேரி அழுத்தமாக முத்தமிடுகிறார்.

ஜின்னி

ஆல்பஸ் எழுதியிருக்கானா?

ஹேரி

அவனுக எங்கே இருக்கானுக, எந்தக் காலக்கட்டத்தில இருக்கானுகன்னு சொல்லியிருக்கு. இப்போ நமக்கு அவன் எங்கே இருக்கான்னு தெரிஞ்சுருச்சு. அவளோட எங்கே சண்டை போடணும்னு தெரிஞ்சிருச்சு.

அவர் அவளை மீண்டும் மேலும் அழுத்தமாக முத்தமிடுகிறார்.

ஜின்னி

அவனை இன்னும் நாம மீட்டுக் கொண்டு வரலை.

ஹேரி

நான் ஹெர்மியோனுக்கு ஒரு ஆந்தையை அனுப்புறேன். டிராகோவுக்கு நீ ஒன்னை அனுப்பிடு. டைம் டர்னரோட காட்ரிக் ஹால்லோவில நம்மைச் சந்திக்கச் சொல்லு.

ஜின்னி

இது நமக்குள்ள, சரியா? நானில்லாம காலத்தால பின்னோக்கிப் போறதை நினைக்கக் கூடக் கூடாது, ஹேரி?

ஹேரி நிறைந்த நன்றியுணர்வுடனும் காதலுணர்வுடனும் தன் மனைவியை முத்தமிடுகிறார்.

ஹேரி

நீ உறுதியாக வருகிறாய். நமக்கு இது ஒரு வாய்ப்பு ஜின்னி - டம்பிள்டோர் மீது ஆணையாக - நமக்குத் தேவையானதும் அவ்வளவு தான் - ஒரு வாய்ப்பு.

அங்கம் 4 காட்சி 7

காட்ரிக்ஸ் ஹால்லோ

ரோன், ஹெர்மியோன், டிராகோ, ஹேரி, ஜின்னி அனைவரும் தற்கால காட்ரிக்ஸ் ஹால்லோ ஊடாக நடக்கின்றனர். பரபரப்பான வணிக நகரம். கால ஓட்டத்தால் வெகுவாக விரிவடைந்து விட்டது.

ஹெர்மியோன்

காட்ரிக்ஸ் ஹால்லோ, இருபது ஆண்டுகள் ஆகியிருக்கும்...

ஜின்னி

இங்கே நான் மட்டும் தானா இல்லை கூடுதல் மக்ல்ஸ் இருக்காங்களா?

ஹெர்மியோன்

இது ஒரு விடுமுறைக்கால ஓய்விடமா பிரபலமாயிடுச்சு.

டிராகோ

ஏன்னு எனக்குத் தெரியும், ஓலை வேயப்பட்ட கூரைகளைப் பார். உழவர்களுடைய சந்தை அது தான்.

ஹேரியிடம் ஹெர்மியோன் நெருங்கி வருகிறாள். அவர் தான் கண்டவற்றால் வாயடைத்து தன்னைச் சுற்றிலும் பார்த்துக்கொண்டிருக்கிறார்.

ஹெர்மியோன்

கடைசியா எப்போ இங்கே வந்தோம்ன்னு உனக்கு நினைவு இருக்கா? முற்காலத்தில இருந்த மாதிரியே இருக்கிறாப் போல தோணுது.

ரோன்

முற்காலத்தில பார்க்கச் சகிகக்காத தலைபின்னிச் சடை போட்டவனுக சில பேரு கூட்டத்தோட கூட்டமாத் திரிஞ்சேங்க.

திண்ணிய மாடப்புறா வகைப் பறவை ஒன்றின் கீச்சொலியைக் கேட்டவுடன் அறிந்து கொள்கிறார்.

டிராகோ

நான் ஒன்னு சொல்லட்டுமா...

ரோன்

மால்பாய், ஹேரி கிட்ட நீ ரொம்ப, ரொம்ப நெருக்கமா இருக்கலாம். அவரைப் போலவே ஒரு நல்ல பிள்ளையை நீயும் பெத்திருக்கலாம். ஆனால், சொல்லக் கூடாத வார்த்தைகளையெல்லாம் என் மனைவி கிட்டயும் அவளைப் பத்தியும் பேசியிருக்க....

ஹெர்மியோன்

உன் மனைவி அவளுக்காகப் போரிட உன் உதவியைக் கேக்கலை.

ஹெர்மியோன் அலட்சியமாக ரோனைப் பார்க்கிறாள். ரோன் அந்தத் தாக்குதலை ஏற்றுக் கொள்கிறார்.

ரோன்

போகட்டும். ஆனா, இனி அவளைப் பத்தியோ என்னைப் பத்தியோ ஒரு வார்த்தை பேசின...

டிராகோ

நீ என்ன செஞ்சுருவ வீஸ்லீ?

ஹெர்மியோன்

உன்னைக் கட்டி அணைச்சுக்குவாரு. ஏன்னா, நாமெல்லாம் ஒரே குழுவில இருக்கோம்ல, இல்லையா, ரோன்?

ரோன் (அவளுடைய அசையாத கூர்மையான பார்வையை எதிர்கொள்ளத் தயங்கியவறாக)

பரவாயில்லை. நான், உம், டிராகோ, உன்னுடைய தலைமுடி ரொம்ப அழகா இருக்குன்னு நினைக்கிறேன்.

ஹெர்மியோன்

நன்றி, கணவரே. இப்போ, இந்த இடம் நல்லா இருக்குன்னு தோனுது. நாம வேலையைத் தொடங்குவோம்...

டிராகோ டைம் டர்னரை வெளியில் எடுக்கிறார். அது பயங்கர வேகமாகச் சுழலத் தொடங்குகிறது. அனைவரும் அதைச் சுற்றி தயார் நிலையில் நிற்கின்றனர்.

ஒரு பூதமாக ஒளி பீறிடுகிறது. மோதல் பேரொலி. கால ஓட்டம் நிற்கிறது. நேர் எதிராகத் திரும்புகிறது. சற்றே யோசிக்கிறது. பின்னோக்கி விரையத் தொடங்குகிறது. முதலில் மெதுவாக...

பின்னர் வேகம் அதிகரிக்கிறது.

அவர்கள் தம்மைச் சுற்றிலும் பார்த்துக் கொள்கின்றனர்.

ரோன்

அப்படின்னா? வேலை செஞ்சுடுச்சா?

அங்கம் 4 காட்சி 8

காட்ரிக் ஹால்லோ, ஒரு கூடாரம், 1981

முதலில் ஜின்னியையும் பின்னர் ஹேரியையும் ஆல்பஸ் வாய் பிளந்து பார்க்கிறான். அதன் பின் மகிழ்ச்சி ததும்பும் குழுவினரைக் கவனிக்கிறான் - ரோன், டிராகோ, ஹெர்மியோன்.

ஆல்பஸ்

அம்மா?

ஹேரி

ஆல்பஸ் செவெரஸ் பாட்டர், உன்னைப் பார்த்ததிலே எங்களுக்கு ரொம்ப மகிழ்ச்சி.

ஆல்பஸ் ஓடிப்போய் ஜின்னியினுடைய கைகளில் தாவுகிறான். அவளும் அவனை ஆரத் தழுவி மகிழ்கிறாள்.

ஆல்பஸ்

நான் அனுப்பிய தகவல் கிடைத்ததா...

ஜின்னி

கிடைச்சது.

ஸ்கார்பியஸ் தன் தந்தையை நோக்கிப் பாய்கிறான்.

டிராகோ

நீ விரும்பினால், நாமும் கட்டி அணைத்துக் கொள்ளலாம்.

ஸ்கார்பியஸ் செய்வதறியாமல் ஒரு கணம் தன் தந்தையைப் பார்க்கிறான், அதன் பின்னர், அருவருப்பான விதத்தில் அரைகுறையாகக் கட்டியணைத்துக் கொண்டனர். டிராகோ நகைக்கிறார்.

ரோன்

இப்போ, டெல்ஃபி எங்கே இருக்கிறாள்?

ஸ்கார்பியஸ்

உங்களுக்கு டெல்ஃபியைத் தெரியுமா?

ஆல்பஸ்

அவ இங்க தான் இருக்கா - அவ உங்களைக் கொல்றதுக்கு முயற்சி பண்றான்னு நினைக்கிறோம். வோல்டெமோர்ட்டே சாபம் விடுவதற்கு முன் அவ உங்களைக் கொல்லப் போறா. கொன்னு ஆரூடத்தை முறிக்கப் போறாள்...

ஹெர்மியோன்

ஆமாம், அதுவும் கூட நடக்கலாம்ன்னு நினைக்கிறோம். குறிப்பா அவ எங்கே இப்ப இருப்பான்னு உங்களுக்குத் தெரியுமா?

ஸ்கார்பியஸ்

அவ மறைஞ்சிருக்கா. எப்படி நீங்க - எப்படி நீங்க டைம் டர்னர் இல்லாமல் கண்டுபிடிப்பீங்க.....

ஹேரி (குறுக்கிட்டு)

அது நீளமான, சிக்கலான கதை, ஸ்கார்பியஸ். ஆனா, அதுக்கெல்லாம் நேரமில்லை.

டிராகோ ஹேரியைப் பார்த்து நன்றியுணர்வுடன் சிரிக்கிறார்.

ஹெர்மியோன்

ஹேரி சொல்றது சரிதான். நேரம் ரொம்ப முக்கியம். எல்லாரையும் அவுங்கவுங்க இடத்திலே தயார் நிலையில் நிறுத்தணும். இப்போ, காட்ரிக் ஹால்லோ பரந்த இடமா இல்லை. அவள் எந்தத் திசையிலிருந்து வேணுமின்னாலும் தாக்குவா. ஆகையால, நகரத்தை முழுமையாக நன்கு பார்ப்பதற்கு ஏதுவான இடம் நமக்குத் தேவை. அந்த இடம் நமக்கு நிறைய, துல்லியமான கண்காணிக்கும் மையங்களை அமைக்க ஏதுவா இருக்கணும். அதைக் காட்டிலும் ரொம்ப முக்கியமா அது நாமெல்லாம் ஒளிந்து கொள்றதுக்கு ஏத்ததா இருக்கணும். ஏன்னா, நம்மை யாரும் பாத்துடக் கூடாது.

சிந்தனையால் அவர்கள் அனைவருடைய முகங்களும் சுழிக்கின்றன.

புனித ஜெரோம் தேவாலயம், அது தான் நாம எதிர்பார்க்கிற எல்லாத்துக்கும் பொருத்தமா இருக்கும், இல்லையா?

அங்கம் 4 காட்சி 9

காட்ரிக்ஸ் ஹால்லோ, தேவாலயம், புனிதஇடம், 1981

ஆல்பஸ் திருக்கோவில் திண்ணையில் உறங்கிக் கொண்டிருக்கிறான். ஜின்னி அவனைக் கவனமாகக் காவல் காக்கிறாள். ஹேரி எதிர் சன்னல் வழியாக வெளியே நோட்டமிடுகிறார்.

ஹேரி

காணோம், எங்கேயும் காணோம், அவளை ஏன் இந்தப் பக்கம் காணோம்?

ஜின்னி

நாமெல்லாம் சேர்ந்திருக்கோம், உங்க அம்மா, அப்பா உயிரோட இருக்காங்க. நம்மால காலத்தைத் திருப்ப முடியும், ஹேரி, அதனுடைய வேகத்தைக் கூட்ட முடியாது. அவள் தயாராகும் போது வருவாள். அவளுக்காக நாம் தயாராக இருப்போம்.

ஆல்பஸ் தூங்குவதை அவள் பார்க்கிறாள்.

நம்மில் சிலராவது.

ஹேரி

அப்பாவிப் பய உலகத்தைக் காப்பாத்தணும்னு நினைச்சிருக்கான்.

ஜின்னி

அப்பாவிப் பய உலகத்தைக் காப்பாத்திட்டான். அந்தப் போர்வை தான் மேதாவி. அதாவது, அவன் கிட்டதட்ட உலகத்தை அழிச்சிட்டான். ஆனாலும், அந்த விசயத்துக்கு அழுத்தம் கொடுக்காம இருக்கிறது ரொம்ப நல்லது.

ஹேரி

அவன் செய்ததெல்லாம் சரியானதுன்னு நினைக்கிறியா?

ஜின்னி

அவனும் அங்கே தான் வந்துக்கிட்டிருக்கான், அவனுக்குச் சிறிது காலம் பிடிக்கலாம், உங்களுக்கும் கூட சிறிது காலம் தேவைப்படலாம்.

ஹேரி புன்னகைக்கிறார். அவள் திரும்பி ஆல்பஸைப் பார்க்கிறாள். அவனும் அதையே செய்கிறான்.

உங்களுக்குத் தெரியுமா, இரகசிய ஆலோசனைக் குழுமத்தைத் திறந்த பிறகு - அந்தப் பயங்கரமான டைரியைக் கொண்டு வோல்டெமோர்ட் என்னைச் சூனியக்காரி யாக்கி கிட்டத்தட்ட அனைத்தையும் நான் அழித்த பிறகு----

ஹேரி

எனக்கு நினைவு இருக்கு.

ஜின்னி

நான் மருத்துவமனையிலிருந்து வெளியே வந்த போது, அனைவரும் என்னைப் புறக்கணித்தார்கள், கதவை அடைத்து வெளியே துரத்தினர் - அந்த ஒரு பையனைத் தவிர, அவனிடம் அனைத்தும் இருந்தது. - க்ரை:ஃபைண்டர் பொது அறைக்கு வந்து எக்ஸ்ப்ளோடிங் ஸ்னேப் விளையாட்டு என்னைப் போட்டிக்கு அழைச்சான். எல்லாரும் உங்களைப் பத்தின அனைத்தையும் தெரிந்து கொண்டதாக நினைக்கிறாங்க, ஆனால், உங்ககிட்ட இருக்கிற - எப்போதும் இருந்துக்கிட்டிருக்கிற - நல்ல விசயங்கள், நீங்கள் உண்மையிலேயே வீரத்துடன் செயல்பட்டிருக்கீங்க. என்னுடைய கருத்து - இந்தப் பிரச்சினை ஓய்ந்த பின் - உங்களால முடிஞ்சா ஞாபகம் வைச்சுக்கோங்க - மக்கள் சில சமையங்களில் - குறிப்பாக குழந்தைகள் - எக்ஸ்ப்ளோடிங் கேம் விளையாட யாரையாவது தேடுவாங்க.

ஹேரி

அது இல்லைங்றதைப் பத்தித் தான் நினைக்கிறியா - எக்ஸ்ப்ளோடிங் ஸ்னேப்?

ஜின்னி

இல்லை. அன்றைக்கு உன்னிடம் நான் உணர்ந்த காதல் - அதை ஆல்பஸ் உணருகிறானா என்பது கூட நிச்சயமாத் தெரியலை.

ஹேரி

அவனுக்காக நான் என்ன வேணுமானாலும் செய்வேன்.

ஜின்னி

ஹேரி, நீ யாருக்காக வேணுமானாலும் எதை வேணுமானாலும் செய்வீங்க. இந்த உலகத்துக்காக உங்களையே தியாகம் செய்வதில் மகிழ்ச்சி அடைஞ்சீங்க. அவன் குறிப்பான அன்பை உணருவதற்கு ஆசைப்படுகிறான். அது அவனை வலிமைப்படுத்தும், உங்களையும் கூட.

ஹேரி

ஆல்பஸ் நம்மை விட்டுப் போயிட்டான்னு நினைக்கும் வரை, என் அம்மாவால எனக்கு என்ன செய்ய முடிந்தது என்பதை உண்மையாகப் புரிந்து கொள்ள என்னால் முடியவில்லை, தெரியுமா? சாவுக்கான சாப மந்திரத்தை முறியடிக்க வல்ல ஆற்றல் மிக்க எதிர் மந்திரம்.

ஜின்னி

வோல்டெமோர்ட்டால புரிந்து கொள்ள முடியாத ஒரே மந்திரம் - அன்பு.

அந்த அறை முழுவதும் அந்த வார்த்தை கனமாகவும் அழகாகவும் உணரப்படுகிறது.

ஹேரி

ஜின்னி, அவனை நானும் குறிப்பாக நேசிக்கிறேன்.

ஜின்னி

எனக்குத் தெரியும். ஆனால், அதை அவன் உணர வேண்டும்.

தன் மனைவியைப் பார்த்து கவலையுடன் புன்னகைக்கிறார், தான் மாற்றிக்கொள்ள வேண்டியவற்றையெல்லாம் அறிந்தவராக.

ஹேரி

உன்னைக் கைப்பிடித்த நான் அதிர்ஷ்டசாலி, இல்லையா?

ஜின்னி

அளவு கடந்த அதிர்ஷ்டம். ஆனாலும், மற்றுமொரு சமையத்தில் நாம் எவ்வளவு அதிர்ஷ்டசாலிகளாக இருந்தோம் என்பதை விவாதிப்பதில் நான் பெரும் மகிழ்ச்சி அடைகிறேன். ஆனா, இப்போதைக்கு, டெல்ஃபியை தடுத்து நிறுத்துறது எப்படின்னு யோசிப்போம்.

ஹேரி

ஆமா, நமக்கு நேரமாயிடுச்சு.

ஜின்னிக்கு ஓர் எண்ணம். தோன்றுகிறது.

ஜின்னி

ஹேரி, யாரேனும் சிந்திக்கவில்லையென்றால், அவள் இன்றைய தினத்தை ஏன் தேர்ந்தெடுக்க வேண்டும்?

ஹேரி

ஏன்னா, அனைத்தும் மாற்றமடைந்தது இன்றைக்குத் தான்...

ஜின்னி

இந்தச் சமையத்துல உனக்கு ஒரு வயதுக்கு மேல ஆயிருக்கும், இல்லையா?

ஹேரி

ஒரு வருடம் மூன்று மாதம்.

ஜின்னி

அதாவது, ஒரு வருடம் மூணு மாதத்திற்குள் அவள் உங்களைக் கொன்னிருக்க முடியும். இப்பக் கூட அவள் காட்ரிக்ஸ் ஹால்லோவில கடந்த இருபத்தி நாலு மணி நேரமா இருக்காள். அவள் எதற்காகக் காத்திருக்கா?

ஹேரி

இன்னமும் என்னால முழுமையாகப் புரிந்து கொள்ள முடியவில்லை----

ஜின்னி

அவள் காத்திருக்கிறது உங்களுக்காக இல்லை என்கிற போது - அவனுக்காகக் காத்திருக்கிறாள் - அவனைத் தடுத்து நிறுத்துவதற்கு.?

ஹேரி

என்ன?

ஜின்னி

டெல்ஃபி இன்றிரவைத் தேர்ந்தெடுத்தது எதுக்குன்னா, அவன் இங்கே வருகிறான் - அவளுடைய அப்பா வருகிறார். அவரை அவள் சந்திக்க விரும்புகிறாள். அவருடன் இருப்பதற்கு, தன் அன்பிற்குரிய அப்பாவுடன் இருப்பதற்கு விரும்புகிறாள். உங்களைத் தாக்கிய போது தான் வோர்டெமோர்ட்டோட பிரச்சினை ஆரம்பமாச்சு, தாக்காமல் இருந்திருந்தால் -

ஹேரி

மேலும் கூடுதல் வலிமையுள்ளவ னாகியிருப்பான் - இருள் உலகமும் மேலும் கூடுதல் இருளடர்ந்தாக மாறியிருக்கும்.

ஜின்னி

ஆரூடத்தைப் பலிக்கவிடாமல் தடுப்பதற்குச் சிறந்த வழி ஹேரி பாட்டரைக் கொல்வதல்ல, வோல்டெமோர்ட்டை எதையும் செய்ய விடாமல் தடுப்பது.

அங்கம் 4 காட்சி 10

காட்ரிக்ஸ் ஹால்லோ, தேவாலயம், 1981

குழுவினர் அனைரும் ஒன்றிணைந்து விட்டனர். ஒரே குழப்பம்.

ரோன்

இதைச் சரி செய்ய விடுங்க - வோல்டெமோர்ட்டைக் காப்பாத்துறதுக்கா நாம சண்டை போடுறோம்?,

ஆல்பஸ்

வோல்டெமோர்ட் என் தாத்தா பாட்டியைக் கொன்னான், என் அப்பாவைக் கொல்லப் போறான்.

ஹெர்மியோன்

உண்மை தான், ஜின்னி. டெல்ஃபி ஹேரியைக் கொல்ல முயற்சி பண்ணலே - வோல்டெமோர்ட் ஹேரியைக் கொல்வதைத் தடுத்து நிறுத்துறா. கெட்டிக்காரி.

டிராகோ

ஆக - சும்மா காத்திருக்கப் போறோம்? வோல்டெமோர்ட் வர்ற வரைக்கும்?.

ஆல்பஸ்

அவரு எப்ப வர்றாருங்றது அவளுக்குத் தெரியுமா? அவரு எப்ப வருவாரு, எந்தத் திசையிலிருந்து வருவாருங்றது தெரியாததால தானே அவ இருபத்தி நாலு மணி நேரத்துக்கு முன்னாலயே வந்திருக்கா? வரலாற்றுப் புத்தகங்கள் - ஸ்கார்பியஸ் நான் சொல்றது தப்பா இருந்தா திருத்திச் சொல்லு - காட்ரிக்ஸ் ஹால்லோவுக்கு அவரு எப்ப, எப்படி வந்தாருங்கறதைச் சரியாச் சொல்லலை.

ஸ்கார்பியஸும் ஹெர்மியோனும்

நீ சொல்றது தப்பு.

ரோன்

சரியாப் போச்சு, அவுங்க ரெண்டு பேரா இருக்காங்க!

டிராகோ

ஆக, இதை நமக்குச் சாதகமா எப்படிப் பயன்படுத்திக்கிறது?

ஆல்பஸ்

எந்த வேலையை நான் நல்லாச் செய்வேன்னு உங்களுக்குத் தெரியுமா?

ஹேரி

எத்தனையோ விசயத்தில நீ கெட்டிக்காரன், ஆல்பஸ்.

ஆல்பஸ்

மாயமருந்து தயாரிக்கிறதில. பத்தில்டா பேகூஷாட் மாயமருந்துக்கான எல்லாப் பொருள்களையும் அவளுடைய நிலவறையில வைச்சிருக்கான்னு நினைக்கிறேன். மாயமருந்தால வோல்டெமோர்ட்டா மாறிட்டா அவளை நம்மகிட்டக் கொண்டு வந்திடலாம்.

ரோன்

மாயமருந்தைப் பயன்படுத்தனும்னா, அந்த ஆளோட சிறு பகுதியாவது தேவை.

ஹெர்மியோன்

அந்த யோசனை எனக்குப் பிடிச்சிருக்கு, பூனையாகப் பாசாங்கு செய்ற எலி.

ஹேரி

உருமாற்றம் பண்றதுல எவ்வளவு நெருக்கமாப் போக முடியும்?

ஹெர்மியோன்

வோல்டெமோர்ட் எப்படியிருப்பான்னு நமக்குத் தெரியும். இங்கே நம்ம கிட்ட மிகச்சிறந்த மந்திரவாதிகளும் சூனியக்காரிகளும் இருக்காங்க.

ஜின்னி

வோல்டெமோர்ட்டா உருமாற்றமடைய நீ விரும்புறியா?

ஆல்பஸ்

அது தான் ஒரே வழி.

ஹெர்மியோன்

அதே தான், இல்லையா?

ரோன்

அப்படின்னா, நான் விரும்புறேன் - நான் தான் அவனா இருக்கணும்னு நினைக்கிறேன். - ஆனால் என்னைப் பத்தி நானே புகழ்ந்து பேசிக்காமல் இருக்கணும் - நாம எல்லாத்தையும் விட நான் சாந்தமானவன்.....அவனாக உருமாற்றமடைவதால - இருண்ட உலகத்துக்குள்ள - அதிக தீவிரமான உங்களைக் காட்டிலும் எனக்குக் குறைந்த பாதிப்பாக இருக்கலாம்.

ஹெர்மியோன்

யாரைத் தீவிரம்ன்னு சொல்ற?

டிராகோ

நானுங் கூட விருப்பப்படுறேன். வோல்டெமோர்ட்டா இருக்கிறதுக்கு ரொம்பப் பொருத்தமாயிருக்கணும்.... ரோன் இருக்கிறதுல தப்பில்ல - கறுப்பு மாயக்கலை கொஞ்சம் தெரிஞ்சிருக்கணும்...

ஹெர்மியோன்

நானும் விரும்புறேன். மாயக்கலை அமைச்சர்ங்ற முறையில என்னுடைய பொறுப்பும் உரிமையும் கூட.

ஸ்கார்பியஸ்

சீட்டுக் குலுக்கலாமா...

டிராகோ

ஸ்கார்பியஸ், நீ விருப்பப்படலையா.

ஆல்பஸ்

சரியானது...

ஜின்னி

வாய்ப்பே இல்லை. நீங்கள்லாம் பைத்தியம்ன்னு நினைக்கிறேன். உங்க மூளைக்குள்ள உங்க குரல் எப்படி ஒலிக்குதுன்னு எனக்குத் தெரியும். மறுபடியும் எனக்குள்ள அதை வைச்சுக்க விரும்பலை....

ஹேரி

எது எப்படியானாலும், அது நானாகத் தான் இருக்கணும்.

அனைவரும் ஹேரியைப் பார்க்கின்றனர்.

டிராகோ

என்னது?

ஹேரி

இந்தத் திட்டம் வெற்றியடையனும்னா, அது அவன்தான்னு அவ தயக்கமில்லாம நம்பணும். அவ பார்செல் மொழியைப் பேசுவா - அந்தத் திறமை எனக்கு இன்னமும் ஏன் இருக்குங்கறதுக்குக் காரணம் உண்டு. ஆனால், அதுக்கும் மேல, அவனைப் போல உணருவது எப்படின்னு எனக்குத் தெரியும், அவனாக இருப்பதுன்னா என்னான்னு தெரியும். அது நானாகத் தான் இருக்கணும்.

ரோன்

அர்த்தமில்லாதது. அழகாச் சொன்னீங்க. ஆனா, அழகான அர்த்தமற்றது. எந்த விதத்திலும் நீங்க ---

ஹெர்மியோன்

என்னுடைய நெடுநாள் நண்பரே, நீங்க சொல்லறது சரிதான்னு படுது.

ரோன்

ஹெர்மியோன், நீ சொல்றது தப்பு. வோல்டெமோர்ட் ஏதோ ஒன்னு அல்ல - ஹேரி கூடாது.....

ஜின்னி

என் அண்ணன் பேச்சை ஏத்துக்க விரும்பலை, ஆனா,....

ரோன்

வோல்டெமோர்ட்ட - அவரு ஸ்தம்பித்துப் போயிடுவார் - நிரந்தரமா.

ஹெர்மியோன்

எல்லாருமே அப்படித்தான். உங்களோட அக்கறை சரியானது. ஆனால்....

ஹேரி

ஹெர்மியோன், ஜின், பொறுங்க.

ஹேரியும் ஜின்னும் ஒருவரை ஒருவர் பார்த்துக் கொள்கின்றனர்.

உங்களுக்கெல்லாம் விருப்ப மில்லைன்னா, நான் இதைச் செய்யலை. ஆனால், எனக்கு உள்ள ஒரே வழி அதுதான்னு தோணுது. நான் சொல்றது தப்பா?

ஜின்னி ஒரு கணம் யோசிக்கிறாள். பின் தலையாட்டுகிறாள். ஹேரியின் முகம் இறுகுகிறது.

ஜின்னி

நீங்க சொல்றது சரி.

ஹேரி

அப்படின்னா, இதைச் செய்வோம்.

டிராகோ

நீ எந்த வழியாப் போவேன்னு நாம் விவாதிக்க வேணாவா...

ஹேரி

அவள் கண்காணிச்சுக்கிட்டிருக்கா. அவளே என்னிடம் வருவா.

டிராகோ

அதற்கப்புறம் என்ன? அவள் உன்னுடன் இருக்கும் போது, அவ வலிமையான சூனியக்காரின்னு உனக்குச் சொல்லணுமா?

ரோன்

எளிதானது, அவளை இங்கே கொண்டு வருவாரு. நாம் எல்லாரும் சேர்ந்து அமுக்கீருவோம்

டிராகோ

'அமுக்குறதா'

ஹெர்மியோன் அந்த அறையைச் சுற்றுமுற்றும் பார்க்கிறாள்.

ஹெர்மியோன்

இங்குள்ள கதவுகளுக்குப் பின்னால் நாமெல்லாம் மறைந்து கொள்வோம். ஹேரி, நீங்க அவளை இந்த இடத்திற்குக் கொண்டு வந்துட்டீங்கன்னா, (மேலே வட்டவடிவச் சன்னலிலிருந்து சூரிய ஒளி தரையில் விழுகின்ற இடத்தைச் சுட்டிக் காட்டுகிறாள்.) நாங்கள் வெளியில் வந்து அவள் தப்பித்து விடாமல் தடுத்துவிடலாம்.

ரோன் (டிராகோவைப் பார்த்தபடி)

அப்படியே அவளை அமுக்கிவிடலாம்.

ஹெர்மியோன்

ஹேரி, கடைசி வாய்ப்பு. இதைச் செய்துமுடித்திடலாம்ன்னு நம்பிக்கை இருக்கா?

ஹேரி

ஆமாம். செய்ய முடியும்.

டிராகோ

இல்லை. எத்தனையோ சந்தேகங்கள்... தப்பாகிப் போறதுக்கான எத்தனையோ வாய்ப்புகள்... உருமாற்றத்தைத்

தக்க வைக்கணும். அவ ஊடுருவி பார்ப்பாள். இப்ப அவ தப்பிட்டான்னா, ஏற்படக் கூடிய பாதிப்புகளைச் சொல்லவே முடியாது. அதனால, முறையாகத் திட்டமிடுவதற்கு நேரம் எடுத்துக் கொள்ள வேண்டும்.....

ஆல்பஸ்

டிராகோ, என் அப்பா மேல நம்பிக்கை வையுங்க. அவர் நம்மைக் கைவிட மாட்டார்.

ஹேரி ஆல்பஸைப் பார்க்கிறார் - நெகிழ்ந்து போகிறார்.

ஹெர்மியோன்

மந்திரக்கோல்கள்!

அனைவரும் தமது மந்திரக்கோல்களை பின்னுக்கு இழுத்துக் கொள்கின்றனர். ஹேரி தன்னுடையதைப் பற்றிக் கொள்கிறார். பேரொளி பெருக்கமடைகிறது - மூழ்கடிக்கிறது. உருமாற்றம் மெதுவாக பூதாகரமானதாகிறது.

ஹேரியிடமிருந்து வோல்டெமோர்ட் வெளிப்படுகிறது. படுபயங்கரமானதாக இருக்கிறது. அவர் திரும்புகிறார். தன் நண்பர்களையும் குடும்பத்தாரையும் சுற்றிலும் பார்க்கிறார். பேயறைந்தவர்களாக அவர்கள் அவரைப் பார்க்கின்றனர்.

ரோன்

பாழாப்போச்சு! நரகம்!!

ஹேரி/வோல்டெமோர்ட்

அப்போ, நடந்துவிட்டதா?

ஜின்னி (நடுக்கத்துடன்)

ஆமா, எதிர்பார்த்தபடியே நடந்துவிட்டது.

அங்கம் 4 காட்சி 11

காட்ரிக்ஸ் ஹால்லோ, தேவாலயம், 1981

ரோன், ஹெர்மியோன், டிராகோ, ஸ்கார்பியஸ், ஆல்பஸ் ஆகியோர் சன்னல் வழியே வெளியே பார்த்துக் கொண்டிருக்கின்றனர். ஜின்னியால் பார்க்க முடியவில்லை. பின்புறம் தொலைவில் தனியே அமர்ந்திருக்கிறாள்.

தன் தாய் தனிமையில் அமர்ந்திருப்பதை ஆல்பஸ் கவனிக்கிறான். அவளிடம் செல்கிறான்.

ஆல்பஸ்

இது நல்லவிதமா முடிஞ்சுடும், உனக்குத் தெரியுமில்ல'ம்மா?

ஜின்னி

தெரியும் அல்லது தெரியும்'ன்னு நம்புறேன். சும்மா தான் - அதைப் போல அவரைப் பார்க்க விரும்பலை. என் விரும்பத்திற்குரிய ஒருவர் நான் வெறுக்கின்ற ஒருவருக்குள் மறைக்கப்பட்டுள்ளார்.

ஆல்பஸ் தன் தாய்க்குப் பக்கத்தில் அமர்கிறான்.

ஆல்பஸ்

அவளை விரும்பினேன்'மா. உனக்குத் தெரியுமா? உண்மையிலேயே அவளை விரும்பினேன். டெல்ஃபி. அவளா வோல்டெமோர்ட்டோட மகள்? ,

ஜின்னி

அது தான், ஆல்பஸ், அவுங்களோட தனித்திறமை - அறியாத பசங்களை தங்களோட வலையில சிக்கவைக்கிறது.

ஆல்பஸ்

இது எல்லாம் என்னோட தப்பு.

அவனை ஜின்னி ஆரத் தழுவிக் கொள்கிறாள்.

ஜின்னி

வேடிக்கை! இதுவெல்லாம் தன்னால் தான்னு உங்க அப்பா நினைக்கிறார். ரெண்டு பேருமே விநோதமாத்தான் இருக்கீங்க.

ஸ்கார்பியஸ் குறுக்கிட்டு, 'உஸ்ஸ்ஸ்ஸ்' என்று கதவுக்கருகில் இருந்தபடி அவர்களுடைய கவனத்தை ஈர்க்கிறான்.

ஸ்கார்பியஸ்

அவள் தான். அவளே தான். அவரைப் பார்த்துவிட்டாள்.

ஹெர்மியோன்

தயார்நிலையில் இருங்க. எல்லாரும். அந்த வெளிச்சத்துக்கிட்ட அவரு அவளோட வர்ற வரைக்கும் யாரும் நகராதீங்க. நாம எல்லாரும் ஒரே கவனத்தில் இருக்கணும். குழப்பிவிடக் கூடாது.

அனைவரும் விரைந்து செயல்படுகின்றனர்.

டிராகோ

ஹெர்மியோன் கிரான்ஜெர், நானும் ஹெர்மியோன் கிரான்ஜெர் அதிகாரத்துக்கு ஆட்படுகிறேன். (அவள் அவரை நோக்கித் திரும்புகிறாள். அவர் நகைக்கிறார்) சும்மா, வெளையாட்டாச் சொன்னேன்.

ஸ்கார்பியஸ்

அப்பா....

அவர்கள் தனித்தனியெ பிரிந்து செல்கின்றனர். இரண்டு பிரதான கதவுகளுக்குப் பின்னால் ஒளிந்து கொள்கின்றனர்

ஹேரி - வோல்டெமோர்ட் மீண்டும் தேவாலயத்திற்குள் நுழைகிறார். சில எட்டுகள் நகர்ந்து பின் திரும்புகிறார்.

ஹேரி - வோல்டெமோர்ட்

என்னைப்பின்தொடருவது எந்தவொரு மந்திரவாதியாகவோ சூனியக்காரியாகவோ இருந்தாலும், உறுதியாகச் சொல்கிறேன், அதற்காக வருத்தப்படுவீர்கள்.

அவருக்குப் பின்னால் இருந்து டெல்ஃபி தோன்றுகிறாள். அவரை நோக்கிச் செல்வதற்கு அவள் உந்தப்படுகிறாள். அவர் அவளுடைய தந்தை. இந்தவொரு தருணத்திற்காக அவள் தன் வாழ்நாள் முழுவதும் காத்திருந்தாள்.

டெல்ஃபி

வோல்டெமோர்ட் பிரபுவே, நான் தான். நான் தான் உங்களைப் பின்தொடருகிறேன்.

ஹேரி - வோல்டெமோர்ட்

உன்னை எனக்குத் தெரியவில்லை. போய்விடு.

(அவள் ஆழமாக இழுத்து மூச்சு விடுகிறாள்)

டெல்ஃபி

நான் உங்களுடைய மகள்.

ஹேரி - வோல்டெமோர்ட்

நீ என் மகளாக இருந்தால், எனக்குத் தெரிந்திருக்க வேண்டுமே.

டெல்ஃபி அவரை ஊடுருவுவது போலப் பார்க்கிறாள்.

டெல்ஃபி

நான் எதிர்காலத்தைச் சேர்ந்தவள். பெல்லாட்ரிக்ஸ் லெஸ்ட்ரேன்ஜுக்கும் உங்களுக்கும் பிறந்தவள். ஹாக்வார்ட்ஸ் போருக்கு முன்னர் மால்பாய் மாளிகையில் பிறந்தேன். நீங்கள் தோற்கப் போகிற போர். உங்களைக் காப்பதற்காக நான் வந்திருக்கிறேன்.

ஹேரி - வோல்டெமோர்ட் திரும்புகிறார். அவள் அவருடைய கண்களைச் சந்திக்கிறாள்.

பெல்லாட்ரிக்ஸினுடைய நேசமிகு கணவர் ரொடோல்ஃபஸ் லெஸ்ட்ரேன்ஜ் அஸ்கபானிலிருந்து திரும்பிய பின் நான் யார் என்பதை என்னிடம் கூறி ஆரூடத்தையும் தெரிவித்தார். அதனை நிறைவேற்றுவதற்காக நான் விதிக்கப்பட்டிருப்பாகவும் அவர் நினைத்தார். நான் உங்களுடைய மகள், ஐயா.

ஹேரி - வோல்டெமோர்ட்

பெல்லாட்ரிக்ஸை எனக்கு நன்றாகத் தெரியும். உன்னுடைய முகத்தில் ஒரு சில ஒப்புமைகள் தெரிகின்றன - அவளுடைய சிறந்த பண்புகளை நீ பெறவில்லை என்றாலும் கூட. ஆனால், சாட்சி இல்லாமல்...

உடனே டெல்ஃபி பார்செல் மொழியில் சரளமாகப் பேசுகிறாள். ஹேரி - வோல்மோர்ட் எக்காளமாகச் சிரிக்கிறார்.

அதுவா உன்னுடைய சாட்சி?

டெல்ஃபி இலகுவாக காற்றில் எழும்பிப் பறக்கிறாள். ஹேரி - வோல்டெமோர்ட் வியப்பினால் பின்னால் நகர்கிறார்.

டெல்ஃபி

உங்களுடைய இருள் உலக அரசருக்கு நான் அகுரே. உங்களுக்கு சேவை செய்வதற்காக என்னிடம் உள்ள அனைத்தையும் கொடுக்கத் தயாராக உள்ளேன்.

ஹேரி - வோல்டெமோர்ட் (அதிர்ச்சியை வெளிப்படுத்தாமல் இருக்க முயன்றவாறு)

பறப்பதற்கு என்னிடம் கற்றுக் கொண்டாயா?

டெல்ஃபி

நீங்கள் வகுத்த பாதையைப் பின்பற்றுவதற்கு முயற்சி செய்கிறேன்.

ஹேரி - வோல்டெமோர்ட்

என்னுடன் சரிசமமாக இருக்க முயற்சித்த மந்திரவாதியையோ சூனியக்காரியையோ அதற்கு முன் எப்போதும் சந்தித்ததில்லை.

டெல்ஃபி

என்னைத் தவறாகக் கொள்ள வேண்டாம். பிரபுவே, உங்களுக்குச் சமமானவளாக ஒருபோதும் எண்ண மாட்டேன். நீங்கள் பெருமைப்படத்தக்க மகளாக இருப்பதற்கு என் வாழ்நாளையே அர்ப்பணித்துள்ளேன்.

ஹேரி - வோல்டெமோர்ட் (குறுக்கிட்டு)

மகளே, நீ எப்படிப்பட்டவளாக இருக்கிறாய், எப்படிப்பட்டவளாக இருக்க முடியும் என்பதைப் பார்த்துக் கொண்டு தான் இருக்கிறேன்.

நம்பிக்கையற்றவளாக மனம் நெகிழ்ந்து அவரைப் பார்க்கிறாள்.

டெல்ஃபி

அப்பா?

ஹேரி - வோல்டெமோர்ட்

ஒன்றிணைந்து நம்மால் இயலக் கூடிய சக்தி.

டெல்ஃபி

அப்பா...

ஹேரி - வோல்டெமோர்ட்

இந்த வெளிச்சத்தில் வா, என் ரத்தம் உருவாக்கியுள்ளதைச் சோதிக்கிறேன்.

டெல்ஃபி

உங்களுடைய நடவடிக்கை தவறானது. ஹேரி பாட்டரைத் தாக்குவதென்பது தவறானது. அவன் உங்களை அழித்துவிடுவான்.

ஹேரி - வோல்டெமோர்ட் கை ஹேரியின் கையாக மாற்றமடைகிறது. அதனை வியப்புடன் பார்க்கிறார். வேகமாகத் தன் சட்டையின் கைப்பகுதிக்குள் மறைத்துக் கொள்கிறார்.

ஹேரி - வோல்டெமோர்ட்

அவன் ஒரு குழந்தை.

டெல்ஃபி

அவனுக்கு அவனுடைய அம்மாவின் அன்பு உள்ளது. உங்களுடைய மந்திரம் எதிர்த்துத் தாக்கும். உங்களை அழித்துவிட்டு அவனைக்கூடுதல்வலிமையுள்ளவனாக்கும். உங்களை வலுவிழக்கச் செய்யும். நீங்கள் மறுபடியும் வலுப்பெற்றால், அவனுடனான சண்டையில் அடுத்த பதினேழு ஆண்டுகளைக் கழிப்பீர்கள் - சண்டையில் தோற்பீர்கள்.

ஹேரி - வோல்டெமோர்ட்டின் தலைமுடி வெளியில் நீளத் தொடங்குகிறது. அதனை அவர் தலைமுக்காட்டை இழுத்து மறைக்கப் பார்க்கிறார்.

ஹேரி - வோல்டெமோர்ட்

அப்படியானால் அவனை நான் தாக்க மாட்டேன். நீ சொல்வது தான் சரி.

டெல்ஃபி

அப்பா!

ஹேரி - வோல்டெமோர்ட் சுருங்குகிறார். தற்பொழுது பெரும்பாலும் ஹேரியாவும் ஓரளவு வோல்டெமோர்ட்டாகவும் தோன்றுகிறார். டெல்ஃபிக்கு முதுகைக் காட்டியவாறு நிற்கிறார்.

அப்பா?.

ஹேரி-வோல்டெமோர்ட் (ஹேரி வீணாக இன்னமும் வோல்டெமோர்ட் குரலில் பேசுவதற்கு முயற்சிக்கிறார்) என்னுடைய திட்டம் ரொம்ப நல்லது. சண்டையை கைவிட்டாச்சு. நீ மிக நல்லாவே சேவை செய்திருக்கிறாய். இந்த வெளிச்சத்தில் வா, உன்னை நன்றாகச் சோதிக்கணும்.

கதவு ஒன்று சற்றே திறந்து பின் சட்டென அறைந்து மூடப்படுவதை டெல்ஃபி பார்க்கிறாள். உடனே அவளுடைய முகம் சுழிக்கிறது, சிந்தனை ஓட்டம் வேகமெடுக்கிறது, சந்தேகம் வலுக்கிறது.

டெல்ஃபி

அப்பா....

அவருடைய முகத்தை மறுபடியும் நோட்டமிட முயலுகிறாள். இங்கே ஏறத்தாழ ஒரு நடனமே அரங்கேறிக் கொண்டிருக்கிறது.

வோல்டெமோர்ட் பிரபு நீ அல்ல.

டெல்ஃபி தன் கையிலிருந்து ஒரு வெடியை ஏவுகிறாள். ஹேரியும் அதற்கு இணையாக ஒன்றை ஏவுகிறார்.

இன்சென்டோ!

ஹேரி

இன்சென்டோ!

இரு வெடிகளும் அறையின் நடுவில் சந்தித்து பலத்த ஒலியுடன் வெடிக்கின்றன. அவளுடைய மற்றொரு கையால் மற்றவர்கள் திறக்க முயன்ற இரண்டு கதவுகளை நோக்கி வெடிகளை ஏவுகிறாள்.

டெல்ஃபி

ஹேரி, கொல்லேபோர்ட்டஸ்!

ஹேரி கதவைப் பார்த்து அதிர்ச்சியடைகிறார்.

ஜின்னி

அவள் நீங்கள் இருக்கும் பக்கமாகப் பூட்டிவிட்டாள்.

டெல்ஃபி

என்ன? உன்னுடைய நண்பர்களும் உன்னுடன் இணைந்து கொள்ளப் போகிறார்களா?

ஹெர்மியோன் (தொலைவிலிருந்து)

ஹேரி.... ஹேரி....

ஹேரி

நல்லது. தனியாகவே போரிடுவேன்.

அவளைத் தாக்குவதற்காக நகருகிறார். ஆனால், அவளோ அளவுக்கு அதிகமான வலுவுள்ளவளாக இருக்கிறாள், ஹேரியினுடைய மந்திரக்கோல் அவளை நோக்கிப் பறக்கிறது. அவர் ஆயுதமற்றவராகிறார். உதவியற்றவர்.

எப்படி...? யார் நீ?

டெல்ஃபி

நீண்ட காலமாக உன்னைக் கவனித்துக் கொண்டிருக்கிறேன், ஹேரி பாட்டர். என் அப்பாவைக் காட்டிலும் உன்னை நான் நன்றாகத் தெரிந்து வைத்திருக்கிறேன்.

ஹேரி

என்னுடைய பலவீனங்களைத் தெரிந்து கொண்டதாக நினைக்கிறாயா?

டெல்ஃபி

அவருக்குப் பயன்படுபவளாக இருப்பதற்குக் கற்றுக்கொண்டேன். ஆமாம், மாயக்கலை உலகத்திற்கு அவர் எப்போதும் நிகரற்ற தலைவராக இருந்தபோதிலும், உன்னைக் கண்டு பெருமைப் படுவார். எக்ஸ்பல்ஸோ!

தனக்குப் பின்னால் தரையில் வெடிப்பதால் அவர் உருண்டு தப்பித்துக் கொள்கிறார். தேவாலயத்தின் திண்ணைக்குக் கீழே செய்வதறியாதவராக தவழ்கிறார். அவளுடன் எவ்வாறு போரிடுவது என்பதையும் யூகிக்கிறார்.

தவழ்ந்து தப்பிக்கப் பார்க்கிறாயா? ஹேரி பாட்டர்! மாயக்கலை உலகின் வெற்றி வீரர்? எலியைப் போல தவழ்கிறார். விற்கார்டியம் லெவியோஸா!

தேவாலயத் திண்ணை காற்றில் மேலெழும்புகிறது.

உன்னைக் கொல்வது என் நேரத்திற்குப் பயனுள்ளது தானா என்பது தான் கேள்வி. அதிலும், என் தந்தையை நான் தடுத்து நிறுத்திய உடனே உன்னுடைய அழிவு உறுதி என்பதைத் தெரிந்து கொண்டு. எப்படி முடிவெடுப்பது? ஒ, சலிப்புத் தட்டுது. உன்னைக் கொன்றுவிடுகிறேன்.

திண்ணையை அவர் மீது வலுவுடன் விழுமாறு கீழிறக்குகிறாள். அது மோதுகிறது. அதற்குள் அவர் உருண்டு தப்பித்துக் கொள்கிறார்.

வாயில் வழியாக ஆல்பஸ் தரையில் தோன்றுகிறான், சற்றும் அரவமில்லாமல்.

அவடா---.

ஆல்பஸ்

அப்பா....

ஹேரி

ஆல்பஸ், வேண்டாம!

மந்திரக்கோல்களுள் ஒன்றை ஆல்பஸ் ஹேரியிடம் எறிகிறான். அவர் பிடித்துக் கொள்கிறார். தன்னுடைய மகன் மேற்கொண்ட அபாயமான செயலுக்காக மனம் நோகிறார்.

டெல்ஃபி

நீங்க ரெண்டு பேருமா? வாய்ப்புகள், தெரிவு செய்வதற்கான வாய்ப்புகள். முதலில் மகனைக் கொல்லலாம் என்று நினைக்கிறேன்... அவடா கேடவ்ரா!

கொல்லும் சாப மந்திரத்தை ஆல்பஸ் மீது அவள் ஏவுகிறாள் - ஆனால், ஹேரி அவனை தப்பித்துக்கொள்ளும் வகையில் அப்பால் தூக்கி எறிகிறார். அந்த வெடி தரையில் மோதுகிறது. திருப்பி அவர் ஒரு வெடியை ஏவுகிறார்.

என்னைக் காட்டிலும் நீ வலுவானவன்னு நினைக்கிறாயா?

ஹேரி

இல்லை, நான் வலுவானவன் இல்லை.

அவர்கள் இருவரும் இரக்கமின்றி மாறி,மாறி வெடிகளை ஏவுகின்றனர். ஆல்பஸ் வேகமாக உருண்டு அப்பால் செல்கிறான். ஒரு கதவை நோக்கி மந்திரம் ஒன்றை ஏவுகிறான். அதன் பின் மற்றொன்றிற்கு, கதவுகளைத் திறக்கிறான்.

ஆல்பஸ்

அலஹோமோரா!

ஹேரி

ஆனால், நாங்கள்.

ஆல்பஸ்

அலஹோமோரா!

ஆல்பஸ் தனது மந்திரக்கோலால் இரு கதவுகளையும் திறந்து விடுகிறான்.

ஹேரி

எப்போதுமே நான் தனியாகச் சண்டையிட்டதில்லை. இனிமேலும்...

ஹெர்மியோன், ரோன், ஜின்னி, டிராகோ அனைவரும் கதவுகளிலிருந்து வெளிப்படுகிறார்கள். டெல்ஃபி மீது தமது சாப மந்திரங்களை ஏவுகின்றனர். ஆற்றலனைத்தையும் இழந்தவள் கூச்சலிடுகிறாள். மாபேராற்றல்! ஆனால், அவளால் அவர்கள் அனைவருடனும் சண்டையிட முடியவில்லை. தொடர்ச்சியான வெடிப்பொலிகள். அதன் பின், ஏதுமற்றவளாக வீழ்த்தப்படுகிறாள். டெல்ஃபி தடுமாறி தரையில் விழுகிறாள்

டெல்ஃபி

வேண்டாம்..... வேண்டாம்....

ஹெர்மியோன்

பிராச்சியாபின்டோ!

அவள் கட்டப்பட்டுவிட்டாள்

ஹேரி டெல்ஃபியை நோக்கி நகருகிறார். அவள் மீதிருந்து தன் கண்களை எடுக்கவே இல்லை. மற்ற அனைவரும் பின்னால் தங்குகின்றனர்.

ஹேரி

ஆல்பஸ், நல்லா இருக்கியா?

ஆல்பஸ்

ஆமா, அப்பா, நல்லாத் தான் இருக்கேன்.

இன்னமும் ஹேரி தன் கண்களை அவளிடமிருந்து எடுக்க வில்லை. அவளைக் கணடு இன்னமும் அஞ்சுகிறார்.

ஹேரி

ஜின்னி, அவனுக்கு ஏதாவது காயம் ஏற்பட்டதா? அவன் பாதுகாப்பா இருக்கிறானான்னு எனக்குத் தெரிந்தாகணும்...

ஜின்னி

அவன் தான் வற்புறுத்தினான். வாயில் வழியாகத் தவழ்ந்து செல்லுமளவுக்கு சின்னவன் அவன் மட்டுமே. நான் தடுத்து நிறுத்த முயன்றேன்.

ஹேரி

அவன் நல்லா இருக்கான்னு சொன்னால், போதும்.

ஆல்பஸ்

நான் நல்லா இருக்கேனப்பா, ப்ராமிஸ்!

ஹேரி டெல்ஃபியை நோக்கி நெருங்கிக் கொண்டு இருந்தார்.

ஹேரி

எத்தனையோ பேர் என்னைக் காயப்படுத்தியிருக்காங்க. ஆனால், நீ என்மகனை. என் மகனைக் காயப்படுத்துவதற்கு உனக்கு எவ்வளவு துணிச்சல்!

டெல்ஃபி

நான் என் அப்பாவைத் தெரிந்து கொள்ள வேண்டுமென்று மட்டுமே விரும்பினேன்.

அந்த வார்த்தைகளால் ஹேரி அதிர்ச்சியடைகிறார்.

ஹேரி

உன்னுடைய வாழ்க்கையை நீ மாற்றி எழுத முடியாது. எப்போதுமே நீ பெற்றோர் இல்லாதவள் தான். அந்த நிலைமை உன்னை விட்டு எப்போதுமே போகாது.

டெல்ஃபி

அவரைப் பார்க்க மட்டுமாவது அனுமதியுங்கள்.

ஹேரி

என்னால் முடியாது. நான் மாட்டேன்.

டெல்ஃபி (உண்மையிலே அவலத்துடன்)

அப்ப என்னைக் கொன்னுடு

ஹேரி சற்றே யோசிக்கிறார்.

ஹேரி

அதுவும் என்னால் இயலாது...

ஆல்பஸ்

என்ன, அப்பா, அவள் பயங்கரமானவள்!

ஹேரி

இல்லை, ஆல்பஸ்....

ஆல்பஸ்

அவள் ஒரு கொலைகாரி. அவள் கொலை செய்ததை நான் பார்த்தேன்...

ஹேரி திரும்பி தன் மகனைப் பார்க்கிறாள் அதன் பின் தன் மனைவியை.

ஹேரி

ஆமா, ஆல்பஸ், அவள் ஒரு கொலைகாரி, நாம இல்லை.

ஹெர்மியோன்

நாம் அவர்களைக் காட்டிலும் நல்லவர்கள்.

ரோன்

ஆமாம், அது எரிச்சலூட்டத்தான் செய்கிறது. ஆனால், அதைத் தான் நாங்கள் தெரிஞ்சுக்கிட்டோம்.

டெல்ஃபி

என் மனத்தை எடுத்துக் கொள்ளுங்கள். என் நினைவுகளை எடுத்துக் கொள்ளுங்கள். நான் யார் என்பதையே மறக்கச் செய்யுங்கள்.

ரோன்

இல்லை. உன்னை எங்களுடைய காலத்திற்குக் கொண்டு போவோம்.

ஹெர்மியோன்

நீ அஸ்கபானிடம் போவாய். உன்னுடைய அம்மாவைப் போலவே.

டிராகோ

அங்கே நீ நாற்றமெடுத்துக் கிடப்பாய்.

ஹேரிக்கு ஒரு சத்தம் கேட்கிறது. 'இஸ்ஸ்ஸ்ஸ்' எனும் ஓசை. இல்லை, நாம் இதை முன்பே கேட்டிருக்கிறோம்.

ஹே.........ரி............பா...ட்......ட....ர்...............

ஸ்கார்பியஸ்

அது என்னது?

ஹேரி

இல்லை. இல்லை. இன்னும் இல்லை.

ஆல்பஸ்

என்ன?

ரோன்

வோல்டெமோர்ட்.

டெல்ஃபி

அப்பா!

ஹெர்மியோன்

இப்போதா? இங்கேயா?

டெல்ஃபி

அப்பா!

டிராகோ

சைலென்சியோ! (டெல்ஃபி வாயடைக்கப்படுகிறாள்) விங்கார்டியம் லெவியோசா! (அவள் மேல்நோக்கி தொலைவில் உந்தப்படுகிறாள்)

ஹேரி

அவன் வந்துகொண்டிருக்கிறான். அவன் இப்பொழுது வந்து கொண்டிருக்கிறான்.

மேடையின் பின்புறத்திலிருந்து வோல்டெமோர்ட் அதன் ஊடாக வருகிறார். அரங்கிற்குள் நடக்கிறார். தன்னுடன் சாவைக் கொண்டு வருகிறார். அவர் பரப்புகின்ற வெறுப்பும் அச்சமும் காற்றை நிரப்புகின்றன. அதனை யாவரும் அறிவர்.

அங்கம் 4 காட்சி 12

காட்ரிக்ஸ் ஹால்லோ, 1981

வோல்டெமோர்ட்டை ஹேரி செய்வதறியாதவராகப் பார்க்கிறார்.

ஹேரி

என் தந்தையையும் தாயையும் வோல்டெமோர்ட் கொல்லப் போகிறான். அவனைத் தடுத்து நிறுத்த ஏதுமில்லை.

டிராகோ

அது உண்மையல்ல.

ஸ்கார்பியஸ்

அப்பா, இப்போ நேரமில்லை....

ஆல்பஸ்

அவரைத் தடுத்து நிறத்துவதற்கு நீங்க செய்யக் கூடியது ஒன்று இருக்கு. ஆனால், நீங்க செய்ய மாட்டீங்க.

டிராகோ

அது தான் வீரம்.

ஹேரியினுடைய கையை ஜின்னி பற்றிக்கொள்கிறாள்.

ஜின்னி

நீங்க கவனிக்க வேண்டியது இல்லை, ஹேரி. வாங்க வீட்டுக்குப் போகலாம்.

ஹேரி

நான் இதை நிகழ்வதற்கு அனுமதித்துக் கொண்டிருக்கிறேன்... உண்மையில் இதை நான் பார்த்தாகணும்.

ஹெர்மியோன்

அப்படின்னா, நாம எல்லாரும் பார்ப்போம்.

ரோன்

நாம் பார்ப்போம்.

பழக்கமற்ற குரல்களைக் கேட்கிறோம்.

ஜேம்ஸ் (தொலைவிலிருந்தபடி)

லிலி, ஹேரியை எடுத்துக்கிட்டு ஓடு! அவன் தான்! போ! ஓடு! நான் அவனைத் தடுத்து நிறுத்திக் கொள்கிறேன்...

வெடிச்சத்தம். கூடவே எக்காளச் சிரிப்பொலி.

நீ ஒதுங்கிப் போயிடு. சொல்றது புரியுதா? ஒதுங்கிக்கோ!

வோல்டெமோர்ட் (தொலைவிலிருந்தபடி)

அவாடா கேடவ்ரா!

அரங்கினை பச்சை ஒளி சூழ்ந்து கொள்ளும் போது ஹேரி பின்வாங்குகிறார்.

அவருடைய கையை ஆல்பஸ் பிடிக்கிறான். ஹேரி அதனை இறுகப் பற்றுகிறார். அது அவருக்குத் தேவை.

ஆல்பஸ்

அவரால் முடிந்ததையெல்லாம் செய்துவிட்டார்.

ஜின்னி பின்புறமிருந்து எழுகிறாள் அவள் அவருடைய மற்றொரு கையைப் பற்றுகிறாள். அவர்கள் மீது அவர் சாய்ந்து கொள்கிறார். அவர்கள் அவரைத் தாங்கிக் கொள்கின்றனர்.

ஹேரி

அது தான் என் அம்மா, சன்னலுக்குப் பக்கத்தில். என் அம்மாவை என்னால் காண முடிகிறது, அவர் அழகாக இருக்கிறார்.

கதவுகள் வெடிவைத்துத் தூக்கி எறியப்படும் போது மோதல் ஒலி கேட்கிறது.

லிலி

ஹேரியை வேணாம், ஹேரியை வேணாம், ஹேரியை, தயவுசெய்து, வேணாம்...

வோல்டெமோர்ட் (தொலைவிலிருந்து)

ஒதுங்கி நில், அற்பப் பெண்ணே.... ஒதுங்கிக்கோ.....

லிலி (தொலைவிலிருந்து)

ஹேரியை விட்டுடு, தயவுசெய்து வேணாம், என்னை எடுத்துக்கோ, அவனுக்குப் பதிலா என்னைக் கொல்லு....

வோல்டேமோர்ட் (தொலைவிலிருந்து)

இது எனது கடைசி எச்சரிக்கை....

லிலி (தொலைவிலிருந்து) ஹேரியைக் கொல்லாதே! கருணை காட்டு.... கருணை காட்டு.... என் மகனை விட்டுடு! தயவுசெய்து - என்னவேணுமானாலும் நான் செய்றேன்.

வேல்டெமோர்ட் (தொலைவிலிருந்து)

அவாடா கேடவ்ரா!

ஹேரியின் உடலில் மின்னல் பாய்வது போல் தோன்றுகிறது. அவர் தரையில் சாய்கிறார். வேதனையின் மரண ஓலம்.

ஒடுங்கிய கதறலில் சத்தம் நம்மைச் சற்றிலும் மேலெழுந்து கீழே விழுகிறது.

நாம் அசைவின்றி பார்க்கிறோம். மெதுவாக அங்கிருந்தவையெல்லாம் மறைகின்றன.

மேடை உருமாற்றமடைந்து சுழல்கிறது.

ஹேரி, அவருடைய குடும்பத்தினர், நண்பர்கள் அனைவரும் சுழற்றி வெளியே, தூர எறியப்படுகின்றனர்.

அங்கம் 4 காட்சி 13

காட்ரிக்ஸ் ஹாலோ, ஜேம்ஸ், லிலி பாட்டர் இல்லத்தின் உள்ளே, 1981

ஒரு வீட்டின் சிதைவுகளில் இருக்கிறோம். உடைக்கப்பட்ட வீட்டின் எரிந்து கொண்டிருக்கும் எச்சங்கள். ஓயாமல் மாறி, மாறி தொடுக்கப்பட்ட தாக்குதல்களுக்கு உட்படுத்தப்பட்ட வீடு.

அதிலிருந்து கேக்ரிட் தோன்றி இடிபாடுகளுக்கு ஊடாக நடக்கிறார்.

ஹேக்ரிட்

ஜேம்ஸ்?

தன்னைச் சுற்றிலும் நோட்டமிடுகிறார்.

லிலி?

அவர் மெதுவாக நடக்கிறார், வெகு விரைவில், ஏராளமான அழிவுகள் ஏற்பட்டுவிட்டதைக் காணச் சகிக்காதவராக. முற்றிலும் மனமுடைந்து போகிறார்.

அதன் பிறகு அவர்களைப் பார்க்கிறார். நிற்கிறார். எதுவும் பேசவில்லை

அவருடைய முகமெங்கும் வேதனை பெருக்கெடுப்பதைப் பார்க்கிறோம்.

ஓ, ஓ, அது இல்லை... அது இல்லை - நான் நினைக்கலை... அவர்கள் சொன்னார்கள் ஆனால் - இதைக்காட்டிலும் நல்லபடியாக முடியுமென்று நம்பினேன்...

நடந்தவை உண்மை என்பதை நம்ப இயலாதவராக அவர்களைப் பார்க்கிறார். தலையைத் தாழ்த்துகிறார்.

சில வார்த்தைகளை முணுமுணுக்கிறார். ஆழமான பையிலிருந்து கசங்கிய மலர்கள் சிலவற்றை எடுக்கிறார். அவற்றைத் தரையில் வைக்கிறார்.

வருந்துகிறேன். அவர்கள் சொன்னார்கள். அவர் என்னிடம் சொன்னார், டம்பிள்டோர் சொன்னார், உன்னோடு காத்திருக்க முடியவில்லை. மக்ல்ஸ் உன்னிடம் வருகிறார்கள். கண்ணைப் பறிக்கிற நீல வண்ணங்களால் தெரிந்து கொள்ளலாம். என்னைப் போன்ற அருவருப்பானவனை அவர்கள் விரும்ப மாட்டார்கள், விரும்புவார்களா?

விசும்பல் வெளிப்படுகிறது.

உன்னை விட்டுச் சென்றது முரட்டுத்தனம் தான். ஒன்றை நீ தெரிந்து கொள்ள வேண்டும் - உன்னை எவரும் மறக்க மாட்டார்கள் - என்னாலும் முடியாது - இனத்தவர் எவராலும்.

அதன் பின் அரவம் கேட்கிறது. குழந்தை ஒன்று தும்முகிற ஓசை. அத்திசையை நோக்கி ஹாக்ரிட் திரும்புகிறார். இப்போது மிகுந்த கவனத்துடன் நடக்கிறார்.

கீழே பார்க்கிறார். ஒரு பெட்டகத்தின் மீது நிற்கிறார். அது ஒளிர்கிறது.

நல்லது. ஹலோ. நீ ஹேரியாக இருக்க வேண்டும். ஹலோ, ஹேரி பாட்டர். நான் ரூபியஸ் ஹாக்ரிட். நீ விரும்பினாலும் இல்லாவிட்டாலும் நான் உனது நண்பனாக இருக்கப் போகிறேன். ஏன்னா, நீ கடுமையான பாதிப்புகளுக்கு ஆளாகிவிட்டாய். உனக்கே அது தெரியாது. உனக்கு நண்பர்கள் தேவை. இப்ப நீ எங்கூட வருவது தான் நல்லதுன்னு நினைக்கலையா?

பளிச்சிடும் நீல வெளிச்சம் அறையெங்கும் நிறைந்து அதற்குப் பூமியின் ஒளியைக் கொடுக்கிறது. தனது கைகளில் குழந்தையை மென்மையாக ஏந்திக் கொள்கிறார். அதன் பின் திரும்பிப் பார்க்காமல் வீட்டை விட்டு வெளியேறுகிறார்.

நாம் மெல்லிய கருந்திரையுடன் கீழிறங்குகிறோம்.

அங்கம் 4 காட்சி 14

ஹாக்வார்ட்ஸ், வகுப்பறை

ஸ்கார்பியஸும் ஆல்பஸும் உற்சாகம் ததும்ப அறைக்குள் ஓடிவருகின்றனர். தங்களுக்குப் பின்புறம் கதவை அறைந்து சாத்துகின்றனர்.

ஸ்கார்பியஸ்

நான் தான் அதைச் செய்தேங்றத என்னால கொஞ்சங் கூட நம்ப முடியலை.

ஆல்பஸ்

நீ செஞ்சங்றதை என்னாலயும் கூட நம்ப முடியலை.

ஸ்கார்பியஸ்

ரோஸ் கிரான்ஜெர் வீஸ்லீ. ரோஸ் கிரான்ஜெர் வீஸ்லியை நான் வெளியே கூப்பிட்டேன்.

ஆல்பஸ்

அவள் இல்லைன்னு சொன்னாள்.

ஸ்கார்பியஸ்

ஆனால் நான் கூப்பிட்டேன். நான் ஒரு பயிர்ச்செடியை நட்டேன். அது எங்களுடைய கல்யாணமாக வளரும்.

ஆல்பஸ்

நீ ஒரு கற்பனைவாதிங்கறது உனக்கே தெரியும்.

ஸ்கார்பியஸ்

நீ சொல்றதை நான் ஒத்துக்கிறேன்----- பள்ளி பால் நடனமாடுறதுக்கு பாலி சாப்மேன் தான் என்னைக் கூப்பிட்டா

ஆல்பஸ்

மற்றொரு உலகத்திலே நீ சொல்லிக் கொள்கிற அளவுக்கு, உண்மையிலேயே சொல்லிக் கொள்கிற அளவுக்கு

செல்வாக்கு உள்ளவனா இருந்தப்ப, இன்னொரு பொண்ணு வெளியே கூப்பிடுறா --- அதுக்கு என்ன அர்த்தம் ---

ஸ்கார்பியஸ்

உண்மை தான், நியாயப்படி பார்த்தால், பாலிக்குப் பின்னாடி நான் போயிருக்கணும் இல்லாட்டி என் பின்னாடி அவள் வருவதற்கு நான் அனுமதிச்சிருக்கணும்--- அவளே எல்லோரும் பார்த்து ஆசைப்படுகிற மாதிரி அழகி. ஆனால் ரோஸ் ரோஸ் தான்.

ஆல்பஸ்

நியாயம் என்ன சொல்லும்னா நீ ஒரு உதவாக்கரைன்னு. ரோஸுக்கு உன்னைப் பிடிக்கலை.

ஸ்கார்பியஸ்

ஒரு திருத்தம், நான் அவ கிட்ட அப்படிக் கேட்ட போது அவளுடைய கண்களிலிருந்த பார்வையைப் பார்த்தியா? அது வெறுப்பு இல்லை, அது இரக்கம்.

ஆல்பஸ்

இரக்கம் நல்லதா?

ஸ்கார்பியஸ்

இரக்கம்ங்றது ஒரு தொடக்கம் நண்பனே, பெரிய மாளிகையை, காதல் மாளிகையை எழுப்புறதுக்கான அடித்தளம்.

ஆல்பஸ்

நம்ம ரெண்டு பேர்ல முதல்ல பெண்தோழி கிடைக்கப்போறது எனக்குத் தான்னு நினைச்சேன்.

ஸ்கார்பியஸ்

ஓ, சந்தேகமில்லாமல் உனக்குக் கிடைக்கும், ஒருவேளை, அந்த மாயமருந்து பாடம் எடுக்கிற புகை போல கண் இருக்கிற பேராசிரியை ---- அவுங்க உன் வயதுக்கு பொருத்தமானவங்க, சரியா?

ஆல்பஸ்

வயதில மூத்த பெண்கள் மேல எனக்கு அப்படி எதுவுமில்லை.

ஸ்கார்பியஸ்

அவுங்களை வசப்படுத்துறதுக்கு நிறைய காலமிருக்கு. ரோஸையும் இணங்க வைக்கிறதுக்கு வருடக் கணக்கில ஆகும்.

ஆல்பஸ்

உன்னுடைய தன்னம்பிக்கையை நான் பாராட்டுறேன்.

ரோஸ் படிகளிலிருந்து இறங்கி அவர்களை நோக்கி வருகிறாள். அவர்கள் இருவரையும் பார்க்கிறாள்.

ரோஸ்

ஹாய்!

பயலுகள்ல ஒருத்தனுக்கும் என்ன சொல்றதுன்னு தெரியலை - அவள் ஸ்கார்பியஸைப் பார்க்கிறாள்.

ரோஸ்

இது மந்திர மாயமா இருக்கட்டும்னு விட்டீங்கன்னா மந்திரமாயமாத் தான் போகும்.

ஸ்கார்பியஸ்

வாங்கிக்கிட்டோம் முழுசாப் புரிஞ்சுக்கிட்டோம்.

ரோஸ்

சரி, 'ஸ்கார்பியன் கிங்'.

அவள் முகத்தில் புன்னகையுடன் சென்று விட்டாள். ஆல்பியஸும் ஸ்கார்பியஸும் ஒருவரை ஒருவர் பார்த்துக் கொள்கின்றனர். ஆல்பஸ் இளிக்கிறான். ஸ்கார்பியஸுடையை கையில் வெற்றியின் அடையாளமாகக் குத்துகிறான்.

ஆல்பஸ்

நீ சொன்னது சரி தான் - இரக்கம் தொடக்கந் தான்.

ஸ்கார்பியஸ்

குய்டிட்ச்க்குப் போறியா? ஸ்லைதெரின் அணியினர் ஹஃப்ல்பஃப் விளையாடுறாங்க - ரொம்ப நல்லாயிருக்கும்---

ஆல்பஸ்

குய்டிட்ச் நமக்குப் பிடிக்காதுன்னு நினைக்கிறேன்.

ஸ்கார்பியஸ்

மாத்திக்கிறலாம். அத்தோட, நான் பயிற்சி எடுத்துக்கிட்டிருக்கேன். நான் அணியை இந்த வருடம் ஜெயிக்க வைச்சிரணும்.

ஆல்பஸ்

என்னால முடியாது. என் அப்பா வர்றதா இருக்காரு---

ஸ்கார்பியஸ்

அமைச்சகத்தில இருந்து ரொம்ப தூரம் வர்றதுக்கு நேரம் ஆகாதா?

ஆல்பஸ்

அவரு எங்கூட உலாவப் போகனும்ங்றாரு - எங்கிட்ட ஏதோ சொல்லப் போறார் --- பகிர்ந்துக்கணுமாம் --- எதையோ.

ஸ்கார்பியஸ்

உலாவுறதுக்கா?

ஆல்பஸ்

எனக்குத் தெரியும். ஏதாவது பிணைக்கிற செய்தியா இருக்கும் இல்லாட்டி, வாந்தி வர்றா மாதிரி ஏதாவது இருக்கும். இருந்தாலும் நான் போயாகணும்.

ஸ்கார்பியஸ் அவனை நெருங்கி அணைத்துக் கொள்கிறான்.

என்னது இது? நாம கட்டிப் பிடிச்சுக்கிறது இல்லைன்னு முடிவு பண்ணியிருந்தோமே?

ஸ்கார்பியஸ்

நிச்சயமா தெரியலை. நாம் அப்படியிருக்கணுமான்னு. நம்முடைய இந்தப் புதிய வடிவத்திலே ஏதோ தோணுச்சு.

ஆல்பஸ்

அப்படி செய்றது சரியான்னு ரோஸ் கிட்ட கேக்கறது நல்லது.

ஸ்கார்பியஸ்

ஹா! ஆமா, சரி தான்!

இருவரும் விலகிக் கொள்கின்றனர். ஒருவர் மற்றவரைப் பார்த்துப் பல்லிளிக்கின்றனர்.

ஆல்பஸ்

இரவுவேளை உணவின் போது சந்திக்கலாம்.

அங்கம் 4 காட்சி 15

அழகானதொரு குன்று

வேனிற்கால அழகிய நாள் ஒன்றில் ஹேரியும் ஆல்பஸும் குன்று ஒன்றின் மீது ஏறிக்கொண்டிருக்கின்றனர். அவர்கள் எதுவும் பேசவில்லை. ஏறிக்கொண்டிருக்கும் போது அவர்களுடைய முகத்தில் விழும் சூரிய ஒளியில் திளைத்துக் கொண்டிருக்கின்றனர்.

ஹேரி

ஆக, தயாரா இருக்கியா?

ஆல்பஸ்

எதுக்கு?

ஹேரி

ஆமா, இப்போ நாலாவது வருடத் தேர்வுகள் - அப்புறமா ஐந்தாவது வருடம் - முக்கியமான வருடம் - ஐந்தாவது வருடத்தில நான் என்னல்லாம் செய்தே-----

அவர் ஆல்பஸைப் பார்க்கிறார். நகைக்கிறார். விரைவாகப் பேசுகிறார்.

நெறையாச் செஞ்சேன். ஒரு சில நல்லவை. கெட்டவை சில. ஒரேயடியாக் குழப்புனது தான் அதிகம்.

ஆல்பஸ்

தெரிஞ்சுக்கிறதுக்கு நல்லாத்தான் இருக்கு.

ஹேரி நகைக்கிறார்.

அவுங்களைப் பார்த்தேன் - கொஞ்சம் - உங்க அம்மா, அப்பாவை - தெரியுமா. அவுங்க - நீங்கள்'லா வேடிக்கையா ஏதோ பண்ணிக்கிட்டிருந்தீங்க உங்கப்பா சுருள் சுருளாப் புகை விட்டிக்கிட்டிருந்தாரு, நீங்க அடக்க முடியாம கெக்கிலிப்பா சிரிச்சிக்கிட்டிருந்தீங்க.

ஹேரி

ஆமாம்!

ஆல்பஸ்

உங்களுக்கு அவுங்களை ரொம்பப் பிடிக்கும்னு நினைக்கிறேன். நானு, லிலி, ஜேம்ஸ் எங்க எல்லாருக்கும் கூட அவுங்களை ரொம்பப் பிடிச்சிருக்கும்னு நினைக்கிறேன்.

ஹேரி தலையாட்டுகிறார். சற்றே மனத்தடுமாற்றமான அமைதி நிலவுகிறது. இருவரும் ஒருவரை ஒருவர் புரிந்து கொள்வதற்கு முயற்சிக்கின்றனர், இருவருமே தோல்வியுறுகின்றனர்.

ஹேரி

உனக்குத் தெரியுமா, அவனைத் தொலைத்துவிட்டதாக நினைத்தேன் - வோல்டெமோர்ட் - அவனைத் தொலைத்துவிட்டதா நினைத்தேன் - அதன் பிறகு எனது தழும்பு வலியெடுத்தது. அவனைப் பற்றி கனவுகள் கண்டேன். மீண்டும் என்னால் பார்செல் மொழியில் பேச முடிந்தது. நான் மாற்றமடையவே இல்லை என்று உணரத் தொடங்கினேன் - அவன் என்னை விட்டு போகவே மாட்டான் போல -

ஆல்பஸ்

எப்பவாவது போயிருக்கானா?

ஹேரி

எனக்குள் வோல்டெமோர்ட்டாக இருந்த பகுதி ரொம்பக் காலத்துக்கு முன்னாடியே செத்துப் போச்சு, ஆனால் முழுமையாக அவனை விட்டு விலகுவதற்கு அது போதாது - மன அளவில் அவனை விட்டு நீங்கியாகணும். அது வந்து - கத்துக்கிறது நாற்பது வயது ஆளுக்கு ரொம்பப் பெரிய விசயம்.

ஆல்பஸைப் பார்க்கிறார்.

உங்கிட்ட அன்னைக்குச் சொன்னேனே - அது மன்னிக்க முடியாதது. அதை மறந்திடுன்னு உன்னைக் கேட்க மாட்டேன். ஆனாலும், நாம் விரைவாகக் கடந்து போயிடலாம்ன்னு நம்புறேன். உனக்கு முன்னைக் காட்டிலும் ரொம்ப நல்ல அப்பாவா இருக்க முயற்சிக்கப் போறேன், ஆல்பஸ். முயற்சிக்கப் போறேன் - உங்கிட்ட நேர்மையா நடந்துக்கறதுக்கு....

ஆல்பஸ்

அப்பா, தேவையில்லை---

ஹேரி

எதைக்கண்டும் பயப்படக் கூடியவன் நான்'ங்றதை நம்பலைன்னு சொன்னாய். ஆனால், நான் எல்லாத்துக்குமே பயப்படக் கூடியவன். அதாவது, இருட்டைக் கண்டு பயப்படுபவன், உனக்குத் தெரியுமா?

ஆல்பஸ்

ஹேரி பாட்டர் இருளைக் கண்டு பயப்படுவாரா?

ஹேரி

சின்ன இடங்களை எனக்குப் பிடிக்காது - இதையெல்லாம் நான் யாருகிட்டயும் சொன்னது இல்லை, ஆனாலும், அவ்வளவாப் பிடிக்காது - (இதைச் சொல்வதற்குத் தயங்குகிறார்) புறாக்கள்.

ஆல்பஸ்

புறாக்களைப் பிடிக்காதா?

ஹேரி (முகத்தைச் சுருக்கிக் கொண்டு)

அசிங்கம், அருவருப்பு, அழுக்கடைஞ்சது. அவை புல்லரிக்கச் செய்வன.

ஆல்பஸ்

ஆனால், புறாக்கள் தீங்கில்லாதவை!

ஹேரி

எனக்குத் தெரியும். ஆனால், என்னை ரொம்பப் பயமுறுத்துவது, ஆல்பஸ் செவெரஸ் பாட்டர், உனக்கு அப்பாவா இருக்கிறதுக்குத் தான். எந்தவித பிடிமானமும் இல்லாம இயக்கிக்கிட்டிருக்கேன். நிறையப் பேரு தங்களுக்கு ஆதாரமா கத் தம்முடைய அப்பா வை நினைப்பாங்க - அவுங்க முயற்சிக்கலாம், முயற்சிக்காமலும் போகலாம். எனக்கு அப்படி யாருமே இல்லை. இல்லாட்டா ஏதோ பேருக்கு இருந்திருக்கலாம். அதுனால தான் கத்துக்கிட்டிருக்கேன், புரியுதா? என்னால முடிஞ்ச வரைக்கும் முயற்சிக்கப் போறேன் - உங்களுக்கு நல்ல அப்பாவா இருக்கிறதுக்கு

ஆல்பஸ்

நானும் முயற்சி பண்ணி உங்களுக்கு நல்ல மகனா இருப்பேன். நான் ஒன்னும் ஜேம்ஸ் இல்லே'ப்பா. உங்க ரெண்டு பேரு மாதிரி எப்பவுமே இருக்க மாட்டேன்.....

ஹேரி

ஜேம்ஸ் என்னை மாதிரி எந்தவிதத்திலும இல்லையே.

ஆல்பஸ்

அப்படியா?

ஹேரி

ஜேம்ஸுக்கு எல்லாமே எளிதாக் கெடைச்சிருது. என்னுடைய குழந்தைப் பருவம் இடையில்லாத போராட்டம்.

ஆல்பஸ்

என்னைப் போல. அப்படித்தானே சொல்றீங்க - நான் உங்களைப் போலவா?

ஹேரி ஆல்பஸைப் பார்த்து சிரிக்கிறார்.

ஹேரி

உண்மையிலேயே, நீ ரொம்பவே உன் அம்மாவைப் போல இருக்கே - துணிச்சல், சீற்றம், வேடிக்கை - அது எனக்குப் பிடிக்கும் - அது தான் உன்ன மகத்தான மகனாக்குது.

ஆல்பஸ்

இந்த உலகத்தை நான் கிட்டத்தட்ட அழிச்சுட்டேன்.

ஹேரி

டெல்ஃபி எங்கேயுமே போனதில்லை, ஆல்பஸ். நீ அவளை வெளியில கொண்டு வந்துட்ட, அதனால அவளோட சண்டை போடறதுக்கு ஒரு வழி கிடைச்சது. உன்னால இப்பப் பார்க்க முடியாம இருக்கலாம், ஆனால் நீ எங்களைக் காப்பாத்திட்ட.

ஆல்பஸ்

ஆனா, அதைக் காட்டிலும் சிறப்பாகச் செய்திருக்கலாம், இல்லையா?

ஹேரி

இந்தக் கேள்வியை என்னை நானே கேட்டுக் கொள்வதுண்டு, நீ நினைச்சதில்லையா?

ஆல்பஸ் (வயிற்றை மேலும் சுருக்கிக் கொண்டு, தன் தந்தை நடந்து கொள்ளும் விதம் அதுவல்ல என்பதை அறிந்தவனாக)

அப்புறம் - அவளை நாம் பிடித்த போது - கொல்லணும்னு விரும்புனேன்.

ஹேரி

கிரெய்க்கை அவள் கொல்வதை நீ பார்த்தாய், உனக்குக் கோபம், ஆல்பஸ், அதனால, பரவாயில்லை. பொதுவாக, நீ அப்படி செய்திருக்க மாட்டாய்.

ஆல்பஸ்

உங்களுக்கு எப்படித் தெரியும்? அது என்னுடைய ஸ்லைதெரின் குணமாகக் கூட இருக்கலாம். சார்ட்டிங் ஹேட் என்னுள் கண்டது அதுவாகக் கூட இருக்கலாம்.

ஹேரி

உன் மூளைக்குள் இருக்கிறதைப் புரிந்து கொள்ள முடியவில்லை, ஆல்பஸ் - உண்மையிலேயே, உனக்கு என்னான்னு தெரியுமா, நீ ஒரு விடலைப் பையன், என்னால உன்னைப் புரிந்து கொள்ள முடியாமல் போகலாம், ஆனால், உன் மனத்தை நீ புரிந்து கொள்ள வேண்டும். என்னால் முடியலை - நீண்ட காலமா - ஆனால், இதன் மூலமா - எஸ்கபேடே' - உனக்குள்ள என்ன இருக்குன்னு தெரிஞ்சுக்கிட்டேன். ஸ்லைதெரின், க்ரைஃபைண்டர், என்னவொரு லேபிள் உனக்குக் கொடுக்கப்பட்ட போதிலும், - நான் அறிவேன் - தெரியும் - இதயம் நல்லது - ஆமாம், நீ விரும்பினாலும் விரும்பாவிட்டாலும், ஏதோ ஒருவித மந்திரவாதியாக இருப்பதற்கு உன் வழியில் செல்கிறாய்.

ஆல்பஸ்

ஓ, நான் மந்திரவாதியாக விரும்பலை. புறாப் பந்தயம் விடப் போறேன். எனக்கு அது ரொம்பப் பிடிக்கும்.

ஹேரி பல்லைக் காட்டுகிறார்.

ஹேரி

அதற்கான அம்சம் உங்கிட்ட இருக்கு - அது உனக்குக் கடினமா இருக்கப் போறதில்லை. ஆல்பஸ் டம்பிள்டோர் அவருடைய பந்தயங்களை நடத்தினார், தெரியுமா? - செவெரஸ் ஸ்னேப், அவரைப் பத்தி உனக்குத் தெரியும்....

ஆல்பஸ்

அவர்கள் உயர்ந்த மனிதர்கள்.

ஹேரி

அவர்கள் பெரும் பிழைகள் செய்த மாமனிதர்கள், அது உனக்கே தெரியும். அத்தகைய பிழைகள் அவர்களை மேலும் மதிப்புள்ளவர்களாக்கின.

ஆல்பஸ் தன்னைச் சுற்றிலும் பார்க்கிறான்.

ஆல்பஸ்

அப்பா? எதுக்கு இங்கே வந்தீங்க?

ஹேரி

இங்க தான் நான் அடிக்கடி வருவேனே.

ஆல்பஸ்

ஆனா, இது ஒரு இடுகாடு......

ஹேரி

இங்கே செட்ரிக கல்லறை இருக்கு.....

ஆல்பஸ்

அப்பா?

ஹேரி

கிரெய்க் பௌக்கரைக் கொன்ன பயல் - அவனை உனக்கு எவ்வளவு நல்லாத் தெரியும்?

ஆல்பஸ்

அவ்வளவுக்கு நல்லாத் தெரியாது.

ஹேரி

எனக்கும் கூட செட்ரிக்கை அவ்வளவாத் தெரியாது. அவன் இங்கிலாந்துக்காக குய்டிட்ச் ஆடியிருக்கலாம். இல்லாட்டா ஒரு கெட்டிக்கார அரோர் ஆகியிருக்கலாம். அவன் எதில வேணும்னாலும் சிறப்பாக வந்திருக்கலாம். அவனைத் திருடிட்டாங்கன்னு அமோஸ் சொன்னது சரியே. ஆக, நான் இங்க வந்தது மன்னிப்புக் கேட்கறதுக்காக. என்னால முடியும் போது.

ஆல்பஸ்

அதுசெய்ய வேண்டிய வேலை.

செட்ரிக் கல்லறை முன்பாக, ஆல்பஸ் தன் தந்தையுடன் இணைந்து கொள்கிறான். தன் மகனை ஹேரி பார்க்கிறார். பின் வானத்தைப் பார்த்துக் கொள்கிறார்.

ஹேரி

இது நல்ல நாளாக இருக்குமென்று நினைக்கிறேன்.

தன் மகனின் தோளைத் தொடுகிறார் - அவர்கள் இருவரும் - பட்டும் படாமல் - ஒன்றாக உருகுகின்றனர்.

ஆல்பஸ் (புன்னகையுடன்)

நானும் அப்படித் தான் நினைக்கிறேன்.

வணக்கம்

ஹேரி பாட்டரும் சபிக்கப்பட்ட குழந்தையும் பகுதிகள் I மற்றும் II சோனியா பிரைய்ட்மேன் தயாரிப்பு நிறுவனம், கோலின் கேல்லெண்டர், ஹேரி பாட்டர் நாடகத் தயாரிப்பு நிறுவனம் ஆகியோரால் முதன்முறையாகத் தயாரிக்கப்பட்டது. அதன் அரங்கேற்றம் இலண்டன், பேலேஸ் அரங்கத்தில், 30 ஜூலை, 2016இல் கீழ்க்கண்ட நடிகர்களுடன் நிகழ்த்தப்பட்டது.

நடிக, நடிகையர் பெயர்கள்

கிரெய்க் பௌக்கர் ஜூனியர்	ஜெர்ம் ஆங் ஜோன்ஸ்
மோனிங் மிர்ட்ல், லிலி பாட்டர் சீனியர்	அன்னபெல் பால்ட்வின்
வெர்மோன் மாமா, செவெரஸ் ஸ்னேப், வோல்டெமோர்ட் பிரபு	பால் பென்ட்டால்
ஸ்கார்பியஸ் மால்பாய்	அந்தோணி பாய்ல்
ஆல்பஸ் பாட்டர்	சேம் கிளெமெட்
ஹெர்மியோன் கிரான்ஜெர்	நோமா டுமெஸ்வேனி
பாலி சாப்மேன்	கிளாடியா கிராந்த்
ஹேக்ரிட், சார்ட்டிங் ஹேட்	கிரிஸ் ஜார்மன்
யான் ஃபெரெடெரிக்ஸ்	ஜேம்ஸ் லி லாச்செர்
பெச்சூனியா அத்தை, மேடம் ஹூச், டொலோரஸ் அம்பிரிட்ஷ்	ஹெலெனா லிம்பெரி
அமோஸ் டிகோரி, ஆல்பஸ் ட்ம்பிள்டோர்	பேரி மெக்கார்த்தி
ட்ராலி விட்ச், பேராசிரியர். மேக்கோனகல்	சேன்டி மேக்டாட்
நிலைய அலுவலர்	ஆடம் மேக்னமாரா
ஜின்னி பாட்டர்	பாப்பி மில்லர்
செட்ரிக் டிகோரி, ஜேம்ஸ் பாட்டர் ஜூனியர், ஜேம்ஸ் பாட்டர் சீனியர்	டாம் மில்லிகன்
டட்லி டர்ஸ்லே, கார்ல் ஜென்கின்ஸ், விக்டர் க்ரம்	ஜேக் நார்த்

ஹேரி பாட்டர்	ஜேமி பார்க்கர்.
டிராகோ மால்பாய்	அலெக்ஸ் பிரைஸ்
பேன்	நியூனோ சில்வா
ரோஸ் கிரான்ஜெர் வீஸ்லி,	செர்லீ ஸ்கீட்
இளம் ஹெர்மியோன்	
டெல்ஃபி டிகோரி	எஸ்தெர் ஸ்மித்
ரோன் வீஸ்லி	பால் தோர்ன்லே
இளம் ஹேரி பாட்டர்	ருடி குட்மேன், ஆல். ப்ரெட் ஜோன்ஸ், பில்லி கியோக், ஈவென் ருதெர்போர்ட், நதானியல் ஸ்மித், டைலான் ஸ்டான்டென்
லிலி பாட்டர் ஜூனியர்	ஸோ ப்ரெள, கிறிஸ்டினோ ஃப்ரே, கிறிஸ்டியானா ஹட்சிங்ஸ்

ஏனைய கதைமாந்தர்களாகப் பங்கேற்றவர்கள்

நிகோலா அலெக்ஸிஸ், ஜேரேமி ஆங் ஜோன்ஸ், ரோஸ்மேரி, அன்னாபெல்லா, அன்னபெல் பால்ட்வின், ஜேக் பென்னெட், பால் பென்ட்டால், மோரக் க்ராஸ், கிளாடியா கிராந்த், ஜேம்ஸ் ஹோவார்ட், லோவ்ரி ஜேம்ஸ், க்ரிஸ் ஜார்மன், மார்டின் ஜான்ஸ்டன், ஜேம்ஸ் லி லாச்யர், ஹெலெனா லிம்பெரி, பேரி மெக்கார்த்தி, ஆன்ட்ரூ மேக்டொனால்ட், ஆடம் மென்னோமாரா, டாம் மில்லிகன், ஜேக் நார்த், ஸ்டுவார்ட்ரேம்சே, நியூனா சில்வா, செரெல் ஸ்கீட்

அரங்க அமைப்பு

ஹெலென் அலுகோ, மேத்யூ பேன்க்ரோஃப்ட், மொராக் கராஸ், சிப்போ குரேயா, டாம் மேக்லே, ஜோஷுவா வியாட்

நியூனோ சில்வா	அசைவியல் தலைவர்
	உள்ளிருப்பு அசைவியல் இயக்குநர்
ஜேப் நார்த்	அசைவியல் உதவித் தலைவர்
மொராக் கிராஸ்	குரலியல் தலைவர்

படைப்பு, ஆக்கக் குழுவினர், 2017

மூலக்கதை	ஜே.கே.ரௌலிங், ஜான் டிஃபேனி, ஜேக் தார்ன்
நாடக ஆசிரியர்	ஜேக் தார்ன்
இயக்குநர்	ஜான் டிஃபேனி
அசைவியல் இயக்குநர்	ஸ்டீபன் ஹோகெட்
அரங்க வடிவமைப்பாளர்	கிறிஸ்டின் ஜோன்ஸ்
ஆடை வடிவமைப்பாளர்	கத்ரினா லின்ட்சே
இசையமைப்பு, ஒழுங்கமைப்பு	இமோகன் ஹீப்
ஒளி அமைப்பாளர்	நீல் ஆஸ்டின்
ஒலி அமைப்பாளர்	கேரெத் ஃப்ரை
மாயத் தோற்றங்கள், மாயக்கலை	ஜெமி ஹேரிசன்
இசை மேற்பார்வையாளர், ஒழுங்கமைப்பாளர்	மார்டின் லோவ்
நடிப்பு இயக்குநர்	ஜூலியா ஹோரான் சிடிஜி
தயாரிப்பு மேலாளர்	கேரி பீஸ்டோன்
தயாரிப்பு மேடை மேலாளர்	சேம் ஹன்டர்
உதவி இயக்குநர்	டெஸ் கென்னடி
அசைவியல் இணை இயக்குநர்	நீல் பீட்ல்ஸ்
இணை அரங்க வடிவமைப்பாளர்	ப்ரெட் ஜே. பனாகிஸ்
இணை ஒலி அமைப்பாளர்	பெடெ மால்கின்ஸ்
மாயத்தோற்றங்கள் இணை இயக்குநர்	கிறிஸ் ஃபிஷர்
நடிப்பு இணை இயக்குநர்	லோட்டே ஹைன்ஸ்
உதவி ஒளி அமைப்பாளர்	ஆடம் கிங்
ஆடை வடிவமைப்பு மேற்பார்வையாளர்	செபைன் லெமைட்டர்
சிகையலங்காரம், ஒப்பனை	கரோல் ஹேன்காக்
அரங்கப் பொருட்கள் மேற்பார்வையாளர்	லிசா பக்ளி, மேரி ஹில்டே
இசை தொகுப்பாளர்	ஃபிச் ஆடம்ஸ்

இசை உருவாக்கம்	இமோஜன் ஹீப்
சிறப்புக் காட்சிகள்	ஜெரேமி செர்னிக்
ஒளிப்பட வடிவமைப்பு	ஃபின் ரோஸ், ஆஷ் உட்வார்ட்
உரையாடல் பயிற்சியாளர்	டேனியேல் லின்டன்
குரல் பயிற்சியாளர்	ரிச்சர்ட் ரைடர்
உள்ளிருப்பு இயக்குநர்	பிப் மின்னிதோர்ப்
நிறுவன மேடை மேலாளர்	ரிச்சர்ட் கிளேடன்
மேடை மேலாளர்	ஜோர்டான் நோபில் டேவிஸ்
துணை மேடை மேலாளர்	ஜெனெஃபர் டெய்ட்
உதவி மேடை மேலாளர்	ஆலிவர் பேக்வெல் பியூர்ஃபாய், டாம் கில்டிங், சால்லி இன்ஜ், பென் ஷெராட்
உடையலங்காரம் தலைமை	அமி கில்லட்
உடையலங்காரம் துணைத் தலைமை	லாரா வாட்கின்ஸ்,
உடையலங்காரம் உதவியாளர்கள்	கேதே ஆன்டர்சன், லீனே ஹைர்ட்
உடைகள் பராமரிப்பாளர்கள்	ஜார்ஜ் அமெலி, மெலிசா கூக், ரோஸஜ எதெரிஜ், ஜான் ஓவன்டன், எமிலி ஸ்விப்ட்
பகல்நேர ஆடைஅலங்காரம் - உதவியாளர்	மெலிசா ஹாட்லே
சிகையலங்காரம், ஒப்பனை தலைவர்	நினா வேன் ஹௌடன்
சிகையலங்காரம், ஒப்பனை துணைத் தலைவர்	ஆலிஸ் டௌனெ
சிகையலங்காரம், ஒப்பனை உதவியாளர்கள்	சார்லோட் பிரிஸ்கோ, ஜேக்கப் ஃபெஸ்ஸி, கேஸ்ஸி மர்ஃபி, ஜோயனா சிம்,
ஒலியமைப்பு தலைமை	கிறிஸ் ரெய்ட்
ஒலியமைப்பு துணைத் தலைமை	ரோவெனா எட்வர்ட்
ஒலியமைப்பு மூன்றாம் தலைமை	லாரா கேப்ளின்

எஸ்.எ:ப்.எக்ஸ். இயக்குபவர்	கேலம் டொனால்சன்
தானியக்க தலைமை	ஜோஸ் பீட்டர்ஸ்
தானியக்க துணைத் தலைமை	ஜேமி லாரென்ஸ்
தானியக்க மூன்றாம் தலைமை	ஜேமி ரோப்சன்
காட்சித் தலைமை எல். எக்ஸ்.	டேவிட் டீனர்
துணை காட்சித் தலைமை எல்.எக்ஸ்.	பேடி மேகீ
கதைமாந்தர் பறத்தல் தொழில்நுட்பக் கலைஞர்	பால் குர்னே
மூடாக்கு, தொப்பி வகைகள்	டேவிட் ரஸ்ஸெல், எலீனோர் டௌலிங்
பொது மேலாண்மை	சோனியா :பரைய்ட்மேன்
	தயாரிப்பு நிறுவனம்
நிருவாக இயக்குநர்	டையானி பென்ஜமின்
நிருவாகத் தயாரிப்பாளர்	பாம் ஸ்கின்னர்
இணை தயாரிப்பாளர்	:பியோனா ஸ்டெவார்ட்
உதவி தயாரிப்பாளர்	பென் கேன்னிங்
உதவி பொது மேலாளர்	மேக்ஸ் பிட்ல்ஸ்டன்
தயாரிப்பு உதவியாளர்	இமோகன் கிளேர்வுட்
விற்பனை மேலாளர்	லாரா ஜேன் எலியட், மெக் மேஸி
விற்பனை மற்றும் வருவாய் தலைமை	மார்க் பெய்ன்
இணை தயாரிப்பாளர் (மேம்பாடு)	லூசி லோவட்
கதைஆளுமைத் தொடர்பாளர்	ஜேக் பிராட்லி
அலுவலக உதவியாளர்	ஜோர்டான் ஈட்டன்
அரங்க இருக்கை உதவியாளர்	விக்கி கோமா, டோபியாஸ் ஜோன்ஸ்

மூலக்கதைக் குழுவினர் வாழ்க்கைக் குறிப்புகள்

ஜே.கே. ரௌலிங்

மூலக்கதை

ஜே. கே. ரௌலிங் வரலாற்றுச் சாதனை படைத்தவையும், பலவகை விருதுகளைப் பெற்றவையுமான ஹேரி பாட்டர் நாவல்களின் ஆசிரியர். உலகெங்கணுமுள்ள சுவைஞர்களால் விரும்பிப் படிக்கப்பட்ட அத்தகைய நாவல்கள் 500 மில்லியன் படிகளுக்கு மேல் விற்பனையாகியுள்ளன; எண்பதிற்கும் மேற்பட்ட மொழிகளில் மொழியாக்கம் செய்யப்பட்டுள்ளன; எட்டு வெற்றித் திரைப்படங்களாக வெளிவந்துள்ளன. *Quidditch Through the Ages, Fantastic Beast and Where to Find Them* (in aid of Comic Relief and Lumos), *The Tales of Beedle the Bard* (in aid of Lumos) ஆகிய நூல்களை அறக்கட்டளைக்கு உதவும் வகையில் எழுதியுள்ளார். தொடக்கத்தில், ஜே.கே. ரௌலிங் ஹாக்வார்ட்ஸ் பாடநூலாக எழுதிய Fantastic Beasts and Where to Find Them வார்னர் பிரதர்ஸ் பட நிறுவனத்தாரின் ஐந்து தொடர் திரைப்படங்களை உருவாக்குவதற்கான உந்து சக்தியாக அமைந்தது. அவற்றுள் முதலாவது படம் 2016 ஆம் ஆண்டு வெளியிடப்பட்டது. இரண்டாவது 2018ஆம் ஆண்டு வெளிவந்தது..

'ஹேரி பாட்டரும் சபிக்கப்பட்ட குழந்தையும்' என்கிற மேடை நாடகத்தில் நாடக ஆசிரியர் ஜேக் தார்னுடனும், இயக்குநர் ஜான் டி:பானியுடனும் ஜே. கே. ரௌலிங் இணைந்து பணியாற்றியுள்ளார். அந்நாடகம் 2016ஆம் ஆண்டு இலண்டனில் வெஸ்ட் எண்ட், 2018ஆம் ஆண்டு பிராட்வே ஆகிய இடங்களில் நிகழ்த்தப்பட்டது. 2019ஆம் ஆண்டில் உலகின் பல இடங்களில் நிகழ்த்தப்பட உள்ளது. 2012ஆம் ஆண்டில் ஜே. கே. ரௌலிங் Pottermore என்கிற எண்ம நிறுவனத்தைத் தொடங்கினார். அதன் வழியாக சுவைஞர்கள் ஜே. கே. ரௌலிங் பற்றிய செய்திகள், படத் தொகுப்புகள், கட்டுரைகள் மற்றும் மூல நூல்களையும் பார்த்துத் திளைக்கலாம். ராபர்ட் ஹால்பிராத் என்கிற புனைப் பெயரில் ஜே. கே. ரௌலிங் Cormoran Strike குற்றவியல் நாவல்களையும் எழுதியுள்ளார். அத்தொடரின் நான்காவது நாவல் 2018 இலையுதிர்காலத்தில் வெளியிடப்பட்டது. அத்தகைய நாவல்கள் பிபிசி தொலைக்காட்சியிலும் எச்பிஓ தொலைக்காட்சியிலும் தொடர்களாக்கப்படுவதற்கேற்ப மாற்றியமைக்கப்பட்டுள்ளன. 2012 ஆம் ஆண்டு வெளிவந்த வயதுவந்தோருக்கான நாவலான The Casual Vacancy இன் ஆசியரும் ஜே. கே. ரௌலிங் ஆவார். 2008ஆம் ஆண்டு ஜே. கே. ரெயலிங் நிகழ்த்திய ஹார்வார்டு உரைகள் *Very Good Lives: The Fringe Benefits of Failure and the Importance of Imagination* என்கிற புகழ் பெற்ற நூலாக 2015ஆம் ஆண்டு வெளியிடப்பட்டது. OBE and Companion of Honour, France's Légion d'honneur, Hans Christian Andersen Award போன்ற பல விருதுகளையும் பட்டங்களையும் அவர் பெற்றுள்ளார்.

ஜான் டி∴பானி
மூலக்கதை மற்றும் இயக்கம்

Once என்கிற படைப்பினை ஜான் டி∴பானி இயக்கினார். அதற்காக பிராட்வே, வெஸ்ட் எண்ட் மற்றும் உலக அளவிலும் அவருக்குப் பல விருதுகள் வழங்கப்பட்டன. நேஷனல் தியேட்டர்ஸ் நிறுவனத்திற்காக Pinocchio, A.R.T., பிராட்வே, EIF. வெஸ்ட் எண்ட் ஆகியோருக்காக The Glass Managerie, BAM நிறுவனத்திறாகாக The Ambassador ஆகியவை அவருக்குப் புகழ் ஈட்டிக் கொடுத்த ஏனைய படைப்புகள். ராயல் கோர்ட் நிறுவனத்தின் இணை இயக்குநர் என்கிற முறையில் The Twits, Hope, The Pass ஆகியவை அவருடைய படைப்புகளுள் அடங்குவன. ஸ்காட்லாந்து, நேஷனல் தியேட்டர்ஸின் Let the Right One In என்கிற நாடகத்தை இயக்கினார். ராயல் கோர்ட், வெஸ்ட் எண்ட், புனித ஆன்ஸ் வேர்ஹவுஸ் ஆகியவற்றிற்கு மாற்றப்பட்ட அப்படைப்பு உலக அளவில் சுற்றி வந்தது. Macbeth (also Lincoln Center and Broadway), Enquirer, The Missing, Peter Pan, The House of Bernarda Alba, Transform Caithness: Hunter, Be Near Me, Nobody Will Ever Forgive Us, The Bacchae (also Lincoln Center), Elizabeth Gordon Quinn, Home: Glasgow, Black Watch ஆகியவை ஸ்காட்லாந்து நேஷனல் தியேட்டர்ஸ் நிறுவனத்திற்காக அவர் இயக்கிய படைப்புகள். அவற்றுள், Black Watch உலகெங்கணும் நிகழ்த்தப்பட்டதுடன் Olivier, Critics' Circle Awards ஆகிய விருதுகளையும் பெற்றார். 1996ஆம் ஆண்டு முதல் 2001 வரை ட்ரேவெர்ஸ் தியேட்டர்ஸ் நிறுவனத்தின் இணை இயக்குநராகப் பணியாற்றினார். 2001முதல் 2005 வரை பெய்ன்ஸ் பிளௌவ் நிறுவனத்திலும், 2005 முதல் 2012 வரை ஸ்காட்லாந்து நேஷனல் தியேட்டர்ஸ் நிறுவனத்திலும் பணியாற்றினார். 2010 - 2011 கல்வி ஆண்டில் ஹார்வார்ட் பல்கலைக்கழகத்தின் *ராட்க்லி∴ப் உயர்கலைக் கழக உறுப்பினராகத் திகழ்ந்தார். 'ஹேரி பாட்டரும் சபிக்கப்பட்ட குழந்தையும்' என்கிற நாடகத்தினை இயக்கியதற்காக அவருக்கு சிறந்த இயக்குநருக்கான ஆலிவெர் விருது வழங்கப்பட்டது. உலக சாதனையாக அந்நிறுவனம் பெற்ற ஒன்பது சிறப்புமிக்க ஆலிவர் விருதுகளுள் அதுவும் ஒன்று.*

ஜேக் தார்ன்

மூலக்கதை மற்றும் நாடக ஆசிரியர்

ஜேக் தார்ன் புகழ்பெற்ற நாடக ஆசிரியர். மேடை நாடகங்களையும், வானொலி, தொலைக்காட்சி நாடகங்களையும் இயற்றியதுடன் திரைப்படங்களுக்கும் கதை வசனம் எழுதியுள்ளார். Hope. Let the Right one In அவருக்குப் புகழ் ஈட்டிக் கொடுத்த நாடகங்கள். அவை இரண்டும் ஜான் டி∴பானியால் இயக்கப்பட்டவை. மட்டுமன்றி, பழைய விக்டோரியா அரங்கில் நிகழ்த்தப்பட்ட A Christmas Carol மற்றும் Woyzeck, **Junkyard,** ரோஸ் தியேட்டர் கிங்ஸ்டன், பிரிஸ்டல் ஓல்ட் விக் மற்றும் தியேட்டர் களீவ்ட் இணைத்தயாரிப்பான **a Headlong,** கிரே தியேட்டர் கம்பெனி மற்றும் நேஷனல் தியேட்டருக்காக *The Solid Life of Sugar Water,* எடின்பர்க் ∴பிரின்ஜ் விழாவிற்காக **Bunny,** *ட்ர∴பால்கர் ஸ்டூடியோஸ் நிறுவனத்திற்காக* **Stacy,** *புஷ் நிறுவனத்திற்காக* **2nd May 1997, When You Cure Me** *ஆகியவை அவருடைய சிறந்த நாடகங்கள்.* **The Physicists for the Donmar Warehouse, Stuart: A Life Backwards for HighTide** போன்றவை அவருடைய தழுவல் நாடகங்கள். **War Book, A Long Way Down, The Scouting Book for Boys** *போன்றவை அவருக்குத் திரைத்துறையில் பெருமை தேடித் தந்தவை.* **The Last Panthers, Don't Take My Baby, This Is England, The Fades, Glue, Cast-Offs, National Treasure** *ஆகியவை அவருக்குத் தொலைக்காட்சிப் புலத்தில் பெயரீட்டிக் கொடுத்தன.* 2016ஆம் *ஆண்டு சிறந்த குறுந்தொடர்களுக்காகவும்* **(This is England '90)**, *சிறந்த நாடகத்திற்காகவும்* **(Don't Take My Baby) BAFTA** *விருதுகளைப் பெற்றார்.* 2012ஆம் *ஆண்டில் சிறந்த நாடகத் தொடர்களுக்காகவும்* **(The Fades),** *சிறந்த குறுந்தொடர்களுக்காகவும்* **(This is England '88)** *விருதுகள் பெற்றார்.*

நன்றியுரை

‘சபிக்கப்பட்ட குழந்தை’ நாடகப் பயிற்சிப் பட்டறையைச் சேர்ந்த அனைத்து நடிகர்களுக்கும், மெல் கெனியோன், ராகேல் டெய்லர், அலெக்ஸாண்டிரியா ஹோர்டன், இமோஜென் கிளேர்-உட், ஃபுளோரென்ஸ் ரீஸ், ஜெனிஃபர் டெய்ட், டேவிட் நோக், ரேகேல் மேசன், கோலின், நெய்ல், சோனியா, SFPஇல் உள்ள ஒவ்வொருவருக்கும், தி ப்ளெய்ர் கூட்டாளிகள், JKR PRஐச் சேர்ந்த ரெபேக்கா சால்ட், நிகா பர்ன்ஸ் மற்றும் பேலேஸ் தியேட்டரைச் சார்ந்த அனைத்துப் பணியாளர்கள் ஆகிய அனைவருக்கும், வார்த்தைகளுக்கு வடிவம் கொடுக்க உதவிய மாயக்கலைக் கதைமாந்தர்கள் அனைவருக்கும் நன்றி! நன்றி!! நன்றி!!!

ஹேரி பாட்டர் குடும்பத்தின் தலைமுறைத் தொடர்

பழங்கால மந்திரவாதியர் குடும்பத் தொடராக பாட்டர் குடும்பத்தினருடைய தொன்மம் பன்னிரெண்டாம் நூற்றாண்டு வரை பின்னோக்கிச் செல்கிறது. அக்காலத்திலிருந்து, அக்குடும்பத்தின் தொடர் பல மந்திரவாதியர் மற்றும் மக்ல குடும்பங்களாக விரிவடைந்தன. அவையாவன பெவெரெல் குடும்பத்தினர், வீஸ்ல்கள், டர்ஸ்லேக்களும் கூட.

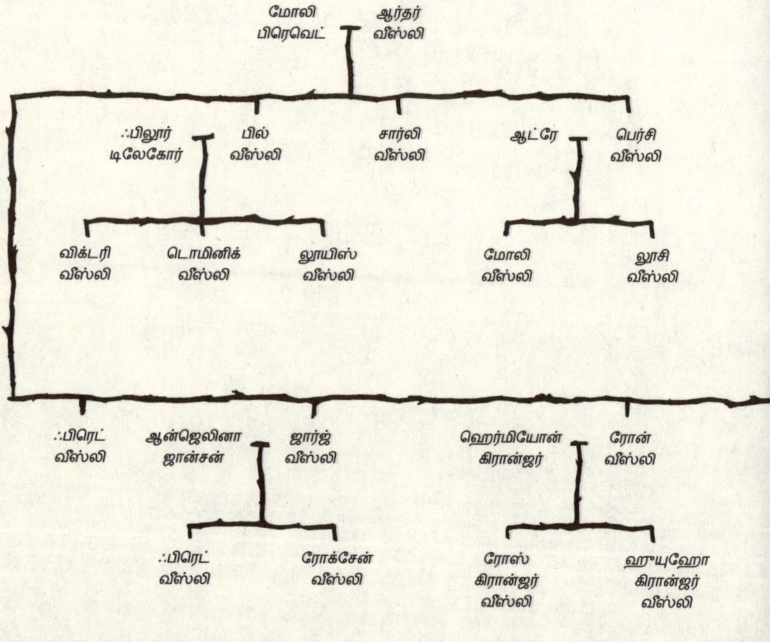

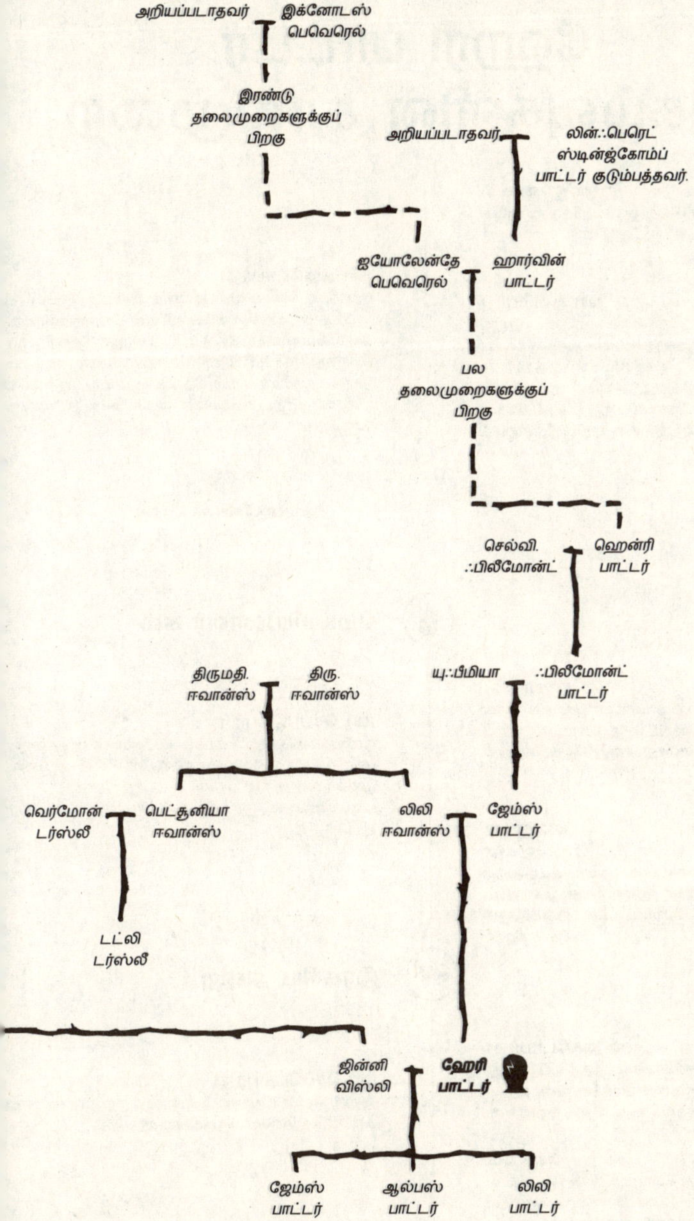
அறியப்படாதவர்
இக்னோடஸ் பெவெரெல்
இரண்டு தலைமுறைகளுக்குப் பிறகு
அறியப்படாதவர்
லின்:.பெரெட் ஸ்டின்ஜ்கோம்ப் பாட்டர் குடும்பத்தவர்.
ஐயோலேன்தே பெவெரெல்
ஹார்வின் பாட்டர்
பல தலைமுறைகளுக்குப் பிறகு
செல்வி. :.பிலீமோன்ட்
ஹென்ரி பாட்டர்
திருமதி. ஈவான்ஸ்
திரு. ஈவான்ஸ்
யு:.பீமியா
:.பிலீமோன்ட் பாட்டர்
வெர்மோன் டர்ஸ்லீ
பெட்தூனியா ஈவான்ஸ்
லிலி ஈவான்ஸ்
ஜேம்ஸ் பாட்டர்
டட்லி டர்ஸ்லீ
ஜின்னி விஸ்லி
ஹேரி பாட்டர்
ஜேம்ஸ் பாட்டர்
ஆல்பஸ் பாட்டர்
லிலி பாட்டர்

ஹேரி பாட்டர்: நிகழ்வுகளின் காலமுறை

1980 ஜூலை 31
இங்கிலாந்து, காட்ரிக் ஹால்லோ எனுமிடத்தில் ஹேரிபாட்டர் பிறந்தார்.

1981 அக்டோபர் 31
ஹேரிபாட்டருடைய பெற்றோர் லிலியும் ஜேம்ஸ் பாட்டரும் அவர்களுடைய வீட்டில் வோல்டெமோர்ட் கொல்லப்படுகின்றனர். தப்பிப் பிழைத்த ஹேரி அநாதையாக்கப்படுகிறார். வோல்டேமோர்ட்டைக் கொல்வதற்கான சாபம் ஹேரியினுடைய நெற்றியில் மின்னல் கீற்று வடிவிலான தழும்பினை விட்டுச் செல்கிறது.

1981 நவம்பர் 1
ஹெக்ரிட்டால் காப்பாற்றப்பட்ட ஹேரி மக்லிலில் தன்னுடைய உறவினர்களான டர்ஸ்லே குடும்பத்தாரிடம் ஒப்படைக்கப்படுகிறார். அவர்கள் அவருடைய பெற்றோரைப் பற்றிய செய்திகளை அவரிடமிருந்து மறைத்துவிடுகின்றனர்.

பத்து ஆண்டுகளுக்குப் பிறகு...

மெய்யியலாளர் கல்

1991 ஜூலை 31
ஹேரியிடம் ஹாக்வார்ட்ஸ் செல்வதற்கான கடிதத்தைக் கொடுத்த ஹாக்ரிட் 'ஹேரி, நீ ஒரு மந்திரவாதி' என்று தெரிவிக்கிறார்.

1991 செப்படம்பர் 1
சூனியக்கலைக்கும் மாயக்கலைக்குமான ஹாக்வார்ட்ஸ் பள்ளிக்கு ஹாக்வார்ட்ஸ் எக்ஸ்பிரஸ் தொடர் வண்டி முதன்முறையாகப் பயணித்த போது ரோன் வீஸ்லியையும் ஹெர்மியோன் கிரான்ஜரையும் ஹேரி சந்திக்கிறார்.

1992 ஜூன்
மெய்யியலாளர் கல்லினை மீளப் பெறுவதற்கான பேராசிரியர் குய்ரெல்லின் முயற்சியை ஹேரி முறியடிக்கிறார். இரண்டாவது முறையாக வோல்டெமோர்ட்டிடமிருந்து தப்பித்துக் கொள்கிறார்.

இரகசிய அறை

1992 அக்டோபர் 31
மெஇரகசிய அறை திறக்கப்படுகிறது. ஸ்லைதெரின் அரக்கன் இடையறாத தாக்குதல்களைத் தொடங்குகிறான்.

1992 செப்டெம்பர் 25
ஹேரி, ரோன், ஹெர்மியோன் மூவரும் முதன்முறை மாய மருந்தினைப் பருகுகின்றனர்.

1993 மே
ஹேரியும் ரோனும் மோனிங் மிர்ட்ல் குளியலறை வழியாக இரகசிய அறைக்குள் நுழைகின்றனர். உள்ளே சென்றவுடன் பாஸிலிஸ்க்கை ஹேரி கொன்றுவிடுகிறார். டாம் ரிட்ல் குறிப்பேட்டை அழித்துவிடுகிறார். அது ஜின்னி வீஸ்லியைப் பீடித்துக் கொள்கிறது. ஜின்னுடைய உயிரை ஹேரி காப்பாற்றுகிறார்.

அஸ்கபான் கைதி

1993 ஆகஸ்ட்
சிரியஸ் பிளாக் என்கிற குற்றவாளி தப்பித்துவிட்டதாக டெய்லி பிரா:.பெட் நாளிதழில் ஹேரி படிக்கிறார். அஸ்கபான் கோட்டையில் அடைக்கத்தக்க கீழ்த்தரமான கைதி அவன்.

1993 செப்டம்பர் 1
டெமென்டர்களால் ஹேக்வார்ட்ஸ் எக்ஸ்பிரஸ் இடைமறிக்கப்படுகிறது.

1994 ஜூன் 6
சிரியஸ் குற்றமற்றவன் என்று ஹேரி உணர்ந்து கொள்கிறார். அவன் தவறுதலாகக் குற்றம் சுமத்தப்பட்டவன். பீட்டர் பெட்டிக்ரூ உண்மையான குற்றவாளி.

டைம்டர்னரைப் பயன்படுத்தி ஹேரியும் ஹெர்மியோனும் சிரியஸைக் காப்பாற்றுகின்றனர். குற்றவாளியான பெட்டிக்ரூ இரண்டாவதுமுறையாகத் தப்பித்துக் கொள்கிறான்.

நெருப்புக் கோப்ளெட்

1994 ஆகஸ்ட்
குய்டிச் உலகக் கோப்பையின் போது டார்க் மார்க் மாயம் நிகழ்கிறது. அது வோல்டெமோர்ட் மீண்டும் ஆட்சியதிகாரத்தைப் பெற்று விட்டதைக் குறிப்பிட்டது.

1994 செப்டம்பர் - அக்டோபர்
ஒரு நூறு ஆண்டுகளில் முதன்முறையாக ந்திரவாதிகளுக்கான மும்முனைப் போட்டிகள் பெறவுள்ளன என்று பேராசிரியர் டம்பிள்டோர் அறிவிக்கிறார்.உரிய வயதினை அடையாத ஹேரியைப் போட்டிகளில் பங்கெடுப்பதற்காக ப்புக் கோப்லெட் தெரிவு செய்கிறது. அதனால் ாக்வார்ட்ஸிற்கு இரண்டு மாவீரர்கள் கிட்டினர்: ஹேரி பாட்டரும் செட்ரின் டிகோரியும்.

1994 நவம்பர் 24
மும்முனைப் போட்டிகளில் முதலாவது நிகழ்வில் நெருப்பு மூச்சினை விடுகின்ற ஹங்கேரியக் கொம்பு வால் டிராகானிடமிருந்து பொன் முட்டையை மீட்டெடுப்பதில் ஹேரி தன்னுடைய பறக்கும் திறமைகளைப் பயன்படுத்துகிறார்.

1994 டிசம்பர்
ரம்ஸ்ட்ராங் அணியின் மாவீரன் வின்டர் க்ரம் யூல் பால் நடனத்தில் தன்னுடன் கலந்துகொள்வதற்காக ஹெர்மியோனை அழைக்கிறான். பார்வதியையும் பத்மா லையும் ஹேரியும் ரோனும் அழைக்கின்றனர்.

1995 பிப்ருவரி 24
மும்முனைப் போட்டிகளின் இரண்டாவது நிகழ்வில் ரோன், கேப்ரியல் ஆகிய இருவரையும் மாபெரும் ஏரியிலிருந்து காப்பாற்றுவதற்காக ஹேரி இஞ்சித்தழைகளைப் பயன்படுத்துகிறார். அவருடைய வீரச்செயலின் பால் நடுவர்களிடையே கருத்து வேறுபாடு ஏற்படுகிறது.

1995 ஜூன் 24
பத்தான உயிரினங்களும் தடைகளும் நிறைந்த தையில் மூன்றாவது நிகழ்வு நடைபெறுகிறது. ஹேரியும் செட்ரிக்கும் இணைந்து ியடைகின்றனர். ஆனால் பரிசுப் பொருள் ஒரு துறைமுகச் சாவி. அது அவர்களை ஒரு இடுகாட்டிற்கு இட்டுச் செல்கிறது. அங்கே டெமோர்ட்டும் அவருடைய பிணந்தின்னிகளும் த்திருக்கின்றனர். செட்ரிக் கொல்லப்படுகிறான். மைப்படுத்தப்பட்ட ஹேரி செட்ரிக் உடலுடனும் வோல்டெமோர்ட் ஆட்சியதிகாரத்தை மீண்டும் அடைந்துவிட்டான் என்கிற செய்தியுடனும் ஹாக்வார்ட்ஸிற்குத் திரும்புகிறான்.

ஃபீனிக்ஸ் வரிசைமுறை

1995 செப்டெம்பர்

மாயக்கலைக்கான அமைச்சர் கார்னீலியஸ் ஃபட்ஜ் வோல்டெமோர்ட் திரும்பவும் வந்துவிட்டான் என்பதை நம்ப மறுக்கிறார். டம்பிள்டோரின் ஆலோசகராக கறுப்பு மாயக்கலைகளுக்கு எதிரான பாதுகாவல் ஆசிரியர் பதவியில் டோலெரெஸ் அம்பிரிட்ஜை அமர்த்துகிறார்.

1995 அக்டோபர்

டம்பிள்டோரின் போர்ப்படையான மாணவர் குழுமத்ை ஹேரி சந்திக்கிறார். அவர்கள் இரகசியமாகச் சந்தித்து அம்பிரிட்ஜ் அவர்களுக்குப் பயிற்றுவிக்க மறுத்த திறன்களையெல்லாம் கற்றுக் கொள்கின்றனர்..

1996 ஜூன்

ஆண்டு முழுவதும் வோல்டெமோர்ட்டிடமிருந்து வந்த மாயத்தோற்றங்களுடன் போரிட்ட ஹேரி சிரியஸ் ஆபத்தான நிலைமையில் இருந்ததைக் காண்கிறார். தனக்கு மிகவும் நெருங்கிய நண்பருடன் சேர்ந்து மாயக்கலைக்கான அமைச்சகத்திற்குச் செல்கிறார். மீண்டும் ஒருமுறை வோல்டெமோர்ட்டுடன் போரிடுகிறார்.

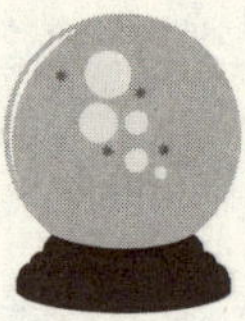

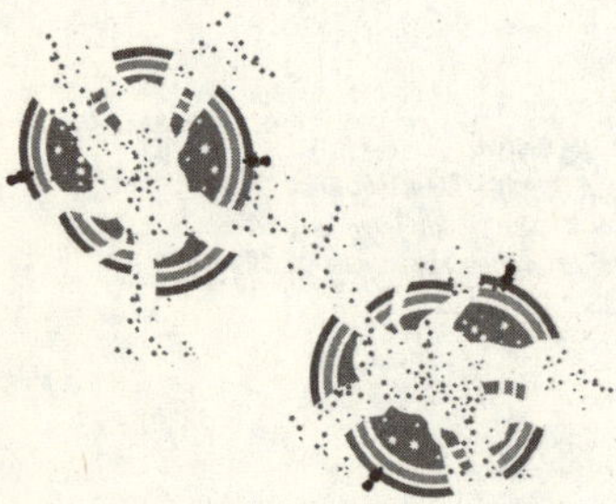

மாயக்கலைக்கான அமைச்சகம்

முக்கியமானதொரு ஆரூடத்தை ஹேரி கண்டுபிடிக்கிறார். அது வோல்டெமோர்ட்டுடன அவருடைய எதிர்காலத்தை மேலும் சிக்கலானதாக்கிவிடுகிறது.

மாயக்கலைக்கான அமைச்சகம்

சிரியஸை பிணந்திண்ணி பெல்லாட்ரிக்ஸ் லெஸ்ட்ரேன்ஜ் கொன்றுவிடுகிறான். மாயக்கலைத்துறை மேற்கொண்ட போரில் அமைச்சகத்தினிடமிருந்த டைம்டர்னர்கள் ஒட்டுமொத்த இருப்பும் அழிக்கப்பட்டுவிடுகிறது

HALF-BLOOD PRINCE (No Translation)

1997 சனவரி

வோல்டெமோர்ட்டைத் தோற்கடிக்கும் முயற்சியின் பகுதியாக அந்தக் கறுப்புக் கலை அரசனுடைய கடந்த காலத்தைப் பற்றி ஹேரிக்கு டம்பிள்டோர் பயிற்றுவிக்கத் தொடங்குகிறார்.

1997 மே

க்ரை:ஃபைண்டர் அணி குய்டிச் கோப்பையை வென்ற பின்னர் ஒருவழியாக ஜின்னியை ஹேரி முத்தமிடுகிறார்.

1997 ஜூன்

பிணந்தின்னிகளால் ஹாக்வார்ட்ஸ் ஊடுருவப்படுகிறது. வோல்டெமோர்ட் திட்டத்தின்படி கொலைசெய்யும் பணியை நிறைவேற்றுவதில் டிராகோ மால்:ஃபாய் தோற்றுவிட்ட பிறகு அதற்குப் பதிலாக டம்பிள்டோரை செவெரெஸ் ஸ்னேப் கொன்றுவிடுகிறார்.

உயிர்க்கொல்லி ஹால்லோஸ்

1997 ஆகஸ்ட்
அமைச்சகம் வீழ்ச்சியுற்றது. வோல்டெமோர்ட் ஆட்சியதிகாரத்தைக் கைப்பற்றிவிட்டான். ஹேரி, ரோன், ஹெர்மியோன் கறுப்புமாயக்கலை மன்னனை இறுதியில் வீழ்த்துவதற்காக எஞ்சியுள்ள ஹோர்க்கரக்ஸைத் தேடி அலைகின்றனர்.

1997 டிசம்பர்
ஹேரி, ரோன், ஹெர்மியோன் மூவரும் உயிர்க்கொல்லி ஹால்லோஸ் பற்றிக் கற்றுக்கொள்கின்றனர். தனித்தனியான மூன்று பொருட்கள் ஒன்றாக இணைக்கப்படும் போது அதனை வைத்திருப்பவரை மரணத்தின் தலைவனாக்கிவிடுகிறது.

1998 மே
எஞ்சியிருந்த ஹார்க்கரக்ஸைக் கண்டடைவதற்காக ஹேரி, ரோன், ஹெர்மியோன் மூவரும் ஹாக்வார்ட்ஸுக்குத் திரும்புகின்றனர். ஹாக்வார்ட்ஸ் போர் மூளுகின்றது.

ஹாக்வார்ட்ஸ் போர்
கொல்லி ஹால்லோஸை ஒன்றிணைப்பதற்கான ற்சியில் முதுபெரும் மந்திரக்கோலை அடையும் பொருட்டு ஸ்னேப்பை வோல்டெமோர்ட் கொன்றுவிடுகிறான். தன்னுடைய தாய் லிலியுடன் ஸ்னேப் தொடர்பு கொண்டிருந்ததை ஹேரி அறிந்து கொள்கிறார். அவருடைய அணுக்கமெல்லாம் எப்போதும் டாருடனும் தான் பெரிதும் போற்றிய மாதுடனும் இருந்தது; கறுப்புக்கலை மன்னனுடன் அல்ல.

ஹாக்வார்ட்ஸ் போர்
தான் ஒரு ஹார்க்கரக்ஸ் என்பதை உணர்ந்து கொண்ட போது தந்திரக்காலை உலகத்தைக் காப்பாற்றும் பொருட்டு வோல்டெமோர்ட்டுக்கு ஹேரி தன்னைத் தியாகம் செய்கிறார்.

ஹாக்வார்ட்ஸ் போர்
நாகினியை நெவெல்லி லாங்பாட்டம் கொன்றுவிடுகிறார். ஹேரியினிடத்திலிருந்த கடைசி ஹார்க்கரக்ஸை அழித்துவிடுகிறார்.

ஹாக்வார்ட்ஸ் போர்
வோல்டெமோர்ட்டினுடைய இறுதித் தாக்குதலில் ஹேரி தப்பித்துக் கொள்கிறார். அவனை முற்றாக ஒழித்துக்கட்டுகிறார்.

பத்தொண்பது ஆண்டுகளுக்குப் பிறகு...

2017 செப்டம்பர் 1
தற்போது 37 வயதாகிவிட்ட ஹேரியும் ஜின்னியும் மணம் முடித்து மூன்று குழந்தைகளுடன் வாழ்கின்றனர். கிங்ஸ்கிராஸ் தொடர்வண்டி நிலையத்தின் ஒன்பதே முக்கால் நடைமேடையில் ரோன், ஹெர்மியோன்கிரன்ஜர் வீஸ்லீ தம்பதியரை அவர்கள் சந்திக்கின்றனர். அவர்களுடைய பிள்ளைகளான ஆல்பஸ் பாட்டரும் ரோஸ் கிரான்ஜர் வீஸ்லியும் ஹாக்வார்ட்ஸில் தம்முடைய முதலாமாண்டு படிப்பினைத் தொடங்குகிறார்கள். தனடனை ஸ்லைதெரின் அணியில் சேர்த்தவிடுவார்கயோ என்று ஆல்பஸ் அஞ்சுகிறான். ஹேரி அவனுக்குத் துணிச்சலூட்டுகிறார். "ஆல்பஸ் செவெரெஸ், ஹாக்வார்ட்ஸினுடைய இரண்டு தலைமையாசிரியர்களுடைய நினைவாக உனக்குப் பெயர் சூட்டப்பட்டுள்ளது. அவர்களுள் ஒருவர் ஸ்லைதெரின் அணியைச் சேர்ந்தவர். நான் அறிந்த மட்டில் அவர் தான் மிக, மிக துணிச்சல் கொண்டவர்." வண்டி புறப்படுவதற்கான ஊதல் ஒலிக்கிறது. ஆல்பஸ், ரோஸினுடைய பயணம் தொடங்குகிறது.

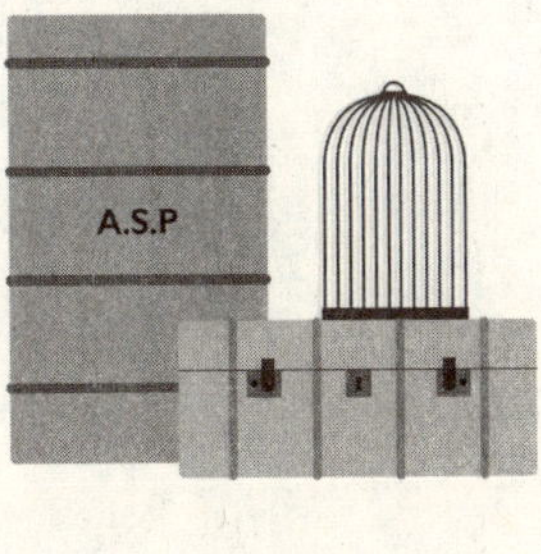